मीरा एक वसंत आहे

ओशो

अनुवाद
स्वाती चांदोरकर

मेहता पब्लिशिंग हाऊस

MAINE RAM RATAN DHAN PAYO

OSHO International Foundation.

Originally Published in Hindi
under the title : 'Maine Ram Ratan Dhan Payo.' (Chapters 6 to 10)

Copyright © 1977, 2010 OSHO International Foundation
All rights reserved.
Licence of the Marathi Translation with Mehta Publishing House

Translated into Marathi Language by Swati Chandorkar

MEERA EK VASANT AHE

मीरा एक वसंत आहे

अनुवाद : स्वाती चांदोरकर, बी-२, ओम पुष्पांजली सोसायटी, वीरा देसाई रोड,
अंधेरी (प.), मुंबई – ४०००५८ ✆ ०२२-२६७६२९८६

प्रकाशक : सुनील अनिल मेहता, मेहता पब्लिशिंग हाऊस,
१९४१ सदाशिव पेठ, माडीवाले कॉलनी, पुणे – ४११०३०.

अक्षरजुळणी : इफेक्ट्स, २१/६ब, आयडिअल कॉलनी, कोथरूड, पुणे – ३८.

मुखपृष्ठ : फाल्गुन ग्राफिक्स

प्रथमावृत्ती : जुलै, २०१० / पुनर्मुद्रण : मार्च, २०१३

ISBN 978-81-8498-130-8

प्रस्तावना

प्रस्तुत लेखन 'पग घुंघरू बांध' हा ओशोंद्वारे वेळोवेळी मीराने रचलेल्या पदांवर विस्तृतपणे दिलेल्या प्रवचनांचा संग्रह आहे. ओशोंच्या मतानुसार ही प्रवचनं नाहीत, तर आपल्या सर्वांना मीराच्या प्रेमाच्या सरोवरातील नौका विहारासाठी पाठवलेलं आमंत्रण आहे. हे प्रेमाचं सरोवर अद्‌भुत आहे, अनुपम आहे. कारण ह्या सरोवराचं पाणी सर्वसाधारण नाहीये. हे तर मीराच्या अश्रूंचं मानसरोवर आहे आणि हे इतकं शुद्ध, निर्मळ आहे, की कदाचित गंगेचं पाणीही तसं असू शकणार नाही.

मीराला समजणं खूप कठीण आहे. काव्य, तर्क, ज्ञान ह्या दृष्टिकोनांतून मीराला समजण्याचा प्रयत्न केला तर चूक होणारच. कारण मीरा ना कविता आहे, ना शास्त्र, ना तर्क. ती तर दुखऱ्या प्रेमाची एक अतिशय सुंदर अशी अनुभूती आहे. मीरा शरीराने अस्तित्वात नाहीये, ना होती. मीराच्या रूपाने भक्तीने शरीर धारण केलं नी अस्तित्वात आली.

'निराकार जब तुम्हें दिया आकार
स्वयं साकार हो गया।'

प्रेमाच्या ह्या साकार प्रतिमेच्या डोळ्यांमधील एक एक अश्रू, एक एक पद आहे आणि एक एक पद म्हणजे एक एक खंडकाव्य आहे. जशी मीरा तिच्या गिरिधर-गोपाळपर्यंत पोहोचण्यासाठी लोकलज्जा, मानमर्यादा, कुळाचार, घरदार सर्व सोडून धावली, तसंच, ज्ञानाचं सूत्र, तर्कवितर्क, काव्याचे सारे प्रकार आपण जोपर्यंत सोडून देत नाही, विसरत नाही तोपर्यंत आपण मीरापर्यंत पोहोचू शकत नाही. हे युगानुयुगे चालत आलेले ह्या काव्य शास्त्राचे नियम मीराच्या पदापर्यंत पोहोचण्यासाठी फोल आहेत. मीराने अश्रूंनी प्रेमाचे इतके विविध रंग रंगविले, खुलविले, उधळले की ते मोजता येणार नाहीत. ना वजनाने, ना काव्यशास्त्राने. ह्या प्रेमाच्या पदपथावरून ती इतकी दूरपर्यंत पोहोचली आहे की तिला तिच्या स्वत:च्या अस्तित्वाची जाणीव नाही–

'हम तेरी चाह में ऐ यार वहां तक पहुंचे
होश ये भी न जहां है कि कहां तर पहुंचे॥'

'असणं' हे जोपर्यंत जाणवतं तोपर्यंत 'नसणं' म्हणजे काय हे जाणू शकत नाही. ते तेव्हाच शक्य आहे जेव्हा—

'वो न ज्ञानी, न वो ध्यानी, बिरहमन, न वो शेख
वो कोई और थे जो तेरे मकां तक पहुंचे॥'

ज्ञान, ध्यान, जोगी, भोगी, जात-पात, पंथ-संप्रदाय, जागृती ह्या सर्व गोष्टी ज्याने सोडून दिल्या आहेत, तोच 'त्या' मुक्कामापर्यंत पोहोचू शकतो, त्या घरापर्यंत पोहोचू शकतो. मीरासुद्धा ह्या सर्व बंधनांना तोडूनच 'त्या' घरापर्यंत पोहोचू शकली. मीराला जाणण्यासाठी आपल्याला ही सर्व बंधनं तोडून देऊन फक्त प्रेमाचं बंधनच बांधायला हवं. आणि नेमकं हेच आपल्यापाशी नाहीये. आपल्यापाशी आहे, शब्द, सूत्र, शास्त्र, तर्क वगैरे वगैरे. हे सर्व सोपं आहे. ही सर्व स्वस्त बंधनं आहेत. पण मीराचे पद अनमोल आहेत, आपण त्यांना व्यवहाराच्या पातळीवर मोजू शकत नाही. पारखू शकत नाही. म्हणूनच आपण ह्या मीराला समजू शकत नाही. आपणच कशाला? मोठमोठे विद्वान, आचार्य, मुनीसुद्धा मीराच्या पदांचं मर्म समजण्यामधे चुका करतात. गाता-नाचताना जी वेदना थरथरते तिचंच दुसरं नाव मीरा आहे. मीरा गाते, 'हेरी मैं तो दर्द दीवानी, मेरा दरद न जाने कोय' खरंच, कुणाला भिडणार आहे हे दुःख? आम्ही दुःख म्हणजे इतकंच समजतो की ज्यामुळे आम्ही रडतो. पण मीराचं दुःखं काही वेगळंच आहे. ते फक्त रडवत नाही, ते गाणंही म्हणतं. गावातल्या गल्ल्यांमधून नाचतं, मंदिरात घंटा घुमघुमवतं आणि सुळीवर प्रियकराबरोबर बिछानाही घालतं. असं कुठलं प्रेमाचं मद्य मीराने प्यायलं आहे की 'युगानुयुगं तमाम दुनिया तिथे पोहोचू शकणार नाही, तिथे एका घोटातच प्रेमी जाऊन पोहोचतात.' मीरा दुःखामुळे घायाळ आहे आणि वेडीही आहे. घायाळ ते वेडं होण्यापर्यंत, मस्तीपासून हस्ती (अस्तित्व) संपवण्यापर्यंत, असण्यापासून नसण्यापर्यंत आणि अश्रू ते संगीतापर्यंत— हा जेवढा प्रवास आहे, हाच प्रवास मीराच्या पदांची काव्ययात्रा आहे.

हिंदी भाषेमधे कवि जे भक्त आहेत, ह्यांची खूप मोठी परंपरा आहे. भक्तांच्या ह्या मोत्यांच्या माळेत मीरा 'कौस्तुभ मणी' आहे. तिची प्रतिभा सर्वांत मोहक, सर्वांत प्रखर-तेजस्वी आणि सर्वांत जिवंत अशी आहे. भक्ती ही कधीच संतुष्ट होत नाही; जिथे स्व येतो.

ह्या मंदिरात जो जातो तो परतताना ना शरीर घेऊन येतो ना मन. इथे तन-मन अर्पण केल्याशिवाय काम होत नाही. पुरुष मूलतः कठोर स्वभावाचा असल्याकारणाने तो संपूर्णपणे स्वाहाः होऊ शकत नाही. संपूर्णपणे 'स्व' सोडू शकत नाही. विसर्जित

करू शकत नाही. पण स्त्री मूलत: स्वभावाने दानशील, कोमल. निसर्गानेच तिला तसं बनवलंय. प्रेमाच्या दाहात ती मेणबत्तीसारखी संपूर्णपणे विरघळून जाते. म्हणूनच भक्तिमार्गात स्त्री अग्रगण्य ठरते आणि पुरुष थोडे मागे पडतात. स्त्री जेव्हा प्रेम करते तेव्हा ती संपूर्णपणे प्रेम करते, एक कणही काही मागे ठेवत नाही. जी स्त्री संपूर्ण प्रेम करत नाही, समजावं तिथे प्रेम नाहीये– 'यह आग का दर्या है और डूब के जाना है!'

मीरा– लोक गातात, गुणगुणतात; पण फार थोडे जण तिच्या पदाच्या आत्म्यापर्यंत पोहोचतात. ओशो हे एकच– एकमेव व्यक्ती! ज्यांनी मीराच्या अश्रूंच्या मानसरोवरात डुंबून स्नान केलं. हे शक्य आहे कारण त्यांचं जीवन, प्रेमाचं एक महाकाव्य आहे, जसं मीराचं. प्रेमच त्यांची दुलई आणि प्रेमच त्यांची चटई. त्यांचं संपूर्ण अस्तित्व म्हणजे प्रेमाची तहानलेली हाक! हृदयातलं एक खोल असं मंदिर, दालन, जिथे मीराने तिच्या गोपालाला मिळवलं होतं, जे ओशोंनी बघितलं, अनुभवलं. त्यांचं मंदिर, ओशो मंदिर प्रेमाचं मंदिर आहे, तिथे जर यायचं असेल तर काही नियम आहेत.

'यह प्यासों को प्रेम नगर है, यहां संभलकर आना जी...'

जर तुम्ही मरण्यासाठी तयार असाल, तर तुम्ही तुमचं नाव, गाव, डिग्री, हुद्दा, नाती सर्व कपडे उतरवून टाकण्यासाठी तयार आहात. ज्याची नशा जन्मोजन्मी उतरत नाही असं मद्य प्यायला तयार असाल, तर स्वागत आहे तुमचं अशा प्रेम मंदिरात, ओशोंच्या मंदिरात. तुम्ही या. नक्की या.

गोपालदास 'नीरज'

जनकपुरी, मेरिस रोड,
अलीगढ (उत्तर प्रदेश)

सहा

अनुक्रम

✆ +91 020-24476924 / 24460313

Email : info@mehtapublishinghouse.com
production@mehtapublishinghouse.com
sales@mehtapublishinghouse.com

Website : www.mehtapublishinghouse.com

श्रद्धा हे प्रभूचं दार आहे

प्रवचन पहिले

प्रश्न-सार

● श्रद्धा काय आहे?

● तू काय पाजलंस, खूप मजा आली.

● प्रवचनात तुमचं प्रेम बरसत आहे. त्यात खूप अधिक विघ्नं येत आहेत. आता ही विघ्नं सहन होत नाहीत.

● स्मृती आणि स्वप्नांत मी कधी कधी तुमच्या जवळ पोहोचते. पण ह्या जन्मातल्या नवऱ्याच्या मेहेरबानीने मी अजून तुमच्यापर्यंत पोहोचू शकले नाही. तुमची प्रेमदिवाणी होण्यासाठी मी काय करू?

● हे असं कसं विद्यापीठ आहे तुमचं, जिथे दोन आणि दोन चार होतात हे शिकवलं जातं आणि चार नाही होत, तर पाचही होऊ शकतात.

***प**हिला प्रश्न : श्रद्धा काय आहे?*

* श्रद्धा आहे एक प्रकारचा वेडेपणा. पण जे नशीबवान आहेत, त्यांनाच हे वेडेपण मिळतं. ते दुर्भागी आहेत जे श्रद्धा ह्या वेडेपणाशी अपरिचित आहेत. श्रद्धेचं वेडेपण ही आयुष्यातली सर्वांत मोठी संपत्ती आहे. कारण तिच्याच आधाराने जो अदृश्य आहे त्याचा शोध सुरू होतो.

ज्यांच्या आयुष्यात श्रद्धेला स्थान नाही ते इंद्रियांमधेच अडकून राहतात, म्हणजे, डोळ्यांना जितकं दिसेल, हातांनी जितका स्पर्श करू शकू, कानांनी जितकं ऐकता येईल, ह्यातच अडकून पडतात. आणि इंद्रियांना सीमा आहेत. इंद्रियं अगदी लहान आहेत आणि अस्तित्व विशाल आहे.

इंद्रियं चहाच्या चमच्या इतकी आहेत आणि अस्तित्व असं, जसा महासागर! चहाच्या चमच्याने सागराला मोजू लागलात तर कसं मोजू शकाल? चमच्यामधे सागराचं दर्शन होऊ शकत नाही. तरी, चहाच्या चमच्यात अस्तित्व भरलं जातं. तो सागरच आहे. पण ह्यात तफावत आहे. कुठे सागराचं तुफान, कुठे त्याच्या लहरी, लाटा, कुठे सागराची धुंदी, उंचच उंच लाटा आणि सागराची तितकीच खोली, ज्यात हिमालयासारखा पर्वत हरवला तर कुठे गेला पत्ताही लागणार नाही. चहाच्या चमच्यात त्या सागराचा खोलपणा नाही. ना धुंदी, ना मौज मस्ती. ना नृत्य, ना झंझावात. तसंही चमच्यात जे भरलं गेलं आहे, तो सागराचा एक हिस्सा आहे. छोटासा का होईना, त्याचाच भाग आहे. पण गुणात्मक परिवर्तन झालं. परिणाम तर कमी झालाच झाला, पण गुणांतही फरक पडला. सागरांत डुंबू शकता, चहाच्या चमच्यात कसे डुंबणार, बुडणार?

अशीच इंद्रियांची परिस्थिती आहे. त्यातून आम्हाला जे दिसतं, तो त्या विशालतेचा एक भाग आहे. एक हिस्सा जो अतिक्षुद्र आहे. इतका क्षुद्र की परिणामाची तफावत तर पडतेच, गुणांचीही कमतरता राहते. अदृष्य मिळालं नाही, तर सागर मिळणार नाही.

पण ह्या अदृष्याला शोधण्याचं पहिलं सूत्र आहे– श्रद्धा! श्रद्धेचा अर्थ असा आहे, 'जे दिसत नाही त्यावरही विश्वास. जो ऐकला जात नाही, किंवा ज्याला ऐकता येत नाही त्याच्यावर विश्वास. श्रद्धेचा अर्थ– ज्याला ओळखत नाही त्याच्यात उतरण्याचं धाडस.

म्हणून मी म्हणतो, 'श्रद्धा एक वेडेपणा आहे. जे तथाकथित, सर्वसाधारण समजूतदार आहेत, ते अशा भानगडीत पडत नाहीत. ते सर्वसाधारण, परिचित अशा सीमेतच राहतात. जिथपर्यंत ओळखीचं आहे, तिथपर्यंतच जातात, त्याच्या पुढे नाही. त्याच्या पुढे विशाल, विराट जंगल आहे. हरवण्याची भीती आहे. हरवण्याची जबाबदारी स्वीकारण्याचं नाव श्रद्धा आहे.

जबाबदारी तर आहे. काहीही खात्री देऊ शकत नाही. कोण देणार खात्री? कुठला इन्शुअरन्सही असू शकत नाही. अज्ञाताच्या जवळ जो चालला आहे त्याने जोखीम तर घेतली आहे. असं होऊ शकतं. तो हरवू शकतो. होऊ शकतं की तो भरकटेल. होऊ शकतं की परतून येणार नाही. कारण भव्यतेशी संबंध जोडणं हे धोकादायक आहे. जेव्हा नदी सागराशी संबंध जोडते तेव्हा धोका तर पत्करतेच. धोका हाच आहे की हरवून जाते. आणि सौभाग्य असं आहे की हरवून, हरवल्यानंतरच नदी सागर होऊन जाते.

म्हणून मी म्हणतो, 'श्रद्धा एकतऱ्हेचं वेडेपण आहे. आणि म्हणूनच जे श्रद्धेने थोडे फार वेडे झाले आहेत त्यांना मी सावधान म्हणतो. कारण त्यांच्या जीवनात कवाडं उघडत आहेत. त्यांनी आकाशाला बाहेर ठेवलेलं नाहीये. आकाश त्यांच्या आत येतंय. त्यांचे पंख फडफडतात. ते उडण्यासाठी तत्पर आहेत. ते आत्ताही दूरच्या चंद्र चांदण्यांना भेटण्याची तयारी करत आहेत. क्षमता छोटी आहे. शक्ती छोटी आहे, पण आकांक्षा विशाल आहे. हाच 'श्रद्धा'चा अर्थ आहे.

जेव्हा एक शेतकरी बी पेरतो, श्रद्धा आहे. कारण, कोणास ठाऊक ते पेरलेलं बी अंकुरेल, नाही अंकुरणार! सगळ्याच बिया अंकुरत नाहीत. सर्व बिया नेहमी अंकुरत नाहीत. आणि मग कुणास ठाऊक, पाऊस पडेल, नाही पडेल, ढग घेरून येतील, नाही येतील. नेहमीच ढग घेरून येतात, भरून येतात असं नाही. दुष्काळही पडतो. आणि कुणास ठाऊक, जसं कालपर्यंत घडत आलं, पुढेही तसंच घडेल की नाही? आजपर्यंत सूर्य उगवला आहे, खरंच. पण उद्या उगवेल, न उगवेल? उद्याबद्दल काय बोलणार? कोणीही निश्चितपणे उत्तर नाही देऊ शकणार.

एक दिवस असा जरूर येईल की सूर्य उगवणार नाही. वैज्ञानिक म्हणतात की कधी ना कधी तो दिवस येईल जेव्हा सूर्याचं तेज संपेल. तो अग्नी, दाहकता संपेल. सूर्याची क्षमता, सूर्याचं तेज संपेल. सूर्याची क्षमता रोज-दररोज कमी होत चालली आहे. कारण जेवढा प्रकाश देत जातोय, तेवढा तो कमी होत जातोय. एक ना एक दिवस थंड होईल. होऊ शकतं की उद्याचा दिवस तोच असेल. उद्याचा भरोसा काय? सूर्य उगवेल, न उगवेल. ढग भरून येतील, नाही येणार. आणि काय भरोसा बियांनी अजूनपर्यंत धोका नाही दिला, उद्याही त्या आपली जुनी प्रतिष्ठा कायम ठेवतील, की नाही ठेवणार? बिया सडू ही शकतात.

सर्व घाबरत आहेत. तरीही शेतकरी बी पेरतो. हातात जे काही आहे, ते हरवून. त्याच्या आशेत, जी आत्ता हातात नाहीये. परंतु बुद्धिमान लोकांचा असा तर्क आहे, अशी व्याख्या आहे की हातातली अर्धी पोळीही आकांक्षा आणि आशेच्या पूर्ण पोळीपेक्षा चांगली आहे. हे बुद्धिमान लोकांचं म्हणणं आहे. श्रद्धाळूंचं म्हणणं असं आहे की हातात कितीही असू दे. जे हातात असेल ते हरवण्याची, तयारी ठेवायला हवी, त्यासाठी जे हातांच्या कह्यात नाहीये, असं समज तरच विकास होतो.

बुद्धिमान लोकांच्या गोष्टी मानल्यात तर जड होऊन जाल. वेड्यांचं ऐका.

श्रद्धेचं सूत्र, जीवनातल्या सर्व संभावनांना आपल्यात सामील करून घेणं आहे. सर्वसाधारणपणे लोक विचार करतात की श्रद्धाळू व्यक्ती कमजोर असते. अतिशय चुकीची गोष्ट आहे. श्रद्धाळू सुद्धा शक्तिशाली असतात. जे श्रद्धा ठेवत नाहीत, तेच खरं तर कमजोर असतात. ते आपल्या कमजोरीला मोठमोठाले तर्क देतात. ते म्हणतात, 'जोपर्यंत मला पुरावा मिळत नाही, मी कसं काय मानू?' पण श्रद्धाळू म्हणतो 'आयुष्यांत काही काही गोष्टी अशा असतात की जर मानल्या तर पुरावा मिळतो. पण मानल्याच नाहीत तर प्रमाण, पुरावा मिळणं शक्यच नाही.'

जसं कुणी म्हणतं की, 'प्रेम मी तेव्हाच करेन जेव्हा प्रेमाचा पुरावा मिळेल की प्रेम होतं, असतं.' कुणी लहान मूल असं म्हणेल की, 'प्रेम तेव्हाच करेन जेव्हा मला प्रेमाचा पुरावा मिळेल की हे बघ प्रेम. असं असतं प्रेम. मी प्रेमाचं संपूर्ण शास्त्र समजून घेईन. आधी प्रेमाला पडताळू, जोखून घेऊ. काही चूक-भूल ची शक्यता नसेल, तेव्हा प्रेम करेन.' तसं तर मग ह्या जगातून प्रेम नाहीसंच होऊन जाईल. श्रद्धाळू लोकांपुढे प्रेम जिवंत आहे. कारण श्रद्धाळू म्हणतो, 'पहिलं प्रेम होतंय. होऊ दे. करू या. मग पडताळा घेऊ. पारख करू. ते नंतरही करता येईल.'

श्रद्धा ही मोठी साहसी वृत्ती आहे. कमजोर लोकांची ही गोष्ट नाही. ह्यासाठी बलवान लोक पाहिजेत.

मै पाबगिल हूं, सितारों की बात करता हूं
खिजां जदां हूं, बहारों की बात करता हूं ।

श्रद्धा एक असं वेडेपण आहे की जेव्हा चारही बाजूंनी रेताड आहे आणि कुठेही हिरवळीचं नामोनिशाण नाही तरीही विश्वास ठेवतं की हिरवळ आहे. फुलं फुलतात. जेव्हा पाण्याचा एक थेंबही दिसत नाही, तरीही श्रद्धा असते की पाण्याचे सरोवर आहेत. तहान तृप्त होते. जेव्हा चारही दिशांना शिशिर ऋतू असतो, तेव्हाही श्रद्धा असते की वसंतऋतू आहे. श्रद्धेमधे वसंतऋतू कायम असतो. श्रद्धा एकच ऋतू मानते. वसंत! बाहेर असू देत शिशिर. सर्वत्र शिशिर असल्याचा दाखला असतो तरीही श्रद्धा वसंत मानते.

संन्याशासाठी ह्या देशात आम्ही भगवा रंग निवडला आहे. वासंती रंग! हा वसंताचा रंग आहे. वसंताच्या सुंदरतेची झलक ह्या रंगात आहे. वसंताचं तारुण्य, वसंताची आशा, वसंताच्या श्रद्धेचा रंग. हा फुलांचा रंग आहे. हा सूर्याचा रंग आहे. हा पहाटेचा रंग आहे. ह्याला वासंती-बाणा म्हटलं आहे. हा धर्मबलीचा, शहिदांचा रंग आहे. जे अगदी शेवटाला पोहोचतात ते अपरिचित अनोळखी परमात्म्याला आपला, ओळखीचा प्राण द्यायलाही तयार होतात.

मैं पाबगिल हूं, सितारों की बात करता हूं
खिजां जदां हूं, बहारों की बात करता हूं
दबी हुई है जहां सोज आग सीने में
मैं राख हूं पै शरारों की बात करता हूं

श्रद्धा राखेतही निखाऱ्यांच्या गोष्टी करते. निखाऱ्यांना शोधते, जिथे मृत्यूच मृत्यू आहे. जिथे स्मशान पसरलेलं आहे, तिथे श्रद्धा अमृताचं गुपित शोधते.

इथे मृत्यू शिवाय दुसरं काय आहे? काही मरण पावलेत, काही मरणार आहेत. जे अजून जन्मले नाहीत, तेही मरतील. इथे मृत्यूशिवाय अजून काहीच निश्चित नाहीये. जर श्रद्धेपलीकडे काही विचार केला तर एकच यथार्थ आहे. मृत्यू. बाकी तर सर्व श्रद्धा आहे. जन्मानंतर केवळ एकच गोष्ट निश्चित आहे, जी होणारच आणि ती गोष्ट म्हणजे मृत्यू. बाकी सर्व अनिश्चित आहे. बाकी होईल न होईल, काही सांगता येत नाही.

जीवनात एकच गोष्ट पूर्णत्वाने आहे. मृत्यू! जर कुणी योग्य तर्कवादी असेल तर मृत्यू व्यतिरिक्त इतर कुठल्याही गोष्टीवर त्याने विश्वास ठेवता नये. कारण बाकी सर्व अनिश्चित आहे.

म्हणूनच पश्चिम देशांत जिथे तर्काचा खूप विचार, तर्कच तर्क झाला आहे, तिथे लोकांना आयुष्याचा भरोसा वाटत नाही. लोकं म्हणतात, 'जीवन अर्थहीन आहे. मृत्यू हेच एकमेव सत्य आहे. मोठ्या प्रमाणावर लोकं आत्महत्या करतात, कारण जीवन अर्थहीन आहे. मृत्यूला शरण जातात.

दबी हुई है, जहां सोज आग सीने में

मै राख हूं, पै शरारों की बात करता हूं
भंवर में है मेरा सफीना है बादबां मौजें
तलातमों में किनारों की बात करता हूं ।

श्रद्धेचा अर्थ आहे, 'जेव्हा वादळ येतंय आणि होडी हिंदकळत्ये. आत्ता बुडेल, मग बुडेल तरीही श्रद्धा किनाऱ्याशी हितगुज करते. तेव्हाही तिचा किनाऱ्यावर विश्वास आहे. तेव्हाही श्रद्धा किनाऱ्याला जाणते. सागरात बुडतानाही श्रद्धेत किनारा असतो. तुम्ही श्रद्धाळूला बुडवू शकत नाही. कारण ते बुडतानाही किनारा मिळवतात.

भंवर है मेरा सफीना....

भोवऱ्यात होडी अडकली, होडी स्वतःच भोवरा झाली.

है बादबां मौजें....

आणि ह्या सागराच्या लाटा शत्रू झाल्या आहेत. बुडवण्याचा चंग बांधला आहे.

तलातमों में किनारों की बात करता हूं ।

आणि वादळ सुटलंय, पूर येतोय भयंकर, भयावह, कुठेही किनारा दृष्टिपथात येत नाहीये. कुठेही आशेचा किरण दिसत नाही. भयावह काळोख, अंधार आणि अमावस्येची रात्र.... पण तरीही श्रद्धा किनाऱ्याशी हितगुज करत आहे.

सबू ओ जाम गुलो नसतरन महो अंजुम
गरीब दिल के सहारों की बात करता हूं
हुई थी जिनमे मुहोब्बत की इब्तदाये हसीं
मैं उन लतीफ इशारों की बात करता हूं ।

श्रद्धा त्याचा शोध घेते, ज्याचा संकेत परमात्म्याच्या दिशेने आहे. आयुष्यात हेच शोधते, ज्याचा संकेत परमात्म्याच्या दिशेने आहे. तर्क ते शोधतो, ज्याचा संकेत परमात्म्याच्या दिशेने नाही. तर्क ही परमात्म्याच्या विपरीत मात्रा आहे. श्रद्धा ही परमात्म्याच्या दिशेने होणारी मात्रा आहे. तर्क आहे परमात्म्याच्या विन्मुख होणं आणि श्रद्धा आहे परमात्म्याला सन्मुख होणं.

तर्कचा अर्थ आहे, जे प्रमाणित आहे, आपल्या बुद्धीला प्रमाणित, तेच आम्ही स्वीकारतो. परमात्मा आमच्या बुद्धीपेक्षा खोल आहे. आमच्या बुद्धी अगोदर आहे. म्हणून परमात्म्याला बुद्धी प्रमाणित करू शकत नाही. मग बुद्धी म्हणते, 'परमात्मा नाहीये. जो प्रमाणित होऊ शकत नाही, तो बुद्धीच्या मते नाहीये.

बुद्धी प्रमाणित करू शकते? क्षुद्र गोष्टी प्रमाणित होतात. दगड धोंडे, रुपये-पैसे प्रमाणित होतात. परमात्मा प्रमाणित होत नाही. प्रेम प्रमाणित होत नाही. पद प्रतिष्ठा प्रमाणित होते. काव्य, सौंदर्य, संगीत प्रमाणित होत नाही.

श्रद्धेची यात्रा प्रमाणित न होणाऱ्या दिशेने आहे. आणि असं खूप काही आयुष्यात आहे, जे प्रमाणित होत नाही. आणि हे शुभ आहे. चांगलं आहे की

प्रमाणित होत नाही. नाही तर आयुष्य व्यर्थ गेलं असतं. जर सर्व काही प्रमाणित होत असतं तर बुद्धी पलीकडे, वरचढ असं काहीच राहिलं नसतं. मग बुद्धी कुठे शरण गेली असती? कुठे तरी तर असे चरण हवेत जिथे आपण बोलू शकू, 'बुद्धं शरणं गच्छति की मी आता तुला शरण आलो. कुणी तरी कुठे तरी हवं, साद द्यायला, हाक मारायला!

श्रद्धेचा अर्थ आहे, 'माझ्या आत तृष्णा आहे, हेच. हाच पुरावा आहे की पाणी अस्तित्वात आहे. अजून वेगळा पुरावा काय हवा! पाणी कुठे आहे, हे अजून माहीत नाही. कुठे दिसतही नाही. दूर दूर पर्यंत पत्ता नाही. पण एक गोष्ट नक्की की माझ्या आत तहान आहे. मला आतून तहान लागली आहे. म्हणजेच कुठे ना कुठे पाणी असणारच. नाहीतर तहान लागलीच कशी असती? माझ्या आत भूक आहे, तर अन्नही असणार. नसतं तर भूक लागलीच नसती. आणि माझ्या आत परमात्मा बघण्याची तहान, तीव्रता, इच्छा आहे. तर परमात्माही असणार. अन्यथा ही तहान, तीव्र इच्छा निर्माण झाली असती का?

श्रद्धा अशी प्रचिती आहे. श्रद्धा आपल्या आत शोध घेते. ज्या गोष्टीची आकांक्षा आहे ती गोष्ट निश्चित आहे, असं ती मानते. आता फक्त शोध घ्यायचा आहे.

तुम्ही बघितलं आहे... लहान मूल जन्म घेतं. ह्या बालकाला श्वास कसा घ्यायचा हेही माहीत नाही. त्याने आत्तापर्यंत श्वास घेतलेला नाही. नऊ महिने आईच्या पोटात राहून आईच्या श्वासोच्छ्वासातच जगत होता. पहिले दोन-चार क्षण मूल जन्माला आल्यानंतर अतिशय काळजीचे असतात. आई-वडील, डॉक्टर सर्वजण काळजीत असतात. मूल श्वास घेईल की नाही! ओरडेल की नाही? रडेल की नाही? मूल रडलं की सगळे जण प्रसन्न होतात. मूल रडलं नाही तर सगळे घाबरतात. कारण रडण्यानेच मूल श्वास घ्यायला सुरुवात करतं. रडायचं अजून कारणच काय? रडून तो त्याचा गळा साफ करतं. त्याच्या हृदयाच्या झडपा एका क्षणात उघडतात. तो जो जोरदार आवाज करतो, त्यानेच त्या झडपा अचानक काम करू लागतात. ज्यांनी कधी काम केलेलं नाही. पण त्याने श्वास तर कधी घेतलेला नव्हता. कसं शिकला? कुणी शिकवलं? जगण्याची इच्छा होती आतून, नाही तर श्वास घेणं शक्य नव्हतं.

मुलाला भूक लागते आणि तो आईचं स्तन शोधू लागतो. भूक असेल तर स्तनही असणार. आणि मुलाने ह्या अगोदर कधीही दूध प्यालेलं नाही आणि तो आईचं स्तन आपल्या तोंडात घेतो आणि चोखू लागतो. हा चमत्कार आहे. कारण हे शिकवलं जात नाही. ह्याची शिक्षण व्यवस्था नाही. आणि शिक्षण व्यवस्था असती तर कठीण झालं असतं. दोन-चार-पाच वर्षं लागली असती. किन्डर गार्डन शाळेत पाठवलं असतं. शिकवलं असतं. तोपर्यंत मूल मेलं असतं. काही एक न

शिकता तो घेऊन आलाय एक विश्वास, की आई आहे. तसं इतकं स्पष्ट नाहीये मुलाच्या मनांतल्या शब्दात की आई आहे. पण एक श्रद्धा आहे की असेल! हे ओठ तडपतात, हा कंठ तहानलेला आहे. की हा प्राण भुकेला आहे, की कुठे तरी एक जलधारा असेल. कुठे दूध असेल, कुठूनसं पोषण होईल.

बस! श्रद्धा हीच आहे की तुमच्या आत जर 'परमात्म्या'ची आकांक्षा आहे, तर परमात्मा असलाच पाहिजे. नाही, तर आकांक्षा कशी असणार!

मूल पुरावा मागत नाही, की मला स्तनाचा पुरावा द्या, दुधाचा पुरावा द्या, दूध पौष्टिक आहे हा पुरावा द्या. बस दूध प्यायला लागतो आणि दूध पौष्टिक आहे. आणि आपले आपण पुरावे मिळू लागतात.

तर्क सांगतो, 'पहिला पुरावा, मग अनुभव,' श्रद्धा सांगते, 'पहिला अनुभव, मग पुरावा.'

हुई थी जिनसे मुहब्बत की इब्तदाये हसीं
मै उन लतीफ इशारों की बात करता हूं
किसी के जलवा ए रुख का खयाल आते ही
मै महरो मै की सितारों की बात करता हूं
तेरे खयाल से बाबस्तमी का उजरे हसी
सगुफ्ता ताजा बहरों की बात करता हूं
दुआ करो की मुझे ताबे दीद मिल जाये
मै बेवशर, नज्जारों की बात करता हूं ।

दुआ करो कि मुझे ताबे दीद मिल जाये- की मला त्याचं दर्शन होईल. माझ्यासाठी अशी प्रार्थना करा की मला त्याचं दर्शन होईल.

मै बेबशर हूं, नज्जारों की बात करता हूं

मी आंधळा आहे आणि सृष्टीसौंदर्याच्या गोष्टी करतोय. श्रद्धेचा अर्थ आहे- आंधळेपणातही प्रकाश आहे हा विश्वास. ह्याच विश्वासावर आंधळेपणावर मात करता येते. डोळस होता येतं. 'श्रद्धा' हे जगातलं सर्वांत मौल्यवान तत्त्व आहे. ज्याच्या जवळ श्रद्धा आहे, तो श्रीमंत आहे. आणि ज्याच्या जवळ श्रद्धा नाही त्याच्या इतका गरीब दुसरा कुणीही नाही. ज्याच्या जवळ श्रद्धा नाही, त्याच्याजवळ वसंत ऋतूची भावना नाही. म्हणून श्रद्धेला जागं करा.

आणि गंमत अशी आहे की श्रद्धा घेऊनच माणूस जन्माला येतो. तर्क सगळेजण इथे येऊन शिकतात. श्रद्धा परमेश्वराकडून घेऊन येतात. श्रद्धा शिकवावी लागत नाही. तर्क शिकवावे लागतात. तर्काचं शास्त्र आहे. श्रद्धेचं कुठलंही शास्त्र नाही. तर्क शिकण्यासाठी विद्यालयं आहेत, श्रद्धा शिकण्यासाठी कुठलंही विश्वविद्यालय नाही. श्रद्धा शिकावी लागत नाही, ती तुम्ही घेऊनच येता. पण तुम्ही विसरून गेला

आहात, ह्या श्रद्धेचा उपयोग कसा करायचा ते! तुम्ही तर्क इतका इतका शिकला आहात की त्यामुळे व्यत्यय येतोय.

तर्काला जरा विसरून जा. जरा तर्काला सोडून द्या. कधी कधी तर्काला बाजूला सारा. कधी कधी सर्व कवाडं उघडा, सूर्याला, ताज्या हवेला आत येऊ द्या. चंद्र, चांदण्यांना बघा. पृथ्वीला कधी तरी विसरून जा. ही जी क्षुद्रता चहुबाजूंनी वेढलेली आहे, दुकान, बाजार, व्यवसाय, थोड्या वेळेसाठी हे सर्व विसरून जा. हीच प्रार्थना आहे. थोड्या वेळेसाठी खिडक्या उघडा. खोलीतल्या कोंडलेल्या कुबटलेल्या हवेला बाहेर जाऊ दे. निदान बाहेरच्या हवेला आत येऊ दे. थोड्या वेळेसाठी तर्काला फेकून द्या. थोड्या वेळेकरता भोळे होऊन जा. ह्या भोळेपणात आयुष्याचे सर्वांत महत्त्वपूर्ण अनुभव प्रेरित होऊ लागतील. इथूनच प्रेम येतं. इथूनच सौंदर्य येतं. इथूनच सत्य येतं. आणि एक दिवस तुम्हाला इथूनच येत असलेला परमात्मा मिळेल. तुमच्या श्रद्धेच्या दरवाज्यामधूनच परमात्म्याचं आगमन होतं.

दुसरा प्रश्न : जाने क्या पिलाया तूने बड़ा मजा आया.
तू काय पाजलंस, खूप मजा आली.

झूम उठी रे मस्तानी दिवानी
पायल नही घुंघरू नहीं,
छम-छम कैसे होने लगी ।
दुंढो मुझे मै खोने लगी
झूम उठी रे मैं मस्तानी दीवानी
हुआ क्या मुझे, उई तौबा । मैं न जानी ।
जाने क्या पिलाया, मुझे बड़ा मजा आया ।

* परमात्मा पाजत जातोय. तो मदिरा पाजतोय ती भरभरून. ही मदिरा आहे, परमात्म्याची मदिरा. तुम्ही जर का ही मदिरा पिण्याची हिम्मत केलीत तर तिची चटक लागेल, तिचा स्वाद, तल्लफ लागेल.

आनंदापाशी थांबू नका. आनंद ही तर फक्त सुरुवात आहे, ओढ आहे. पुढे अजून अजून आनंद, मजा आहे. महोत्सव तुमची वाट बघतो आहे. हे नृत्य असं आहे, सुरू तर होतं, संपत नाही कधीच. ह्या यात्रेला फक्त प्रारंभ आहे. अंत नाही.

बरं झालं, तुम्हाला असं झालं.

'जाने क्या पिलाया तूने, बड़ा मजा आया ।'

अगदी बरोबर, कारण मी जे पाजत आहे, ते काय आहे. त्याला ओळखण्याची क्षमता, तुमच्यापाशी अद्याप नाही. नवीन आहे खूप! तुमच्या भूतकाळात ह्याचा तुम्हाला

अनुभव नाही. जेव्हा पहिल्या खेपेला कुठला स्वाद घेताय, तेव्हा कळत नाही, हा स्वाद कसला आहे. खूप वेळा तर, हा स्वाद तुम्ही तुमच्यात उतरवू शकत नाही कारण भूतकाळातल्या गोष्टींशी ताळमेळ बसत नाही. इतका नवा- कोरा असतो की आपल्या आत त्याची मुळं रुजत नाहीत. म्हणून हा स्वाद खूप वेळा येतो आणि हरवतो.

मी बघितलंय, प्रत्येक व्यक्तीला तिच्या आयुष्यात परमात्म्याची झलक मिळते. तुम्ही म्हणाल, की 'नाही. आम्हाला मिळाली.' तरीही मी म्हणतो की झलक मिळते. खूप वेळा मिळते. तुमचा हा समज आहे की प्रयत्न केल्यावरच झलक मिळते. हे अगदी चूक आहे. खूप वेळा विनासायास मिळते. अकस्मात मिळते.

कधी कधी परमात्मा प्रसादाच्या रूपाने येतो. कारण त्याचा शोध फक्त तुम्हीच घेत नाही आहात. तोही तुम्हाला शोधत आहे. कधी कधी तो तुम्हाला शोधण्यात यशस्वी होतो. कधी कधी तुम्ही असफल होता, त्याच्यापासून दूर जाण्यामधे. कधी कधी तो पकडतोच. कधी कधी बेसावध, अपरिचित क्षणी तो तुम्हाला मिठीत घेतो. तुमच्या नकळत तुम्हाला त्याचा स्वाद मिळतो. पण त्या स्वादाची नोंद तुमच्या आत होत नाही, कारण तुमच्या आत तर्काचं जाळं आहे, शब्दबंबाळ आहात तुम्ही. सिद्धांत, शास्त्र ह्यात गुरफटलेले, ह्या सर्वांत त्याला जाणता येत नाही, तो आल्याची, त्याच्या आलिंगनाची जाणीव स्पर्शत नाही. काही ताळमेळ लागत नाही. तो वेगळा राहतो, एखाद्या तुकड्यासारखा!

तुमच्या मानसिकतेमधे, मनातल्या विचारांमधे अशी कुठलीच गोष्ट नाहीये, ज्यात ह्या नवीन शक्तीचा, तथ्याचा संदर्भ लागेल. मग हळू हळू विस्मरण होतं. आणि म्हणूनच जेव्हा असं होतं तुम्ही त्यावर विश्वास ठेवत नाही, तेव्हाही तुम्ही म्हणता, 'ती तर कल्पना केली असणार. असा काही विचार आला की आज मन प्रसन्न झालं.' तुम्ही काही ना काही कारणं शोधता. नाहीतर काही वर्णनं करता.

तुम्ही एका पहाटे सूर्याला उगवताना बघितलं आणि अचानक काही घडलं. सूर्य उगवता उगवता तुमच्या आतही काही उगवत राहिलं. तिथे बाहेर प्रकाशलं, इथे आत प्रकाशलं. तुम्ही मनात असा विचार करता की ह्या उगवत्या सूर्याची सावली किंवा प्रतिबिंब! सुंदर! तुम्ही समजवलंत स्वतःला. तुम्ही एक वर्णन केलंत. आला होता तो परमात्मा. तुम्ही सूर्याचं सौंदर्य समजून घेतलं. बस्. विषय संपला. कुठल्याशा रात्री आकाशात चंद्र बघून, एखाद्या दिवशी सुरेखसा, सुंदर चेहरा बघून, लहान मुलाचं हसणं बघून, कधी कुणाच्या डोळ्यांतून ओघळणारे अश्रू बघून... तुम्ही अडखळला आहात. क्षणासाठी सर्व काही थांबलं. तुमचे विचार थांबले, एका क्षणासाठी एक तिरीप आली, एक हवेचा झोत, जो तुम्हाला ताजं करून गेला. पण तुम्ही त्याचं वर्णन केलंत. व्याख्या केलीत. वर्णन क्षुद्र गोष्टीशी केलंत. म्हणालात, 'चंद्र खूप सुंदर होता.' बास. एवढंच आणि मग संपलं.

पण ज्या दिवशी तुम्हाला जाग येईल, तेव्हा तुम्हाला कळेल. काही मिळेल. अरे! जाग आल्यावर कळलं की हा स्वाद मी ह्याअगोदर कैक वेळा घेतलाय. पण तेव्हा माझ्या जवळ प्रतिक नव्हतं. संकेत, एखादी खूण नव्हती, न भाषा होती, की ज्यामुळे मी समजू शकलो असतो.

ज्यांना परमात्म्याचा अनुभव आला आहे, त्या सर्वांना हाही अनुभव आला आहे की असा अनुभव आधीही कैक वेळा परमात्म्याने दिला आहे. एक झलक त्याची मिळाली आहे.

रामकृष्णांना असं झालं. लहान होते. सात-आठ वर्षांचं वय असेल. परमात्म्याचा काहीही अनुभव नव्हता. शेतातून परतत होते. वाटेत एक तलाव लागायचा. तलावाच्या किनाऱ्यावरून जात असताना त्यांच्या पदरवामुळे, किनाऱ्यावर बसलेले बगळे एकदम उडाले. काही दहा-पंधरा बगळ्यांची पांढरी शुभ्र रांग आणि पार्श्वभूमीवर करडा-काळा ढग! त्या करड्या ढगामधून बाणासारखे ते सगळे एका क्षणात पार गेले. जसं वीज चमकली. रामकृष्ण तिथेच अडखळले, काही तरी झालं. बेशुद्ध होऊन पडले. आजूबाजूचे शेतकरी त्यांना उचलून घरी घेऊन आले. कुणाला समजलं नाही की काय झालं! रामकृष्णानांही समजलं नाही, काय झालं! शुद्धीत आले आणि घडलेला प्रसंग विसरूनही गेले. सगळे असं म्हणाले की झालं असेल काही तरी, उपाशी होता, कुणी म्हणालं, 'दिवसभर उपाशी होता. शेतात काम करत राहिला, लहान आहे अजून, थकला असणार म्हणून चक्कर आली.' जे जरा हुशार होते, त्यांनी विचारलं असणार रामकृष्णांना... रामकृष्ण म्हणाले, 'बगळ्यांची एक पांढरी शुभ्र माळ उडत होती आणि पार्श्वभूमीवर काळा-करडा ढग, जणू वीज चमकली, काही तरी हललं माझ्या आत! मला नाही माहीत काय झालं, पण अपूर्व आनंद झाला. त्या आनंदातच मी पडलो.' लोकं म्हणाली असतील, 'लहान आहे. ह्याला आत्ता काय माहीत आनंद म्हणजे काय? इथे कुठला आनंद!'

आणि बगळ्यांच्या रांगेत काय आनंद असणार! त्यांनीही खूप बगळे उडताना बघितले होते. मानलं की काळ्या ढगांच्या पार्श्वभूमीवर पांढरे बगळे सुंदर दिसतात. जसे अगदी प्रखर असे दिसतात. ढगातून वीज चगकल्यासारखे. पण ह्यात एवढं काय आहे की माणसाने बेशुद्ध व्हावं? छोटा मुलगा आहे.

आणि रामकृष्णांना परमात्म्याचा अनुभव काहीही नव्हता. म्हणून हे कसं म्हणणार की परमात्म्याचा अनुभव मिळाला? ह्याला काही उपाय नाही. गोष्ट झाली. घडली, विसरलीही गेली. असं अधून मधून रामकृष्णांना होत राहिलं. अर्थ तर नंतर कळला. जेव्हा परमात्मा मिळाला तेव्हा रामकृष्णांनी मागे वळून भूतकाळात पाहिलं, 'अरे! हे जे आकाशातून आज बरसतंय, ते थेंब ह्याचेच तर होते. अनुभव आत्ता आला. आता स्वाद मिळाला, तर जुन्या आठवणी ताज्या झाल्या. आता सर्व संदर्भ

लागले. तेव्हा रामकृष्ण म्हणाले,' त्या दिवशी जे पांढरे शुभ्र बगळे उडत उडत काळ्याकरड्या ढगांना छेदत गेले, ते म्हणजे, 'तूच,' 'तूच' उडत होतास. ते बगळे नव्हते. तो काळा करडा ढग नव्हता तूच होतास. आणि मी जो अडखळलो होतो, ती समाधी होती. पण मी अज्ञानी, अपरिचित, मूर्ख, काहीही समजू शकलो नाही, तुला ओळखू शकलो नाही. तू एक झलक दिली होतीस, पण मी ती हरवली.' तुम्हीही ज्या दिवशी जागाल, समजाल, त्यादिवशी हैराण व्हाल की खूप वेळा असं झालंय. परमात्म्याला मिळवण्याअगोदर अनेक वेळा मिळवून मिळवून हरवावंही लागतं. मिळवता मिळवता मिळवायला लागतं. होता होता गोष्टी होतात. खूप वेळा घाव घालावे लागतात तेव्हा कुठे आत विहीर तयार होते.

'जाने क्या पिलाया तूने, बडा मजा आया ।'

चला, निदान एवढं तरी जाणवलं की स्वाद येतो, मजा येते, तरीही पुष्कळ आहे. ह्याला फक्त मजा समजू नका. जे पाजलं आहे, ते मजेत पुढेही घेऊन जाऊ शकता. मजा समजली तर मनोरंजन होणारच. मजा समजली, तर गोडी समजली, काही चांगलं वाटलं. मग जर कधी ऐकावंसं वाटलं, तर याल परत. पण जर इथेच थांबलात तर असं होईल, जसं मी तुम्हाला हिरा दिला होता. तुम्हाला वाटलं, चला ठेवून घेऊ या, सुंदर आहे, रंगीत आहे. घरी मुलांना खेळताना मजा वाटेल.

एका गरीब माणसाला हिरा मिळाला. मोठा हिरा. रस्त्याच्या कडेला पडलेला. त्याचं आपल्या गाढवावर प्रेम होतं. आणि त्याच्याकडे अजून तर काहीच नव्हतं. तो म्हणाला, 'मोठा सुरेख दगड आहे, ह्याला गाढवाच्या गळ्यात बांधू; त्याला एक दागिना होईल. आणि गाढवाला काय समजणार, जेव्हा गाढवाच्या मालकालाच समजलं नाही. तो हिरा आहे हे त्याला समजलं नाही. दागिना गळ्यात घातला गेल्यावर गाढव प्रसन्न झालं, जेवढं त्याला होता येईल! गाढवाने आनंदाने लाथा मारल्या. जोरात चीपों चीपों केलं. दोघं निघाले. एका जवाहिऱ्याने बघितलं. जवाहिऱ्याला विश्वास होईना. हिरे तर खूप बघितले होते आयुष्यात, पण एवढा मोठा हिरा बघितला नव्हता आणि गाढवाच्या गळ्यात बांधलाय! आणि हे महाशय काखोटीला बोचकं घेऊन मजेत चाललेत. त्याने थांबवलं. तो म्हणाला, 'बाबारे, हा दगड...' तो समजला की ह्या माणसाला माहीत नाही, हे काय आहे. कारण त्याने 'हिरा' असं तर म्हटलं नाही. त्याने विचारलं. 'ह्या दगडाची किती किंमत घेणार!' आता जो हिऱ्याला दगड म्हणतोय, तो किंमत तरी किती मागणार? त्याने मोठ्या हिमतीने सांगितलं. 'एक रुपया' मग त्याने ही विचार करून म्हटलं, की, 'एक रुपया कोण देणार! वेडाच आहे. 'ह्याने विचार केला चार आणे जरी मिळाले तरी पुष्कळ! पण त्याने शहाणपणा केला, जसं की अधिक शहाणे लोक करतात तसं. त्याने विचार केला, की एक रुपया सांगितलं की निदान चार आणे तरी मिळतील.

पण तो हैराण झाला, की हा माणूस मूर्ख आहेसं वाटतं. शहरातला आहे पण बुद्धू. जसे शहरातले लोक नेहमी असतात. गावातली लोकं असाच विचार करतात. ह्याच्या किंमतीचा प्रश्नच कुठे येतो? असाच मागितला असता तर मी दिला असता. पण आता जर किंमत विचारलीच आहे, तर त्याने सांगून टाकलं. 'एक रुपया' पण जवाहीर विचार करू लागला. हा आहे तर मूर्ख. त्याला काही माहीतच नाहीये. एक रुपया मागतोय! लाखो किंमतीचा हिरा आहे आणि मागतोय एक रुपया. त्याला हा हिरा आहे हेच माहीत नाही. त्याला हा दगडच वाटतोय. दगडाचा एक रुपया काय द्यायचा! त्याने विचारलं, 'चार आणे घेणार? त्याने विचार केला, चार आणे! चार आणे घेण्यापेक्षा गाढवाच्या गळ्यात आहे तेच बरं आहे. मुलंही खेळतील घरात. 'चार आण्यात नाही देणार' तो म्हणाला, मनात विचार केला, 'कमीत कमी आठ आणे तरी ह्याने द्यावेत.'

पण जवाहिऱ्याही कंजूष होता. त्याला वाटलं. देईल चार आण्यातच. चार आणे सुद्धा... जुनी गोष्ट आहे, चार आणेही खूप होते. महिन्याभराचा खर्च चालून जाईल. तो म्हणाला, 'जरा दोन पावलं चल!' समजेल ह्यालाही की चार आणे कोण देणार ह्या दगडाला! दोन पावलं दोघं चालले, तोच समोरून दुसरा जवाहीर आला, त्याने विचारलं, 'कितीला देणार?' त्या माणसाने, एक रुपया सांगितला. तो म्हणाला, 'आठ आण्याला देतोस?' तो म्हणाला, आता ठीक आहे. बरोबर खरीददार भेटला. आठ आण्याला हीरा विकून टाकला.

तो पर्यंत पहिला जवाहिऱ्या परत आला. भाव करण्यासाठी. हिरा तर विकला गेला होता. त्याने ह्या गाढवाच्या मालकाला विचारलं, कितीला विकलास बेअकली?' तो म्हणाला, 'आठ आणे,' तर तो म्हणाला, 'तुझ्यासारखा मूर्ख मी बघितला नाही.तो हिरा लाखो रुपयांचा आहे आणि तू आठ आण्यात विकलास?'

गाढवाचा मालक खूप हसू लागला. तो म्हणाला, 'ऐक गाढवा, हा मला मूर्ख म्हणतोय. मी त्याला दगड समजत होतो आणि म्हणून आठ आण्यात विकला तर काही चूक तर केली नाही. पण तू तर जवाहीर. तू चार आण्यात मागत होतास. आठ आणे द्यायला सुद्धा तयार झाला नाहीस. तू महागाढव. मी तर तरीही बरा. माहीतच नव्हतं हिरा आहे. म्हणून समजूत झाली की हुषारीने आठ आण्याला विकला. चार आण्यात नाही विकला, हे काय कमी? पण तू तुझा तर विचार कर. तुला माहीत होतं. लाखांचा हिरा, पण तू लगेचच एक रुपया काही दिला नाहीस.'

जे मी तुम्हाला देतोय हिरा आहे. जर तुम्ही ह्याला मनोरंजन समजलात तर तुम्ही तुमच्या गाढवाच्या गळ्यात लटकवून दिला, मग पुढे तुम्ही कुठे ना कुठे आठ आण्यात विकून टाकाल. त्याची काही किंमत नाही.

'मजे'त थोडं पुढे चला, 'मजे'त जरा वरची पायरी गाठा, 'मजे'चा आसरा घ्या,

'मजे'चे तरंग पकडा. ह्याच तरंगावरून प्रवास करायचा आहे. ह्या तरंगावर आरुढ व्हायचं आहे. पण इथेच थांबू नका. ही जी लहर तुमच्या आत उमटत आहे,

'जाने क्या पिलाया तूने, बड़ा मजा आया ।
झूम उठी रे मै मस्तानी दीवानी'

काही शुभ झालंय. हला-डोला. पण हे हलणं-डोलणं म्हणजे शेवट नाहीये. हा पहिला प्रहार आहे. खूप हला- डोला. नाचा, कंजूषी करू नका. नाही तर हिरा हरवून बसाल. ह्यात कंजूषपणा करू नका. विचार करून सावध राहून नाचू नका. डोलण्यात काय विचार करकरून डोलायचं? पण लोकं अशीच असतात. लोकं प्रसन्न होतात ते ही विचार करत करत, की किती प्रसन्न व्हायचं! किती आनंदित व्हायचं? किती नाही?

मला हे बघून आश्चर्य वाटतं की लोकं इतके कंजूष झाले आहेत की स्वत:ला आनंदित होण्याची आज्ञाही अगदी जीवावर बेतून देतात. आनंदाची लहर– छोटीशी लाट जरी आली तरी अगदी मुष्कीलीने स्वीकारतात. दु:खाच्या इतके आहारी गेले आहेत की वाटायला लागलंय, 'दु:ख हेच सत्य आहे. सुख असूच कसं शकतं?

श्रद्धा राहिलीच नाही तर सुख कसं असेल?

कमलने हा प्रश्न विचारला आहे. कमल, बरं झालं.

'झूम उठी रे मै मस्तानी दिवानी ।'

डोला, संपूर्णपणे, परिपूर्णतेने डोला, असे डोला की हा विचारही येऊ नये की डोलणारा कुणी पाठी उभं राहून बघतो आहे. इतकासा कणही राहू देऊ नका. फक्त डोलणंच डोलणं असू दे. डोलणारा राहूच नये. फक्त नृत्य. नर्तक उरू देऊच नये. गायक आणि गाणं. फक्त गाणंच राहू दे. गायक गीतात संपूर्णपणे बुडून जाऊ दे. सामावून जाऊ दे. असे नाचा की नाचणारा उरणार नाही.

'झूम उठी रे मै मस्तानी दीवानी ।'

अशी मस्त, अशी दिवाणी अवस्था, तिला स्वत:मधे उतरण्याचा अवसर द्या. येत आहे, दारात उभं राहून दार ठोठावतेय आणि तुम्ही आहात की आतल्या आत विचार करत आहात, येऊ देऊ की नको. महा-अतिथी दारात येऊन जरी उभा राहिला तरी विचार करत रहाल, येऊ देऊ की नको! आणि तुमची अडचण मी समजतो. जेव्हा आलं तेव्हा दु:खच आलं. जेव्हा केव्हा कुणी दार ठोठावलं, दु:खानेच ठोठावलं. आज जर सुख दार ठोठावत आहे तरी तुम्ही काळजीत आहात की, 'आलं, परत कुठलंसं दु:ख आलं. परत कुठली तरी अडचण आली. परत कुठलं तरी झंझट उभं राहिलं. येऊ दे ह्या मस्तीला, ह्या नव्या स्वादाला, द्या आज्ञा स्वत:ला!

माझ्याकडे लोक येऊन येऊन विचारतात, 'मोठा आनंद येतोय, पण ही कुठली कल्पना तर नाही ना?' दु:खात कधी येऊन विचारत नाहीत. आजपर्यंत एकाही

व्यक्तीने येऊन विचारलं नाही. हजारो लोकांची सुख दु:ख मी ऐकली, पण एकानेही असं विचारलं नाही की, 'मोठं दु:ख येतंय, पण ही कुठली कल्पना तर नाही ना?' नाही. दु:ख हे यथार्थच आहे. त्याला तर लोकं मानतातच. त्यावर तर मोठी श्रद्धा आहे. पण सुख जर येत असेल तर लोक येऊन विचारतात, 'मोठं सुख येतंय. असं तर नाही ना की तुम्ही आम्हाला भूल पाडत आहात?'

सुखावर एवढी अश्रद्धा आहे. म्हणूनच तर मिळत नाही. ज्यावर श्रद्धा आहे तेच मिळणार. दु:खावर श्रद्धा आहे तर दु:खच मिळणार.

लोकांना कारण जाणून घ्यायचं आहे की सुख का मिळतंय? मी तुम्हाला सांगू इच्छितो, दु:ख मिळतंय, तर त्याचं कारण शोधा, कारण दु:खाला कारण असतं. सुखाला काहीही कारण नसतं. सुख हा स्वभाव आहे. सुख तुमच्या आतली दशा आहे. अंतर्दशा! तुमचा अंतरात्मा आहे. म्हणूनच आम्ही परमात्म्याची व्याख्या 'सच्चिदानंद' अशी केली आहे. आतून तो आनंद आहे. सत्य आहे. मग चित्त आहे, मग आनंद आहे. शेवटी आनंद आहे. 'अंततोगत्वा परमात्मा' आनंदरूप आहे. तुमच्यातच आनंद वास्तव्य करतोय. ह्याचं काही कारण असत नाही. आणि जेव्हा तुम्हाला कारण समजतं तेव्हाही लक्षात ठेवा की समजुतीचा तो नुसता भाव आहे.

जसं तुम्ही ध्यान करत आहात आणि आनंद घेताय, तर तुम्ही विचार करता की, 'ध्यानामुळे आनंद होतोय.' चूक. ध्यानामुळे तुम्ही केवळ तुमच्यावर जी दु:खाची पकड होती ती सोडवलीत. ध्यानामुळे आनंद होत नाही. ध्यानामुळे दु:ख शिथिल होतं. जशी दु:खाची पकड सैल झाली, सुटली, आत तर आनंदाचं कारंजं होतं, आनंदाचा झरा होता, वाहू लागला. दु:खाचा डोंगर बाजूला झाला आणि झरा बाहेर पडला. डोंगर हलवल्याने झरा निर्माण होत नाही. हे लक्षात ठेवा. झरा असेल तरच वाहू लागेल. डोंगराला हलवून काय होणार? तुम्ही डोंगर हलवत रहा, पण मागे झराच नसेल तर वाहणार काय? डोंगराचं हलणं म्हणजे झऱ्याचा जन्म असं नाही. ते झऱ्याच्या जन्माचं नाहीये. डोंगराचं हलणं म्हणजे केवळ अडथळा दूर होणं आहे. झरा होता, डोंगराने अडवून धरला होता. डोंगर हलला. झरा वाहू लागला. ध्यानात हे असंच होतं.

ध्यानामुळे आनंद नाही होत. ध्यानामुळे दु:खाचा डोंगर जो तुम्ही घट्ट धरून ठेवला होतात, तो मोकळा झाला. त्याक्षणी आतून जो आनंद भरून राहिला होता तो वाहू लागला.

आता तुम्ही विचारता, 'ह्याचं कारण काय? आनंद होण्याचं कारण असतच नाही. कारण फक्त दु:खाला असतं.

तुम्ही कधी डॉक्टरला जाऊन विचारलं आहे, की डॉक्टर, मी अगदी स्वस्थ आहे. प्रकृतीने उत्तम आहे, ह्याचं कारण काय?' एकदा जाऊन विचारून बघा.

डॉक्टर स्वत:चं डोकं आपटून घेईल तुम्हाला बघून की तुमचं डोकं तर ताळ्यावर आहे ना? स्वास्थ्य आहे, ह्याचं काही कारण असू शकत नाही. स्वाथ्य असणं हे सहज आहे, स्वाभाविक आहे. स्वास्थ्य असायलाच हवं. स्वास्थ्य आहे म्हणून काळजी करण्याचं काही कारण नाही, की मी का तंदुरुस्त आहे? नाही. तर मग तुम्ही आजारी पडण्याचा प्रयत्न करत आहात.

हो, दु:ख होतं तर तुम्ही दु:खाचं कारण विचारता. निदान होऊ शकतं, कारण, कारण असतं. वेदना, दु:खच कारण असतं. आजारपणाचं कारण असतं. कारण असतं, म्हणून त्यावर औषधंही असतात. ध्यानातून आनंद नाही मिळत. ध्यान हे दु:ख घालवण्याचं साधन आहे; औषध आहे. दु:खाचा उपद्रव, व्याधी, ध्यान ह्या औषधाने घालवता येते आणि आतला आनंद सहजी स्फुरण पावतो. अकारण!

पण जेव्हा काही अकारण घडतं तेव्हा तुम्हाला बेचैनी येते. तुम्हाला वाटतं. हे कुठून येतंय? वाटतं, की मी कल्पना तर करत नाही ना! कारण कुठलंही कारण तर नाहीये. ना लॉटरी लागलीय, ना कुठे गाडलेलं धन, संपत्ती मिळालीय, ना कुठला खजिना हाती लागलाय. काहीच झालं नाहीये. ना प्रधानमंत्री झालोय. ना राष्ट्रपती, काहीच झालं नाहीये. बाहेर असं काहीच घडलं नाहीये. काही कारणच नाहीये. बाहेर सर्व जसं होतं, तसंच आहे. अचानक हे काय होतंय? अकारण! अकारण आहे. तर नक्कीच कल्पनेतून साकारतंय. हा तर्क आहे की मी कल्पनेत आहे? का कुणी मला भुरळ घातली आहे. का, मी कुणाच्या तरी बहकाव्यात आलोय!

तुम्ही चिंतेत आहात. चिंतेत राहिलात तर स्वत:ला संकुचित कराल. संकुचित झालात तर पुन्हा दु:खाचा डोंगर धरून बसाल. हा आनंद पुन्हा हरवेल.

आनंदावरही लोकांची श्रद्धा नाहीये. आनंदही होऊ देत नाहीत.

तर कमल, मी तुला सांगतो, चांगलं झालं. अजून आनंदित हो. पुढे जात जात राहा.

'झूम उठी रे मै मस्तानी दीवानी
पायल नहीं, घुंघरू नहीं
छम-छम कैसे होने लगी ।'

अगदी असंच होतं. ना घुंगरू आहेत. ना पैंजण आहेत. तरीही छम छम होते. कारण काहीच नाही. आनंद अकारण आहे. म्हणूनच ह्या नादाला आम्ही अनाहत नाद म्हणतो.

तुम्ही तबला वाजवलात, हा 'आहतनाद' आहे. हाताने तबल्यावर थाप मारली. तेव्हा तबला वाजला. थापेमुळे तबल्यावर टणकार झाला. तुम्ही वीणा वाजवलीत, हाताने तार छेडलीत, तारांना जाग आणलीत हा आहतनाद आहे. मी तुमच्याशी बोलतोय कंठातून हाही आहतनाद. एक असाही नाद आहे. तिथे तबला नाही, वीणा

नाही, ना कंठ. सर्व हरवलंय. एका भव्य शून्यात नाद उमटतो आहे. बरोबर सांगितलं.

'पायल नही घुंघरू नहीं
छम-छम कैसे होने लगी ।'

पैंजण सोडा, घुंगरू सोडा, तरीही छम छम होईल. ही मीरा जे सांगते, 'पग घुंघरू बांध मीरा नाची रे' हे घुंगरू म्हणजे बाहेरचे घुंगरू समजू नका. तिने पायांत घुंगरू बांधले पण ते प्रतिकात्मक होते. आत घुंगरूंशिवायच छम् छम् चालू झाली होती.

आत जे उभारून येत होतं, ते बाहेर व्यक्त करण्यासाठी पायांत घुंगरू बांधले होते. मी जे तुमच्याशी बोलतोय, हे आहत आहे, पण अनाहत घडतंय, म्हणून बोलतोय. जो मी आत्ता तुमच्याशी संवाद साधतोय ते आहतच्या मार्फत त्या अनाहतची बातमी देण्यासाठी. हेच मीराने केलं. पायात घुंगरू बांधले...!

जेव्हा आत घुंगरू न बांधताच छम छम छमछमू लागलं आणि मीराला ऐकू येऊ लागलं...! पण अजून कुणाला तर ऐकू आलं नाही. मीरा बसून राहिली असेल. ती छम छम ऐकू येत असेल, जी इतरेजनांना ऐकू येत नसेल. किंवा कुणी दुसरा मीरा सारखा बसला असेल तर त्याला जरूर ऐकू येईल. म्हणून तर मीरा म्हणते, 'भगत देख राजी हुई, जगत देख रोई' जेव्हा कुणी असा प्रेमाचा भेटेल, तेव्हा त्याला समजेल. मग बाहेर घुंगरू बांधण्याची गरज पडणार नाही. पण ह्या जगात असे लोक आहेत, ज्यांना केवळ बाहेरचं दिसतं. फक्त कानांनीच ऐकू शकतात, फक्त हस्तस्पर्शच करू शकतात. मीराने त्यांच्यासाठी घुंगरू बांधले म्हणजे आतला नाद बाहेर, ह्या लोकांपर्यंत पोहोचू शकेल.

म्हणून मी मीराला तीर्थंकर म्हणतो. कुणी मला प्रश्न विचारला आहे, की तुम्ही तिला तीर्थंकर कसं काय म्हणता? कारण, मीराने कुणी शिष्य बनवला नाही. ना तिथे तिने कुठला संप्रदाय स्थापन केला. 'तुम्ही मीराला तीर्थंकर कसं काय म्हणालात?' वर वर बघता बरोबर वाटतं. तीर्थंकर त्यांना म्हणतात जे एक पद्धत पाडतात, पायंडा पाडतात. जो एक संप्रदायाचा जन्मदाता असतो, ते एक रस्ता तयार करतात, ज्या रस्त्यावरून प्रवास करणारे परमात्म्यापर्यंत पोहोचतात, पोहोचू शकतात.

तर मी असं सांगतोय की मीराने बुद्धासारखा कुठला रस्ता तयार केला नाही. महावीराप्रमाणेही रस्ता– वाट बनवली नाही. पण तिने वाट बनवली, तिच्या पद्धतीने. शास्त्र पद्धती तयार केल्या नाहीत, पण पायात घुंगरू बांधले. शब्द बोलली नाही पण गीत गुणगुणले. औपचारिक रीतीने कुणाला आपला शिष्य बनवलं नाही पण न जाणो किती जणांच्या गळयात मदिरा ओतली, न जाणो किती ओळखी-अनोळखी लोकांना छम छम ची बातमी कळवली. ही दीक्षा औपचारिक नव्हती, आंतरिक होती.

मीरा तीर्थंकर आहे. तिनेही पद्धती बनवल्या. ह्या तिच्या पद्धतीने खूप लोक चालले, जी पद्धत खूप गोड होती. हा तिचा 'घाट' आहे. छोटासा पण खूप सुंदर. ह्या घाटावर सदासर्वदा संगीताचा पाऊस पडतो. इथे अनाहतची तुतारी वाजते.

पायल नहीं घुंघरू नहीं
छम-छम कैसे होने लगी
ढुंढो मुझे, मै खोने लगी
हुआ क्या मुझे, उई तौबा मैं न जानी
झूम उठी रे मैं मस्तानी दीवानी
जाने क्या पिलाया, मुझे बडा मजा आया ।'

आता पुढे व्हा. एका एका पावलाने अंतर कमी कमी करत राहा. हरवण्यातच मिळवणं आहे. भीती वाटते की कुठे हरवून तर जाणार नाही?

'झूम उठी रे मैं मस्तानी दीवानी
ढुंढो मुझे, मैं खोने लगी ।'

हरवण्याची भीती वाटते, हे सौभाग्य आहे. असं कुणी येणं, जेव्हा येईल तेव्हा स्वीकार करा, अंगीकारा आणि हरवून जा. वाफ होऊन जा.

तुम्ही उरूच नका. ह्यातच धन्यता आहे. कारण जेव्हा तुम्ही नसाल, तेव्हाच परमात्मा असणार आहे. जोपर्यंत तुम्ही आहात, तोपर्यंत परमात्मा नाहीये.

क्या जाने क्या से कर दिया है तूने क्या मुझे
मै दोस्त अब तो कुछ भी नहीं सूझता मुझे
क्यो मै नहीं रहा हूं जमाने के काम का
अब पूछने लगा है जहां, क्या हुआ मुझे
हालत बदल गयी है, नहीं मै रहा वो मैं
हालांकि देखने को नही कुछ हुआ मुझे
हर दिल का दर्द सौंप दिया मुझ गरीब को
अच्छा सिला ये इश्क का मेरा दिया मुझे
पर्दे हटे नजर से मिटे इम्तयाज़ सब
कोई नहीं है गैर नजर आ रहा मुझे
रौशन तमाम जिंदगी के रास्ते हुए
सब कुछ मिला, मिला जो तेरा नवशे पा मुझे ।

तुझ्या पायांचे ठसे मिळाले, तर मला सर्व काही मिळालं. स्वत:ला हरवलं तर त्याची पदचिन्हं मिळतात.

क्या जाने क्या से क्या कर दिया है तूने क्या मुझे
अैं दोस्त अब तो कुछ भी नहीं सुझता मुझे ।

नजर जाईल, बुद्धी जाईल, तुम्ही हरवाल.

म्हणूनच मी म्हटलं श्रद्धा, एक तऱ्हेचा वेडेपणा आहे. वेडं व्हायची तयारी असेल, तरच माझ्याबरोबर या. जे समजूतदार आहेत ते चुकतील. वेडेच ह्या तीरावरचं, घाटावरचं पाणी पिऊ शकतात. आणि वेड्यांनी ते कायमच प्यायलं आहे. हे पाणी पिण्यासाठीही धैर्य हवं.

हालत बदल गई है, नही मै रहा वो मैं
हालांकि देखने को नही कुछ हुआ मुझे
क्यों मै नही रहा हूं, जमाने के काम का
अब पूछने लगा है जहां, क्या हुआ मुझे ।

अडचणी येणार. जस जसे नाचू लागाल, डोलू लागाल, मस्त व्हाल, तस तसं जाणवू लागेल की कालपरवा पर्यंत जी कामं करता येणं सहज शक्य होतं, आता शक्य होत नाहीये. जाणवू लागेल की कालपरवा पर्यंत जो आयुष्य जगण्याचा एक साचा होता, त्यात आपल्या आपणच बदल होत चालला आहे. आणि तुमच्या आजूबाजूला जी माणसं आहेत. त्यांना अडथळे, अडचणी यायला सुरुवात झाली आहे. कारण त्यांचा अपेक्षाभंग व्हायला सुरुवात झाली आहे.

जग अगदी अजब आहे. जर कुणी तुम्हाला शिवी देतंय आणि तुम्ही हसून पुढे निघून जाल, तर तो बेचैन होतो. वाटतं, की हा मामला काय आहे! मी शिवी दिली, पण ह्या माणसाने प्रत्त्युत्तर केलं नाही. उलट हसला. का? तो रात्रभर ह्या विचारांनी झोपणार नाही. तुम्ही शिवीला प्रत्त्युत्तर जर शिवीने दिलंत, तर तो निश्चिंत होतो. तुम्हीही निश्चिंत होता. शिवी दिली-घेतली. फिट्टमफाट झाली. हिशोब बरोबर झाला. कुणी तुम्हाला शिवी दिली. तुम्ही हसलात आणि स्वत:च्या रस्त्याने निघून गेलात. तो माणूस तुम्हाला कधीही क्षमा करणार नाही. लक्षात ठेवा. शिवी परतवून दिली असती तर क्षमा केलीही असती. कारण इथे लेन-देन आहे. हा तर व्यवहारच झाला. पण हे काय झालं? तुम्ही सर्व समाजव्यवस्था तोडलीत. तुम्ही असं काही केलंत जे अपेक्षित नव्हतं.

एका महिलेने मला येऊन विचारलं, 'मी तुम्हाला हे कसं सांगू की तुमच्या ध्यानाने शांत वाटतं, पण खूप अशांतीही होते.'

मी म्हटलं, 'मला समजलं नाही. काय म्हणायचं आहे तुला?'

'गोष्ट अशी आहे की, मी शांत होत चालले आहे, पण घरात फारच अशांतता असते. मी कधी विचार केला नव्हता की माझ्या शांत होण्यामुळे घरात अशांती वाढत जाईल. मी विचार करत होते की मी शांत झाले तर घरात प्रसन्नता वाढेल. जेव्हा पासून मी शांत झाले माझा नवराही जरा चिडचिडा झाला आहे. मी तुमच्याकडे एवढ्यासाठी आले होते कारण घरात भांडणं होत होती. नवऱ्याशी भांडणं व्हायची.

विचार केला की ध्यान करेन. ध्यानामुळे थोडी शांत होईन, शांतता मिळेल. मी शांत झाले. भांडणं मिटली. पण भांडणं व्हायची तर घरात जास्त शांतता मिळायची असं आता वाटायला लागलंय. पण आता भांडणं होत नाहीत तरीही अशांतता वाढली आहे. कारण नवरा म्हणतो, 'तुला काय झालंय? तू पहिल्यासारखी का नाहीयेस! आता तुझ्याजवळ येतो तर वाटतं, तू कुणी दुसरी स्त्री आहेस. माझी बायको कुठाय?' नवरा ह्या कारणासाठी अस्वस्थ आहे, की तो नाराज जरी झाला, तरी मी गप्प राहून ऐकून घेते. तो म्हणतो, 'मी दिवसभर बेचैन असतो. तुझ्या आत जी उद्दामता होती, ती कुठे गेली?'

पुरुषाच्या अहंकाराला समाधान मिळतं जेव्हा स्त्री त्याच्या मागे मागे करते. आता ती तसं करत नाही, तर त्याचा अहंकार दुखावला जातो. आता तर अशी परिस्थिती आली की, तिने सांगितलं 'नवरा आता अडथळा आणतोय. त्याने सर्वांना सांगून ठेवलंय, मला ध्यान करू द्यायचं नाही. तर मला ध्यान करू देत नाहीयेत. इथे येऊही देत नाहीयेत. मुलंही अडवतात. मुलांना सांगून ठेवलंय, मी जर ध्यान करायला लागले तर मुलांनी दार वाजवत बसायचं. ओरडून ओरडून मला बाहेर पडायला भाग पाडायचं? मुलंही आनंदात नाहीयेत. तीही विचारतात 'आई तुला काय झालंय? तू पहिल्यासारखी का नाहीस?'

एक गोष्ट समजण्यासारखी आहे. तू लग्न केलं आहेस. तू तुझ्या मुलांची आई आहेस. तुझे वडील आहेत, आई आहे, परिवार आहे. दुकान आहे, बाजार आहे. हजारो संबंध आहेत. चाळीस वर्षे तू एका पद्धतीने जगली आहेस. त्या सर्वांना तू परिचित आहेस. एका तऱ्हेची माहिती तुझ्या बाबतीतली त्यांना आहे. ते ओळखतात. तुझ्या संदर्भातली भविष्यवाणी ते ऐकवू शकतात की त्याने असं केलं तर तू असं करशील. तुझे डाव त्यांना माहीत आहेत. तू त्यांचे डाव ओळखतेस, ते तुझे हिशोब बरोबर! अचानक तू बदललीस. तू ध्यान करू लागलीस, नाचू लागलीस, मस्त होऊ लागलीस. आता गडबड झाली. आता ज्यांनी चाळीस वर्षे तुझ्याशी संबंध जोडले होते त्यांना परत अ, ब, क पासून सुरुवात करावी लागत होती. कारण आता तू एक नवी व्यक्ती आहेस. परत सर्व नव्याने व्यवस्था करावी लागतीय. हे कठीण काम कोण करणार? त्यांच्यासाठी हे झंझट आहे.

तर तू असा विचार करू नकोस की तू बिघडलीस, तरच लोकं नाराज होतात. तू सुधारलीस तरीही लोकं नाराज होणार. कारण बिघडा किंवा सुधारा पुन्हा नव्याने सुरुवात करावी लागते. तुमच्या संदर्भात पुन्हा वेगळं चित्रं तयार करावं लागतं. नवीन अल्बम मांडावा लागतो. परत विचार करावा लागतो. सुरुवातीपासून. ही अडचण कोण उठवणार?

तर असं होणार. तुम्ही बदलाल. तुमच्या आत शांतता राहील. तुमच्या

आजूबाजूला, बाहेर अशांतता राहील. पण ह्या अशांततेला सहन करावं लागणार, कारण बाहेरच्या अशांततेला काहीही किंमत नाहीये. किंमत आहे ती आतल्या शांततेला. आणि आज नाही तर उद्या, लोकं मान्य करतील. त्यांना मान्य करावं लागेल. तुम्ही तुमच्या मार्गाने चालत राहा. तुम्ही चुपचाप तुमच्या धूनमधे मस्त राहा.

आधी लोकं नाराज होतात. मग उपेक्षा करतात आणि मग पूजा करू लागतात. ह्या लोकांच्या भिन्न तीन पायऱ्या आहेत. आधी नाराज असतात, की सर्व उलथा-पालथ झाली. मग तुम्ही चालतच राहता आपल्या धूनमधे, तर लोकं उपेक्षा करत राहतात. आता काय करणार! नाइलाज आहे. किती डोकंफोड करायची? जाऊ दे! तरीही तुम्ही चालत राहता, उपेक्षेची तमा बाळगत नाही. आणि मग हळू हळू तुम्हाला काय झालंय, हे त्यांना समजू लागतं. ही व्यक्ती पूर्ण बदलली. ह्या व्यक्तीच्या आयुष्यात नव्या ज्योतीने प्रकाश आणलाय. हळू हळू ते तुम्हाला ओळखू लागतात. आणि मग तेव्हा पूजा सुरू होते. पण हा फार मोठा प्रवास आहे. आणि अगदी खडतर आहे. पण कितीही खडतर असो, परमधन प्राप्त करावा, असा हा मार्ग आहे. हे राम– रतन– धन मिळवलं, असा प्रवास आहे.

तिसरा प्रश्न : प्रवचनात तुमचं प्रेम बरसत आहे. त्यात खूप अधिक विघ्नं येत आहेत. आता ही विघ्नं सहन होत नाहीत.

* उमानाथ शर्मांनी विचारलं आहे,

प्रेमाच्या बरोबरीने लढाई नसेल, युद्ध नसेल तर प्रेम विष बनतं. मग प्रेम म्हणजे झोपेची गोळी होऊन जातं. मग तुम्हाला थपडा देतं आणि सांत्वनही करतं. मग प्रेम म्हणजे अंगाई गीत होतं. जे ऐकून ऐकून तुम्ही झोपी जाता. पण तुम्हाला जागं करायचं आहे. झोपवायचं नाहीये.

कबीरने योग्य सांगितलं आहे. जसं कुंभाराला मडकं बनवताना दोन कामं करावी लागतात. एका हाताने मडक्याला आतून आधार देतो आणि बाहेरून दुसऱ्या हाताने थपडा मारत असतो. आधार-मार दोन्ही एकत्र, तर मडकं बनतं.

तर जर मी तुमच्यावर खरं प्रेम करतो, तर मला मारही द्यायला हवा आणि त्याचे परिणाम व्हायला सुरुवातही झालेली आहे. उमानाथांच्या मनात संन्यास घ्यायचे विचार एखाद्या अंकुराप्रमाणे वाढीस लागले आहेत. मी विचार करतोय, दोन तीन दिवसांमधेच... ह्याहून जास्त उशीर चालणार नाही. प्रेम आणि मार एकत्र. एका हाताने आधार, एका हाताने मार, म्हणजे तुम्हाला झोप लागणार नाही. जाग यायला हवी आहे. अगदी आत आणि ज्याला माझं प्रेम समजलं तो मला ह्या मारासाठी धन्यवाद देईल. कारण हा मार प्रेमापोटी आहे. नाहीतर ह्याचं कारणच काय?

मी जर तुम्हाला मारतोय– दुखापत करतोय तर केवळ एकाच कारणासाठी. हा मार तुमची बेशुद्धावस्था तोडेल. तुमच्या सुस्त सरोवरात एक दगड पडेल, लहर उमटेल. तुमच्या जीवनाची पुन्हा सुरुवात होईल.

आणि उमानाथांची एक मोठी शक्यता आहे. माझ्या संन्याशांमधे ते उच्च पंक्तीत लवकरच येतील. त्यांच्या आत मी एक आच बघितली आहे. म्हणून प्रहार करतोय. आणि प्रहार करतच राहीन. आणि त्याच बरोबरीने प्रेम ही करतोय, म्हणजे पळून जाणार नाहीत. नाहीतर पळून जाण्याची भीती ही असते. जास्त प्रहार केले तर गडबड! तराजूला तोलून धरून चालावं लागतं. एखादा फटका लगावला, मग बघितलं तर उमानाथ पळून जायच्या तयारीत आहेत, तेव्हा चार प्रेमाच्या गोष्टी केल्या. मग जेव्हा मानले, पुन्हा एक फटका! असं चालू राहतं. हा सिलसिला असाच चालू राहतो. पण तुमचा विकास असाच होत राहतो, ह्यावर काही उपाय नाही.

तुमची प्रार्थना अशीच असो –

जला के राख कर अब मेरे सब खयालों को
खयाल तेरा ही बस एक मेरे सर में रहे
कशिश यह हुस्ने बुतां जिससे मांग लाया है
वही जमाले हकीकी मेरी नजर में रहे
तेरा ही जोर रहे मेरे दस्तो बाजू में
तेरी ही कुळते परवाज बालो पर में रहे
मुझे दिखा दे तू शहराये इश्क ऐ दोस्त !
कि सुबह ओ शाम मेरा हर कदम सफर में रहे ।

बस, तुमची एवढीच प्रार्थना असो की, 'जला के राख कर अब मेरे सब खयालों को ।'

तर वार मला करावा लागतो, कारण खूप असं सारं आहे जे मला जाळून टाकायचं आहे. आणि खूप सारं जळल्यावरच तुमच्या आतलं सत्य प्रकट होईल. कचरा निपटून टाकला तरच हिरा शोधू शकू. राख झाडली कीच अंगार प्रकट होतो.

'जला के राख कर अब मेरे सब खयालों को ।'

आणि तुमच्या विचारांना जाळावं लागेल तेव्हाच प्रेमाची ज्वाळा झळाळेल. तुमचे विचार धुराप्रमाणे आहेत. तुमच्या हृदयाच्या आसपास. त्यामुळेच तुमचं हृदय प्रकाशमय होऊ शकत नाहीये. हे सर्व विचार संपले तर निर्मम ज्योत तुमच्या आत तेवेल. तोच परमात्मा आहे.

जला के राख कर अब मेरे सब खयालों को
खयाल तेरा ही बस एक मेरे सर में रहे
कशिश यह हुस्ने बुतां जिससे मांग लाया है

वही जमाले हकीकी मेरी नजर में रहे ।

हे सर्व लोक ज्याच्याकडून सौंदर्य मागून घेऊन आलेत, ही फुलं ज्याच्याकडून सौंदर्य मागून घेऊन आलेत. हे चंद्र-तारे-चांदण्या ज्याच्याकडून सौंदर्य मागून घेऊन आलेत, हे त्याचंच आकर्षण. 'वही जमाले हकीकी मेरी नजर में रहे'! तोच स्त्रोत सर्व सौंदर्याचा, सर्व सत्याचा, लक्षात राहील, बाकी सर्व हळू हळू विसरलं जाईल.

जे स्वतःच भिक्षुक आहेत, त्यांच्याकडे काय मागायचं? तुम्ही कुणा एखाद्या स्त्री समोर तुमची झोळी पसरता, भिक्षापात्र धरता, सांगता, 'तुझं सौंदर्य! मला तुझ्या सौंदर्याने भरून टाक.' तुम्ही तिच्याकडे मागणं मागताय, जी स्वतःच हे मागून आल्ये. जेव्हा कुणी स्त्री तुमच्याकडे काही मागणं करते, जसं की 'माझं हे पात्र तुझ्या प्रेमाने भरून टाक.' तर ती एका भिक्षुकाकडेच मागणं मागते. कारण तुम्ही हे प्रेम मागून आणलं आहेत.

असं झालं, 'शेख फरीदला त्याच्या गावातल्या लोकांनी सांगितलं, 'अकबर तुला इतका मानतो, तर त्याच्याकडे जा आणि गावात एक पाठशाळा सुरू कर. आम्ही गरीब लोक आहोत. शहरांत जाऊ शकत नाही. आमच्या मुलांनी शिक्षण घ्यायचं तर कुठे घ्यायचं?'

फरीद तर कधी अकबर कडे गेला नव्हता. पण गावातल्या लोकांनी असं म्हटल्यावर तो म्हणाला, 'मी जरूर जाईन.' नेहमी असं व्हायचं की अकबर त्याच्याकडे यायचा. त्या दिवशी फरीद गेला. जेव्हा पोहोचला, तेव्हा द्वारपाल म्हणाले, 'महाराज नमाज पढत आहेत.' तो म्हणाला, 'मी बघू इच्छितो. ते नमाज कसे पढतात! चला, चांगल्या मुहूर्तावर आलो आहे. आणि मला हे ही ऐकायचं आहे की नमाज पढताना ते काय मागतात? कारण मी ही काही मागायला आलो आहे.'

तर त्याला आत नेलं गेलं. मशिदीत अकबराच्या मागे जाऊन उभा राहिला. अकबरने नमाज पूर्ण केला. मग दोन्ही हात पसरले. आकाशाच्या दिशेने फैलावले. म्हणाले, 'हे परमात्मा, माझ्या संपत्तीत अजून भर टाक. माझी संपत्ती वाढू देत. माझं साम्राज्यही वाढव!' फरीदने हे ऐकलं आणि मान झुकवून मशिदीतून बाहेर पडला. आणि परतू लागला. अकबर उठला. त्याने फरीदला पायऱ्या उतरून जाताना बघितलं. तो पळाला. म्हणाला, 'आत्ता आलात आणि लगेचच निघालात कुठे?' माझं सौभाग्य, 'मेरा सिर आंखो पर!' तुम्ही आलात आणि निघालात?

फरीदने सांगितलं, नाही. आता नाही. मी तुझ्याकडे काही मागायला आलो होतो, पण मी बघितलं, तर तूच अजून कुणाकडे काही मागत होतास, मग विचार केला. आम्ही पण त्याच्याचकडे मागू. आता तूच मागतो आहेस तर तुझ्या संपत्तीत कमतरता व्हायला नको. तुझी संपत्ती कमी करणं बरोबर नाही. पाठशाळा काढायची तर काही पैसा लागणारच, संपत्ती कमी होणारच. खूप मोठी कमतरता होणार नाही

पण तुझ्या सारख्या लाचार माणसाचं नुकसान होईल. तू आत्ताही हात पसरून धन मागतो आहेस, राज्य मागतो आहेस, तुझे दिवस संपत आले आहेत. मरण जवळ येत चाललंय. तू आत्ताही व्यर्थ मागणी करतो आहेस. मग मी विचार केला. तू ज्याच्याजवळ मागतो आहेस, जिथे तूच भिकारी आहेस, तर भिकाऱ्याकडे भीक काय मागायची? मी पण त्याच्याचकडे मागेन.'

कशिश यह हुस्ने बुतां जिससे मांग लाया है
वही जमाले हकीकी मेरी नजर में रहे
जला के राख कर अब मेरे सब खयालों को
खयाल तेरा ही बस एक मेरे सर में रहे
तेरा ही जोर रहे मेरे दस्तों बाजू में
तेरी ही कुव्वते परवाज वालो पर में रहे ।

माझ्या पंखांत तुझ्यापर्यंत उडत येण्याची आकांक्षा, हे बळ तू भरलंस तर टिकेल. हे आकाश मोठं आहे आणि माझे पंख छोटे. माझं सामर्थ्य लहान आहे, छोटं आहे आणि तू विराट आहेस. तुझा अंत नाही.

तेरा ही जोर रहे मेरे दस्तो बाजू में

तर माझ्या दंडात जर तुझीच शक्ती पोहोचली तर मी तुझ्यापर्यंत पोहोचेन. माझ्या पायांत जर तुझं चैतन्य आलं तर मी पोहोचेन तुझ्यापर्यंत! माझ्या प्रार्थनेत जर तू समरसलाच तर मी पोहोचेन तुझ्यापर्यंत!

तेरी ही कुव्वते परबाज बालों पर में रहे

तर माझ्या उडण्यात जर तुझी शक्ती असेल तर मी तुझ्या पर्यंत पोहोचेन. आता अशी प्रार्थना करा.

मुझे दिखा दे तू शहराये इश्क ऐ दोस्त ।
कि सुबह ओ शाम मेरा हर कदम सफर में रहे ।

की सकाळ असू दे की संध्याकाळ, दिवस असू दे वा रात्र, माझं प्रत्येक पाऊल प्रवासात राहू दे. हाच 'संन्यास'चा अर्थ आहे. संन्यासचा अर्थ आहे. प्रवासी यात्रेकरू! संन्यासचा अर्थ आहे. जो चालू लागला. प्रवासाला ज्याने सुरुवात केली.

महावीरांचं एक सुरेख वचन आहे. 'जो चालू लागला, समजा पोहोचलाय!' कारण ज्याने प्रवासाला सुरुवात केली आहे, तोच मुक्कामापर्यंत पोहोचतो. उशीर होऊ शकतो. पण जो चालू लागलाय तो केव्हा ना केव्हा पोहोचतोच.

चला!

संन्यासाचा याहून वेगळा कुठला अर्थ नाहीये. संन्यास म्हणेज औपचारिकता असं नाहीये. हा एक अंतर्भाव आहे. एक भाव आहे की, 'आता मी चालायला तयार आहे. आता मी शोध घेईन. मग शोध घेता घेता हरवलो तरी चालेल. आता सर्व

काही हरवण्याची तयारी आहे.

आणि उमानाथांच्या मनाला अंकुर फुटलाय. उगवतोय! म्हणूनच प्रेमही करतोय आणि थपडाही मारतोय. प्रार्थना करा, मी प्रेमही देऊ शकेन आणि थपडाही!

चवथा प्रश्न : स्मृती आणि स्वप्नांत मी कधी कधी तुमच्या जवळ पोहोचते. पण ह्या जन्मातल्या नवऱ्याच्या मेहेरबानीने मी अजून पर्यंत तुमच्या पर्यंत पोहोचू शकले नाही. तुमची प्रेमदिवाणी होण्यासाठी मी काय करू?

* प्रश्न वीणाने विचारला आहे. प्रश्न विचारला तेव्हा ती संन्यासी नव्हती. काल संध्याकाळी तिने संन्यास घेतला. तिला प्रेमदिवाणी होण्यासाठी काहीही करायचं नाहीये. ती प्रेमदिवाणी आहेच. संन्यास तिने मागितलाही नव्हता, मी दिला. संन्यास घ्यायचा, हा विचार करून, ठरवून ती आली नव्हतीही. प्रेमदिवाणी होण्यासाठी काहीही करावं लागत नाही. जे घडतंय त्यालाच अजून प्रगल्भतेने करायचं.

माझ्यापाशी भौतिकात्मक रूपात या किंवा शक्य नसेल तर नका येऊ. कारण ह्या गोष्टीला तेवढं महत्त्व नाहीये. माझ्या जवळ मनाच्या गाभाऱ्यातून राहिलात, तर सर्वच मिळालं. वीणा नऊ वर्षांनंतर आली आहे. सांगत होती. 'स्मृती आणि स्वप्नांतून मी तुमच्याजवळ कधी कधी येते.' तर असा विचार करू नकोस की फक्त तूच प्रवास करत होतीस, मी ही करत होतो. त्या नऊ वर्षांत जितके वेळा तू आठवण काढलीस, त्याच्या दुपटीने मी आठवण काढली असेल आणि मी बघत होतो, कुठल्या दिवशी तू येशील! ज्या दिवशी येशील, त्याच दिवशी तुला संन्यास द्यायचा. नऊ वर्षांनी नव्वद वर्षांनी, की नऊ जन्मानंतर कधीही, जेव्हा केव्हा येशील, तेव्हा तुला संन्यास द्यायचा हे नक्की होतं. तर काल जेव्हा तू नकळत आलीस, तुला काहीही माहीत नव्हतं. तुला माहीत नव्हतं तू अशी अडकशील आणि नवऱ्याबद्दल असा विचार करू नकोस; कारण तुझ्या नशिबाने तुला असा नवरा मिळाला आहे. जो माझा प्रेमदिवाणा आहे. तुझा नवरा थोडा फार घाबरत असेल की तू पूर्णपणे निघून तर जात नाहीस ना! शेवटी नवरा आहे. त्याला संसार आहे, मूल आहे. कुटुंब आहे. पण तू भाग्यवान आहेस. तुझ्या नवऱ्याला जितकं माझं प्रेम आहे तितकंच तुझंही आहे. थोडं जास्तच असेल, कमी नाही.

म्हणून काल तुला संन्यासी केल्यावर तुझा नवरा अर्धा संन्यासी झाला आहे. आता तुझ्यामार्फत त्यांनाही संन्यासी बनवू, फार वेळ लागणार नाही. त्याचं तुझ्यावर अतिशय प्रेम आहे, ही गोष्ट खरी आहे. ह्याच प्रेमामुळे तो तुला कधी कधी अडवतो. ह्याच कारणामुळे कदाचित तो घाबरतही असेल. पण खूप कमी सौभाग्यशाली जोड्यांपैकी तू एक आहेस, ज्या दोघांनी संन्यास घेण्याची शक्यता आहे. जे दोघं

मिळून पुढे जातील.

आणि जी जोडी एकत्र पुढे जाते, त्यांची यात्रा फार सुखावह होते. कधी पती संन्यासी होतो, पत्नी होत नाही, तर अडचण होते. पत्नी होते, पती होत नाही. तर अडचण होते. कारण मग एकमेकांना नकळत विरोध केला जातो, अडथळे निर्माण केले जातात. आणि ज्यांच्या बरोबर चोवीस तास रहायचं आहे, त्यांच्याकडून अडथळे निर्माण व्हायला लागले की नुकसान होतं.

माझ्याजवळ जो जोडा एकत्रपणे येतो, त्यांची गती अगदी सहज होते. जसं जीवनात एकमेकांना साथ दिली. तसंच संन्यासातही साथ द्या. जसं प्रेमात, जसं जीवनात एकमेकांना सहकार्य, आसरा दिला, तसाच ध्यानातही सहकार्य आसरा द्या. आणि जेव्हा हे सहकार्य मिळेल, तुम्हाला आश्चर्य वाटेल की त्या दिवशी तुमचं दोघांचं ध्यान वाढेल. तुम्हाला समजेल की प्रेमाने आत्तापर्यंत जितक्या भेटवस्तू दिल्या होत्या, त्या कवडी मोलाच्या होत्या, एक ही भेट उपयोगी पडेल, शेवट पर्यंत! तुम्ही हिरे- माणकं, दागदागिने दिलेत, मोती दिलेत, ह्यांची काहीही किंमत नाही. पत्नीने तिचं शरीर, सर्व प्रेम दिलं. ज्याची काहीच किंमत नाही. खरी किंमत त्या दिवशी होईल ज्या दिवशी तुम्ही एकमेकांना ध्यानाची भेट द्याल, त्या दिवशी तुम्ही 'राम-रतन' दिलेत. जे सदासर्वदा साथीने– बरोबरीने राहील.

'स्मृती आणि स्वप्नांतून मी तुमच्याजवळ कधी कधी पोहोचते, पण ह्या जन्मातल्या नवऱ्याच्या मेहेरबानीमुळे अजून पर्यंत तुमच्या जवळ पोहोचू शकले नाही.'

त्यांच्याच मेहेरबानीमुळे तू पोहोचू शकलीस. नवऱ्याबद्दल अशी भावना मुळीच ठेवू नकोस. की त्याच्यामुळे पोहोचू शकली नाहीस. त्याच्याच मेहेरबानीमुळे पोहोचलीस. आणि त्याच्याच मेहेरबानीमुळे आणखीन पुढेही जाशील. यात्रा मोठी आहे. आणि आत्ता तर फक्त सुरुवात झाली आहे.

'तुमची प्रेमदिवाणी होण्यासाठी मी काय करू?'

तू आहेस. आता इतकीच काळजी घे की हे तुझं प्रेम तुझ्या हृदयात कोंडून ठेवू नकोस. हे पसरू दे. ह्या प्रेमाला वाटून टाक. संन्यासाचा हा आवाज दुसऱ्यांनाही ऐकू जाऊ दे. ध्यानाचा परिणाम इतरांनाही दिसू दे. वर्षाव कर! जितकं तुला मिळतंय. दुसऱ्यांना वाटून टाक. माझ्या प्रत्येक संन्यासाचं घर माझा आश्रय व्हायला हवा. तिथे सुगंध दरवळला पाहिजे. तिथून दूर दूर पर्यंत सुगंध पसरला पाहिजे. मी इतकंच तुम्हाला सांगू इच्छितो, करोडो लोकं तहानलेले आहेत. लाखो संन्यासींना गरज आहे. कारण मी तर कुठे जात नाही. तुम्हाला पाठवतो आहे. तुम्ही जिथे जाल माझी गोष्ट घेऊन जा. तुम्ही अशा पद्धतीने जगा, अशा आनंदात, मस्तीत तुम्ही इतक्या वेडेपणाने, श्रद्धेने जगा की दुसरे तुमच्या जवळ येऊन मस्त होऊ लागतील. त्यांच्या जीवनातही नृत्य सुरू होईल.

तर 'वीणा'ला सांगेन, माझ्यासाठी नाच, माझ्यासाठी गा, लोकांना ही बातमी मिळू दे. जे घुंगरू तुझ्या आत वाजायला सुरुवात झाली आहे, ते तुझ्या पायातही बांध. आणि तू ह्याची चिंता करू नकोस की तू प्रेमदिवाणी कशी बनशील, आता तू काल ऐकलं नाहीस. मीरा तिच्या वचनात म्हणते, 'पूरब जनम का कौल'

तुझ्यासाठी माझं जुनं वचन आहे, 'मागल्या जन्माचं!' तुला माहीत नसेल, पण मी इथे नऊ वर्ष वाट बघत होतो, की तू आता येशील! तुझी ओळख नवी नाहीये. मीराचं वचन ऐकलंय! 'मेरी उनकी प्रीति पुरानी!'

आनंदाने रड. आनंदाने गा!

मीराला ऐकलंय. 'असुवन जल सींच सींच प्रेम बलि बोई!'

शारीरिक रूपात इथे येऊ शकाल न येऊ शकाल, ह्या गोष्टीला महत्त्व नाहीये. आणि शारीरिक रूपातही येऊ शकता कारण माझ्यासाठी शरीराचा विरोध नाहीये. पण खरी गोष्ट आहे ती ही, 'जिथे असाल तिथे माझ्या आनंदाचं प्रतीक व्हा.'

इश्क का खेल आम है लेकिन
इश्के सादक जहां में आम नही ।

लोक प्रेमाचा खेळच खेळत आहेत. खरं प्रेम तर कधीतरीच होतं.

इश्क का खेल आम है लेकिन
इश्के सादक जहां में आम नही ।

खऱ्या प्रेमाचा अर्थ असा आहे की आता शरीराचा व्यत्यय नाही, ना काळाचा व्यत्यय आहे.

कृष्ण हजारो वर्षांपूर्वी होते आणि मीराने तरीही प्रेम केलं. आणि राधा तिच्यापुढे फिकी पडली. राधाचं नाव सावलीसारखं राहिलं. मीराने राधाला मागे सारलं. हजारो वर्षांच्या अंतरावर राहून प्रेम करू शकली. काळाचं अंतर नाही, स्थानाचंही काही अंतर नाही.

इश्क का खेल आम है लेकिन
इश्के सादक जहां में आम नही
हर तरफ मय ही मय छलकती है
मस्त यकसर करे जो, जाम नही ।

इथे सर्वत्र तशी तर मदिरा घेतली जात आहे, सर्वत्र लोक आनंदी रहाण्याचा प्रयत्न करत आहेत, खुशीची मदिरा पीत आहेत. पण खरी मदिरा ती आहे जी एकदाच बेशुद्ध करते आणि मग ही बेशुद्धी कायम स्वरूपात राहते, मरेस्तोवर!

हर तरफ मय ही मय छलकती है
मस्त यकसर करे जो, जाम नही ।

जी नेहमीसाठी, कायम बेशुद्ध करेल... 'वीणा' तुझ्यासमोर हीच मदिरा घेऊन

बसलो आहे, की तू घेशील तर नेहमीकरता बेशुद्ध होऊन जाशील. तू हिम्मत कर.

हुस्न की हो रही है रुसवाई

इश्क को अपना एहतराम नही

आओ आदाबे इश्क फिर सीखे

सच्ची उलफत हवस का नाम नही ।

मी हेच शिकवत आहे. ही पाठशाळा प्रेमाचा नियम शिकवणारी पाठशाळा आहे. इथे प्रेमाचा धडा शिकवत आहे. इथे परमात्म्यापेक्षाही जास्त मौल्यवान प्रेम आहे. कारण प्रेमातूनच परमात्मा मिळतो. प्रेमाशिवाय परमात्मा मिळत नाही.

आओ आदाबे इश्क फिर सीखें

सच्ची उलफत हवस का नाम नही

इश्क में अपना खोना है सब कुछ

साजो सामां से कोई काम नही ।

स्वतःचं सर्व काही हरवून टाकायचं आहे. सजावट, सामान ह्या गोष्टी चालणार नाहीत. धन देऊन टाका. घर देऊन टाका, ह्याने काहीही होणार नाही.

इश्क में अपना खोना है सब कुछ

साजो सामां से कोई काम नही

फिर मिटाना है अपना नामो निशां

गैर-ए महबूब कोई काम नही

इससे आगे है इक मकाम ऐसा

जिसका कोई निशानो नाम नही

मस्तियां वां बरसती रहती है

खुद के खुम एक आध जाम नही ।

'वीणा' तुम्हा सर्वांना त्या बाजूला घेऊन जाऊ इच्छितो, जिथे पेल्यांमधून मदिरा प्यायली जात नाही सुरईच्या सुरई शिडकल्या जातात.

मस्तियां वां बरसती है

खुम के खुम एक आध जाम नही ।

मडकी! असं नाही की छोटे छोटे गाडगे बसवले आहेत. गाडग्यांचं तिथे काही काम नाही. ह्या मधुशाळेत येण्यासाठी माझं निमंत्रण आहे. माझा संन्यास!

'वीणा' काहीही न बोलता संन्यासासाठी मान्य झाली, निघाली. तिच्या नवऱ्याची मी वाट पाहतोय. 'चितरंजन' इथे उपस्थित आहे. जास्त काळ वाट बघावी लागणार नाही. त्यांच्या नजरेत मी नेहमी माझ्यासाठी अपूर्व प्रेम बघितलं आहे.

शेवटचा प्रश्न : हे असं कसं विद्यापीठ आहे तुमचं, जिथे दोन आणि दोन चार

होतात, हे शिकवलं जातं आणि चार नाही होत, तर पाचही होऊ शकतात.

* हे विद्यापीठ कमी आणि अविद्यापीठ जास्त आहे. कारण इथे शिकवलं जात नाही. जे शिकून आलेले असतात त्यांना विसरायला भाग पाडलं जातं. तसं तर तुम्ही खूप काही शिकला आहात. हीच तर तुमची खरी अडचण आहे. हीच तुमची बेडी आहे. हाच तुमचा तुरुंग आहे. आणि हेच तुमचं ओझं आहे. इथे ओझं उतरवलं जातं.

विश्वविद्यालयाचं काम आहे, तुमच्या ज्ञानात भर टाकणं. म्हणूनच मी त्याला अविद्यापीठ म्हणतो. इथे सर्व काम असं आहे की तुमचं ज्ञान नष्ट कसं केलं जाईल! आग लावून द्या तुमच्या ज्ञानाला. तुम्हाला रिकामं सोडून द्या. ज्ञानातून शून्यात! ज्ञानाच्या त्रासातून मोकळीक.

जिथे ज्ञान, तथाकथित माहिती संपते, जिथे तुम्ही पंडित म्हणून मिरवत नाही, तेच 'ढाई अक्षर प्रेम के!' इथे तेव्हाच प्रेम जागं होतं. जोपर्यंत पंडित आहात, तोपर्यंत प्रेम नसतं. पंडित प्रेमाचा शत्रू आहे. पंडित तर खुनी आहे, कारण पंडित ह्याचा अर्थ आहे, बुद्धी! आणि प्रेमाचा अर्थ आहे हृदय! बुद्धी आणि हृदय परस्परविरोधी आहेत. जो बुद्धीच्या जोरावर जगतो, त्याचं हृदय हळूहळू धडधडायचं थांबतं. धुगधुगी राहते, श्वासोच्छ्वास चालू राहतो. पण हृदयाचं खरं धडकणं, प्रेमाची लाट, लहर, प्रेमाचा आवेग मात्र लोप पावतो. प्रेमाची थरथर लोप पावते. रोमांच येत नाहीत. तो गणित आणि तर्कातच हरवून जातो. तो फक्त हिशोबात मश्गुल होतो. त्याचं आयुष्य म्हणजे दोन आणि दोन चार असंच कायम राहतं. अपूर्व अद्‌भूत जग आहे.

मी म्हटलं 'श्रद्धा वेडी आहे. प्रेम वेडं आहे.

प्रेम आणि श्रद्धा एकाच अनुभवाची दोन नावं आहेत, प्रेम श्रद्धा आहे आणि श्रद्धा हेच प्रेम आहे. पण प्रेम तर्क मानत नाही आणि प्रेमाला गणितही कळत नाही. प्रेमाचं स्वतःचं गणित आहे आणि प्रेमाचा स्वतःचा तर्क आहे; अगदी बेहिशोबी! बुद्धीसाठी तर एक कोडंच आहे. म्हणून प्रेमाच्या दुनियेत कधी कधी दोन अधिक दोन चार ही होतात तर कधी पाच सुद्धा. कधी दोन आणि दोन तीनही होतात तर दोन आणि दोन शून्यही होतात.

प्रेमात आखून दिलेल्या सीमा नाहीयेत. प्रेम परम स्वतंत्रता आहे. आणि प्रेमात प्रत्येक क्षणी जे घडत जातं, ह्याची भविष्यवाणी अगोदरच होऊ शकत नाही, की पुढे काय होईल? प्रेम एक जादू आहे.

इथे प्रेम शिकवलं जातंय. आणि प्रेमाला कसं काय शिकवता येणार? एकच काम करू शकतो. ज्ञान हिरावून घेऊ शकतो. पर्वत हलवून टाका, झरा आपोआप वाहू लागेल. हेच काम इथे चालू आहे. हे अविद्यापीठ आहे. ही एन्टी युनिर्व्हसिटी आहे.

ह्या कामाला दशदिशा पसरवायचं आहे. कारण जगात ज्ञानाचं ओझं झालं आहे. मनुष्याला ज्ञानातून मुक्त करायचं आहे.

पश्चिममधले एक विचारवंत 'डी.एच. लारेन्स' ते म्हणतात, 'जर शंभर वर्षांसाठी सर्व विश्वविद्यालयं बंद केली, तर माणूस पुन्हा माणूस होईल.' ह्यात तथ्य आहे. महत्त्व आहे. पण मी विश्वविद्यालयं बंद व्हावीत ह्याला दुजोरा देत नाही. माझी दुसरीच विनंती आहे. जेवढी विश्वविद्यालयं असतील, तितकीच ॲन्टी युनिव्हर्सिटीजही हवीत. तितकीच अविद्यापीठं हवीत. विश्वविद्यालयं जर बंद झाली तर फार काही होणार नाही. मनुष्य आहे त्यापेक्षा जास्त चांगला मनुष्य होईल मग– माणूस होईल, जसं जंगलात रहाणारे आहेत. परत थाप पडेल, परत घुंगरू बांधले जातील. परत लोकं चंद्र–चांदण्यांसाठी नाचतील. परत लोक प्रेम करू लागतील. पण ह्यापेक्षाही उंच अशी एक जागा आहे आणि ती म्हणजे. विश्वविद्यालयांतून प्रवास आणि जे जे विश्वविद्यालयाकडून शिकवलं गेलंय, त्याला विसरून जाणे, सोडून देणे, ही ह्यापेक्षाही वरची जागा आहे. परत प्रेमाची थाप पडते. परत घुंगरू बांधले जातात, पण ही आधीच्या जागेपेक्षा वरची जागा आहे.

ह्याला आपण असं समजून घेऊ म्हणजे समजेल. 'बुद्धाने राजवाडा सोडला, गादी सोडली, पैसाअडका सोडला. पद–प्रतिष्ठा सोडली. भिकारी झाला. एक भिकारी बुद्ध आहे आणि एक भिकारी पुण्याच्या रस्त्यावर, तुम्ही कुणाही भिकाऱ्याला धरू शकता. वरवर हे दोघंही भिकारी आहेत. पण बुद्धाच्या भिकारीपणात एक श्रीमंती, समृद्धी आहे. आणि दुसऱ्याच्या भिकारीपणात दारिद्र्याशिवाय दुसरं काहीही नाही. बुद्धाने अनुभव घेतले. जाणून घेतलं आणि जाणिवेतून त्याग केला. आणि दुसरा फक्त दारिद्र्यात. दोघंही वरवर एकसारखेच दिसतात. दोघांचे कपडे फाटलेले आहेत. दोघांच्या हातात भिक्षापात्र आहे. पण दोघांच्या आत खूप मोठा फरक आहे. आणि जर तुम्ही दोघांच्या डोळ्यांत डोकावलंत तर कळेल किती फरक आहे. बुद्धात तुम्हाला राजेपण दिसेल आणि भिकारी फक्त भिकारीच दिसेल.

म्हणून आमच्या जवळ दोन शब्द आहेत. भिक्षू आणि भिकारी. भिक्षू किंवा भिकारी. एकच शब्द पुरेसा आहे कारण जगाने दुसरा अनुभव घेतलेला नाहीये. बुद्धासारखा भिकारी फक्त भारताने बघितला, जाणला. भारताबाहेर अजून कुणी जाणला नाही. म्हणून आम्हाला एक नवा शब्द शोधायला लागला. 'भिक्षू? भिक्षू मधे मोठा सन्मान आहे आणि भिकारी ह्यामधे मोठा अपमान आहे.

भिकारीचा अर्थ इतकाच आहे, ह्या माणसाजवळ पैसा कधीच नव्हता. त्याने पैसा म्हणजे काय हे कधी पाहिलंच नव्हतं. भिक्षूचा अर्थ आहे:- पैसा होता, पैसा म्हणेज काय हे माहीत होतं, समजलं की धन हे व्यर्थ आहे आणि म्हणून सोडून दिलं. ही फार मोठी गोष्ट आहे. ह्यात मोठा फरक आहे. ह्यात मोठेपणा आहे. ह्यात

मोठी ऋणता आहे.

माझा असाच विचार आहे. डी.एच.लॉरेन्स बरोबर मी थोडाफार सहमत आहे, पण मी असा विचार करू शकत नाही की सर्व विश्वविद्यापीठं बंद व्हावीत, विश्वविद्यालय मजेत चालू देत, पण त्यांच्या बरोबरीने दुसरं शिक्षणही हवं. बुद्धीचे विश्वविद्यालय मजेत चालू देत, त्यांची गरज आहे. दुकानदारी, कामकाज, विज्ञान ह्यासाठी त्यांची आवश्यकता आहे. गणित एकदम व्यर्थ नाहीये. पण त्याच्या बरोबरीने हृदयाची मंदिरं हवीत, प्रेमाची मंदिरं हवीत, जिथे प्रेमाची अडीच अक्षरं शिकवली जातात, जिथे ह्या व्यतिरिक्त काहीही शिकवत नाहीत. जे आत्तापर्यंत शिकवलं ते हिरावून घेतलं जातं.

जेव्हा कुणी मनुष्य सर्व काही जाणून घेतल्यानंतर जाणतो की हे व्यर्थ आहे, तो तेव्हा फक्त आदिवासी नाही होत. 'सुकरात'ला तुम्ही आदिवासी नाही म्हणू शकत. आणि आदिवासींनी काही सुकरात बनवले नाहीयेत. हे ही लक्षात ठेवा. सुकरात जन्माला यायला एथेन्स हवेत. एथेन्सची शिकवण हवी, एथेन्सचे शिक्षक हवेत. आणि एक दिवस सुकरात सांगतो की, 'त्याला काहीच माहीत नाही.'

सुकरात म्हणतो, 'मी जेव्हा तरुण होतो, तेव्हा मी विचार करायचो की मला सर्व काही माहीत आहे. पण मग जेव्हा मी म्हातारा झालो, प्रौढ झालो तेव्हा मला समजलं की, मला कुठे काय माहीत आहे? एवढं सारं समजण्यासारखं आहे बाकी. माझ्या हातात काय आहे? काहीच नाही. फक्त दगड आणि धोंडे. आणि इतकं विराट, विशाल अजून अपरिचित आहे. थोडासा प्रकाश आहे माझ्या हातात. जो फक्त चार पावलांपर्यंत वाट दाखवतो. बाकी सर्व काळोखच आहे. नाही. मी जास्त काहीच जाणत नाही. अगदी थोडंसं माहीत आहे.'

आणि सुकरात सांगतो, 'मी जेव्हा मरणाच्या दारात उभा होतो, तेव्हा मला समजलं की मला अगदी थोडं माहीत आहे. असं जे मी म्हणायचो, तोही माझा गैरसमज होता. मला खरं तर काहीच माहीत नाही. मी अज्ञानी आहे.'

ज्या दिवशी सुकरात असं म्हणाला की तो अज्ञानी आहे. त्याच दिवशी डेलफीच्या मंदिरातल्या देवाने घोषणा केली की सुकरात ह्या देशाचा सर्वांत मोठा ज्ञानी आहे. जी लोकं डेलफी मंदिर बघायला गेले होते ते धावत सुकरातकडे, त्याला ही बातमी सांगायला गेले, की देवाने घोषणा केली की सुकरात ह्या काळातला पृथ्वीवरचा सर्वांत मोठा ज्ञानी आहे. तुम्हाला काय म्हणायचंय?' ह्या प्रश्नावर सुकरात म्हणाला, 'आता जरा उशीर झाला. जेव्हा मी तरुण होतो तेव्हा जर सांगितलं असतं तर आनंद झाला असता. जेव्हा मी वयस्कर होऊ लागलो होतो तेव्हा जरी सांगितलं असतं, तर जरा प्रसन्नता मिळाली असती. पण आता उशीर झाला. कारण मला आता समजलं आहे, की मला काहीच माहीत नाही.'

जे यात्रेकरू डेलफी मंदिरातून आले होते. ते बेचैन झाले. बुचकळ्यात पडले. आता काय करायचं? डेलफीची देवता सांगते की सुकरात सर्वांत मोठे ज्ञानी आहेत आणि सुकरात स्वत: सांगतात की मी सर्वांत मोठा अज्ञानी आहे. माझ्यासारखा दुसरा अज्ञानी नाही. आता आम्ही काय करू! आम्ही कुणाचं ऐकू? जर डेलफी देवतेचं मानलं की सुकरात सर्वांत मोठा ज्ञानी आहे तर ह्या ज्ञानी माणसाचंही मानायला हवं. कारण तो सर्वांत मोठा ज्ञानी आहे. आणि हे सर्वांत कठीण आहे की ह्या ज्ञानी माणसाचं मानलं तर देवता चुकीची ठरते.

ते परतले. त्यांनी डेलफी देवतेला सांगितलं की, 'आपण म्हणता की सर्वांत मोठा ज्ञानी सुकरात आहे. आम्ही त्याला सांगितलं तर तो विरुद्ध बोलू लागला. आता आम्ही कुणाचं मान्य करायचं म्हणणं?

सुकरात म्हणतो, 'माझ्याइतका अज्ञानी कुणीही नाही.'

डेलफीची देवता म्हणाली, 'म्हणून तर मी घोषित केलं की सुकरात सर्वांत मोठा ज्ञानी आहे.'

ज्ञानाची अंतिम स्थिती आहे– ज्ञानातून मुक्ती! ज्ञानाची शेवटची पराकाष्ठा ज्ञानाच्या ओझ्यातून मुक्त व्हायचं. मग निर्मळ होऊन जाल. मग स्वच्छ व्हाल. मग पाटी कोरी झाली. आदिवासी सुद्धा कोरा आहे. पण त्याने लिहिणं वाचणं हे अजून जाणलेलं नाही.

एक लहान मूल, असं समजा, लहान मूल ज्याने अजून काही पाप केलेलं नाहीये, पण तुम्ही त्याला 'संत' म्हणू शकत नाही. कारण त्याने पाप केलेलं नाही. पापातून त्यागापर्यंत पोहोचलेला नाही, पाप म्हणजे काय, हे त्याला माहीत नाही, पापातली व्यर्थता माहीत नाही, हा तर फक्त भोळा आहे. ह्यास संत म्हणू शकत नाही. आणि तो अजून भोळा आहे म्हणून शक्यता आहे की पुढे पाप घडेल. कारण पाप घडल्याशिवाय पापातून मुक्तता नाही मिळत. हा बाजारात जाईल, जीवनातल्या व्यवहारांत कार्यरत होईल. चोरी, बेइमानी सर्व करेल. हा भोळा आत्ता आहे, हे खरं पण हे भोळेपण टिकणारं नाही. कारण हे कमावलेलं भोळेपण नाहीये. हे तर नैसर्गिक भोळेपण आहे. ही त्याची आत्ताची प्रकृती आहे, जी कालांतराने नष्ट होणार आहे. हे जे कौमार्य, ताजेपण मुलामधे दिसतं हे टिकणारं नाही. हे तुम्हीही जाणता, सर्व जग जाणतं, की आज ना उद्या हा बालक दुनियेत सामावला जाईल. जावं लागेलच. प्रत्येक मुलाला संसारात यावं लागतं. आणि जर तुम्ही मुलाला चार भिंती उंच करून कोंडून ठेवलंत तर तुम्ही मुलाचे खुनी व्हाल. कारण ते मूल मग फक्त भोळं राहणार नाही. ते मूल नि:सत्त्व होऊन जाईल. त्याच्या जीवनाला अर्थ राहणार नाही. त्याच्या आयुष्याला अर्थ तेव्हाच येईल जेव्हा तो लढाईचं आव्हान स्वीकारेल. प्रोत्साहित होईल. चार ठिकाणी फिरलात तर मान मिळेल, अर्थ येईल. जो भटक

भटक भटकतो, तोच तर घरी परतून येतो. जो घरीच बसून राहिला, फिरला नाही, त्याचं घरात बसून राहणं अर्थहीन आहे. त्याचं आतलं चित्त, मन तर भरकटतच रहाणार. तो विचार करत राहील, 'कसा बाहेर पडू? कसं पळून जाऊ?'

म्हणून असं नेहमी होतं. चांगल्या आई-वडिलांची मुलं वाईट होतात. ह्याचं मूळ कारण इतकंच आहे की आई वडील चांगले असतात. जरुरीपेक्षा जास्त चांगलं करण्याचा प्रयत्न करतात. त्यांचीही चूक नाहीये. त्यांनी आयुष्यात सर्व व्यर्थ आहे हे बघितलेलं असतं. आपल्या मुलांना ह्यातून वाचवावं असा विचार करत राहतात. पण ना त्यांचे आई वडील आपल्या मुलाला वाचवू शकले, ना हे आपल्या मुलांना वाचवू शकत.

अनुभवातून शिक्षण मिळतं. अनुभवांना जो मुकला तो दरिद्री राहिला.

तर चांगले आई वडील मुलांसाठी घातक असतात. मुलांना थांबवतील, बंधनं घालतील. असं करू नको, तसं करू नको, इथे जाऊ नकोस, तिथे जाऊ नकोस. ह्या बंधनांचा परिणाम एवढाच होईल की मूल गुळाचा गणपती होऊन राहील. मातीचा गोळा, त्याला त्याचा चेहरा मिळणार नाही. आणि जर त्याच्यात थोडा जरी जोर असेल, आत्मा असेल तर तो बंड करेल. तो वडिलांपासून पळून जाईल. तो घरातून पलायन करेल. तो चोर वाटेने जाईल. कारण प्रत्येक मुलाला आपल्या आई वडिलांना 'नकार' द्यावाच लागतो. जर ते 'नकार' देत नाहीत तर त्यांच्यात आत्मा निर्माण होणार नाही. ते नपुंसक होतील. जर थोडा जरी जोर असेल, ऊर्जा असेल तर तो काही ना काही मार्ग शोधून काढेल... पण कसं? आई-वडील सांगतात सिगारेट ओढू नकोस, तर तो सिगारेट पिऊन दाखवेल. त्याला तसं दाखवावंच लागेल. आता ती त्याची गरज झाली. तसं जर केलं नाही तर त्याच्यात काही जीव नाही. तो काही ना काही उपाय शोधणार. तो हरएक प्रकारे आई-वडिलांनी घातलेलं बंधन तोडून मुक्त होण्याचा प्रयत्न करणार. आणि तेव्हा आईवडिलांची जी इच्छा असेल त्याच्या उलट घडणार.

महात्मा गांधींनी आपल्या मोठ्या मुलाकरता 'हरिदास'करता खूप प्रयत्न केले. हे प्रयत्न अगदी निर्बुद्ध होते. हे प्रयत्न महात्मा गांधींच्या संदर्भात उच्च विचार प्रेषित होत नाहीत. हे प्रयत्न अगदी अमनोवैज्ञानिक ठरले. महात्मा गांधींची इच्छा होती की मुलाने दारू पिऊ नये, मांस-मच्छी खाऊ नये, हॉटेल मधलं खाऊ नये, त्याने शाकाहारी असावं. त्यांची अशीही इच्छा होती की त्याने शिक्षणासाठी शाळेत जाऊ नये कारण तिथे अजून चुकीचे विद्यार्थी असतात, ज्यांच्या संगतीत तो राहील. त्यांची अशीही इच्छा होती की त्याने लग्नही करू नये, ब्रह्मचारी रहावं. आता ह्या सर्व गोष्टी गैर आहेत. आणि ही जबरदस्ती आहे. ह्या गोष्टी मुलाच्या अनुभवातून नाही येत. आणि मुलाने त्याचा योग्य बदला घेतला. त्याने दारूपान केलं. तो वेश्येकडे

जायचा, तो जुगारी झाला. तो मांसाहारी झाला. गांधीजी जे जे सांगत त्याच्या उलट तो वागे. आणि सर्वांत शेवटी गांधीजींना क्लेष द्यायचे म्हणून त्याने हिंदूधर्मही सोडला. आणि मुसलमान झाला. काही वाईट नाही इस्लाम धर्म स्वीकारण्यात, पण हे केवळ गांधीजींना दुखवण्याकरता! कारण गांधीजी म्हणत, 'अल्ला, ईश्वर. ही तुझी नावं आहेत. सर्व एकच आहे.' पण जेव्हा हरिदास गांधी 'अब्दुल्ला गांधी' झाला तेव्हा गांधीजींना दु:ख झालं. हा त्यांच्यावर प्रहारच होता. आणि जेव्हा हरिदासला बातमी मिळाली की बाप दु:खी झाला, तेव्हा त्याला फार आनंद झाला. अरे, पण मग 'अल्ला, ईश्वर, तुझीच नावं' त्याचं काय झालं? जर हिंदू- मुसलमान एकच आहेत तर हरिदास गांधी की अब्दुल्ला गांधी, काय फरक पडतो! तसं हरिदास आणि अब्दुल्ला दोघांचा अर्थ एकच. अब्द- अल्लाह- अल्लाहचा दास, हरिदास! दोहोत काहीच फरक नाही. पण ती गांधीजींची जबरदस्ती. चांगल्या वडिलांची जबरदस्ती! थोपवलं गेलं महात्मापण! हरिदासला विकृत करून टाकलं. ह्याची जबाबदारी गांधीजींवर आहे. जर कुठे शेवटचं न्यायालय आहे तर हरिदास पकडला जाणार नाही, मोहनदास करमचंद गांधी पकडले जातील. कारण हरिदासाने काहीच केलेलं नाही.

छोटं मूल आत्ता मोठं आहे, संत नाहीये. संत असेल. अशी आशाही धरू नका. संतपण तेव्हाच येतं, जेव्हा पाप केलं जातं आणि जाणवतं की सर्व पापं कडवी असतात आणि विषारीही. स्वत:च्या अनुभवांतून मिळवलं तरच मिळालं. आणि मिळवून एक दिवस दूर गेलं. रस्ते हरवतील, भरकटायला होईल, गैरमार्ग अवलंबला जाईल आणि मग एक दिवस परतून येईल, स्वेच्छेने, स्वत:च्या मनो, विचाराने, स्वत:च्या घरी.

जीझसची गोष्ट प्रसिद्ध आहे.

एका वडिलांची दोन मुलं. दोघांनी वडिलांशी वाद घातला, भांडण केलं, अर्ध अर्ध धन वाटून घेतलं. लहान मुलगा स्वत:चं धन घेऊन निघून गेला. मोठा मुलगा वडिलांपाशी राहिला. छोट्या मुलाने उधळण केली. जुगार खेळला, दारू प्यायला, मांसाहार केला. वेश्येपाशी गेला. सर्व धन ह्या मार्गाने संपवलं, बरबाद केलं, भिकारी झाला. जेवणासाठी सुद्धा भीक मागू लागला. मोठा मुलगा वडिलांजवळ राहिला, वडिलांची सेवा केली, शेती सांभाळली, बागेची देखभाल केली मेहनत केली आणि संपत्तीत भर टाकत राहिला.

अनेक वर्षांनी बापाला बातमी मिळाली की मुलगा भिकारी झालाय. त्याने आपल्या छोट्या मुलाला निरोप पाठवला की त्याने घरी यावं. छोटा मुलगा घरी आला तर वडिलांनी त्याला जेवू घातलं. सर्व नगराला जेवण घातलं. मोठा मुलगा शेतावर होता. कुणी त्याला ही बातमी दिली. अरे ऐका, ही एक मजाच! तू

आयुष्यभर वडिलांपाशी राहून त्यांची सेवा केलीस, धन चौपटीने वाढवलंस. तो लहान, नालायक, तो निघून गेला. पळून गेला सर्व धन घेऊन, सर्व वाट लावली. सर्व घाणीत लोळला. गटाराचा किडा झाला. आता भिकारी होऊन परतलाय आणि वडील गावजेवण घालण्याची तयारी करत आहेत. तुझ्यासाठी कधी अशी तयारी केली नाही. सर्वांत मोठे बकरे कापले जात आहेत आणि सर्वांत जुनी, मुरलेली दारू पाजली जात आहे. आणि तुझ्यासाठी तर कधी असं केलं नाही.

मोठ्या मुलाला पुष्कळ वाईट वाटलं. दुःख झालं, की हा म्हणतोय ही गोष्ट तर खरी. तो घरी आला. घर बघितलं तर नंदनवन वाटत होतं. दिवे लावले होते. गाणी वाजत होती. तो खूप उदास झाला. त्याने आपल्या वडिलांना जाऊन विचारलं. 'हे काय चाललंय? माझ्या स्वागतासाठी तर कधी असं केलं नाहीत. मी तुमच्या जवळ राहतो. हे कसलं बक्षीस? हा कसला पुरस्कार? वडील म्हणाले, 'तू समजला नाहीस. तू तर माझ्या जवळच होतास. पण जो दूर गेला होता, रस्ता चुकला होता आणि आता घरी आला आहे, त्याचं स्वागत होणं गरजेचं आहे.'

जीझस ह्या कहाणीतून असा अर्थ काढतात की जो भरकटला आहे. परमात्मा त्यांचंच स्वागत करतो, कारण ते आयुष्याचं शिक्षण घेऊन येतात.

लहान मूल तर भटकेलच. त्याचं मूल्य नाही. जंगलात रहाणारी आदिवासी जमात, कधी ना कधी मुंबईवासी आणि न्यूयॉर्कवासी बनतील. ते जास्त दिवस मागे रहाणार नाहीत. ते निघालेच आहेत त्या दिशेने, जातच आहेत. पण जी व्यक्ती जीवनातले सर्व चढ उतार बघून, समजून ह्या साऱ्या ज्ञानातून बाहेर पडून, सर्व सोडून देऊन, बाजूला होईल, होते तिचं संतत्त्व योग्य असतं. तीच व्यक्ती सिद्ध आहे.

तर मी विश्वविद्यालयं बंद करावीत ह्या मताचा नाहीये. पण इच्छा आहे की त्यांच्या बरोबरीने विचार व्हायला हवा. जिथे ज्ञानाने थकलेली माणसं प्रेमाला शरण येऊ शकतील.

'जबीने शौक को सजदों की आरजू है अभी
अभी ये सिलसिला-ए इजजो नाज रहने दे
अभी नजर में फसूने जमाल बाकी है
अभी चमन में बहारे मजाज रहने दे
अभी कशिश रूखो गैसू की मिट नही पाई
अभी हजूमे तमाशा-ए-नाज रहने दे
अभी पसंद है जामो सबू की हर बंदिश
रसूमे मयकदा है चश्मे नाज रहने दे
अभी वसी है मेरे दिल में आरजू-ए-निशात
रगों में मेरे अभी सोजो साज रहने दे

खलिश में दर्दे मुहब्बत की लुत्फ बाकी है
इलाजे दर्द अभी चारासाज रहने दे
अभी सद्य-ए-अनलहक नही उठी दिल से
मैं और तू का अभी इम्तियाज़ रहने दे
कमाले फन है यही पर अभी मेरी खातिर
शिकस्ते आईना आईना साज रहने दे ।

ह्या ओळीकडे लक्ष द्या.

जबीने शौक को सजदों की आरजू है अभी
अभी ये सिलसिलाये इजजो नाज रहने दो ।

आता प्रार्थनेची इच्छा आहे. आता पूजेची आकांक्षा आहे. आता कुठल्या उंबरठ्यावर माथा टेकायचा आहे. तर आता माझ्याकडून हे हिरावून घेऊ नका.

अभी कशिश रुखो गैसू की मीट नही पाई

अजून सुंदर चेहरे, सुंदर केस आकर्षित करतात.

अभी हजूमे तमाशा ए नान रहने दे

अजून हा तमाशा काही दिवस राहू दे.

अभी पसंद है जामो सबू की हर बंदिश
रसूमे मयकदा है चश्मे नाज़ रहने दे ।

अजून पिण्यात-पाजण्यात रस आहे, अजून ही मधुशाळा चालू राहू देत.

अभी बसी है मेरे दिल में आरजू-ए-निशात
रगों में मेरी अभी सोजो साज़ रहने दे।

अजून माझ्या आत संगीत वाजत राहू दे.

अभी बसी है मेरे दिल में आरजू-ए-निशात

अजून आशा आहे. अजून माझं संगीत हिरावून घेऊ नका.

खलीश में दर्दे मुहब्बत की मुफ्त बाकी है

आणि अजून मी प्रेम केलेलं नाही.

खलिख में दर्दे मुहब्बत की लुत्फ बाकी है
इलाजे दर्द अभी चारासाज रहने दे ।

तर माझ्या ह्या प्रेमाच्या वेदनेला वैद्य तुम्ही दूर करू नका. ह्या वेदना असू देत.

अभी सदा-ए-अनलहक नही उठी दिल से

आणि अजून 'मी सत्य आहे, अहं ब्रह्मास्मि'चा उद्घोष, जसा मन्सूरला झाला होता, जसा उपनिषदांच्या ऋषींना झाला होता. जसा बुद्ध महावीरना झाला होता, तसा अजून माझ्या आत उठत नाहीये.

अभी सदा-ए-अनलहक नही उठी दिलसे

मै और तू का अभी इम्तियाज रहने दे।

अजून इतकं अंतर असू दे, की मी, मी राहीन. तू तू राहा. आणि आपल्या दोघांमधे प्रेमाचा सेतू उभारू दे.

कमाले फन है यही पर अभी मेरी खातिर
शिकस्ते आईना आईनासाज़ रहने दे।

मी जाणतो की हेच कौशल्य आहे. हीच कमाल आहे की तुटलेल्या आरशाला अशा तऱ्हेने जोड की कधी जाणवणारच नाही की तुटला होता.

कमाले फन है यही पर अभी मेरी खातिर
शिकस्ते आईना आईनासाज़ रहने दे

आता हे आरशाचे तुकडे असू देत, माझ्यासाठी त्यांना जोडू नकोस.

मनुष्य जिथे आहे, तिथूनच शिकून उठू शकतो. अहं ब्रह्मास्मिचा घोष आकाशातून उतरत नाही. जेव्हा मी आणि तू ह्यातला फोलपणा दिसून येतो. अनुभवातून तेव्हा हा घोष होतो. कुणी जबरदस्तीने 'अहं ब्रह्मास्मि' असं नाही म्हणू शकत. नाही म्हणू शकत की 'मी ईश्वर आहे' म्हणालात तर व्यर्थ जाईल. खोटं ठरेल. तुमची जीभ अडखळेल. बोलाल तर तुमचं हृदय साथ देणार नाही. तुमच्या वचनांत जोर नसेल, बोलाल तर तुमचे डोळे साक्ष देणार नाहीत. बोललात तर तुमचं संपूर्ण व्यक्तिमत्त्व बोलेल, 'चूक!'

नाही. वाट बघावी लागेल. जे सहजी घडतं, त्याची प्रतिक्षा करावी लागेल.

मनुष्याला जर ज्ञानाची आकांक्षा आहे, तर त्याला ज्ञानाच्या शास्त्राच्या मागे जावं लागेल. जर अजून ज्ञानावर विश्वास आहे, तर शब्दांत गुंतून रहावंच लागेल. सिद्धांत शोधावे लागतील. पडून झडूनच मुक्ती मिळेल. जर पंडित होऊनच काही मिळेल पण हातात काही रहाणार नाही.

तर मी ह्या जागेला म्हणतो अविद्यापीठ! अॅन्टी युनिव्हर्सिटी! इथे आम्ही काहीही शिकवत नाही. जे शिकून शिकून थकले आहेत आणि जे आता अशिक्षित होऊ इच्छितात, त्यांनाच घेऊन प्रवास करायचा आहे.

रमणला कुणी विचारलं की मी शिकायला आलो आहे तुमच्याशी, मला शिक्षण द्या. रमण म्हणाला, की 'मग तू चुकीच्या जागी आला आहेस. तू दुसरीकडे कुठे तरी जा. कारण इथे आम्ही शिकवत नाही तर विसरायला लावतो. जेव्हा विसरण्याची तयारी होईल, त्यादिवशी ये.

माझं आमंत्रण त्यांनाही आहे, जे विसरायला तयार आहेत.

आज इतकंच.

मी राम-रतन हे धन मिळवलं

प्रवचन दुसरे

सूत्र

मैने राम रतन धन पायो ।
वस्तु अमोलक दी मेरे सतगुरु, करि करिपा अपनायो ।
जनम जनम की पुंजी पायी, जग में समय खोवायो ।
खरचै नहिं कोई चोर न लेवै, दिन दिन बधत सवायो ।
सत की नाव खेवटिया सतगुरु, भव-सागर तरि आयो ।
मीरा के प्रभु गिरधर नागर, हरखि हरखि जस गायो ।

नहिं भावे थांरो देसलड़ो रंगरूड़ो ।
थारां देसां में राणा साध नहीं छै, लोग बसै सब कूड़ो ।
गहना- गांठी राणा हम सब त्यागा, त्यागो कर रौ चूड़ौ ।
काजल-टीकी हम सब त्यागा, त्याग्यो छै बांधव जूड़ो ।
मीरा के प्रभु गिरधर नागर, वर पायो छै पूरो ।
मेरा मन रामहि राम रटै रे ।

राम नाम जप लीजै प्रानी, कोटिक पाप कटै रे ।
जनम जनम के खत जु पुराने, नामहि लेत फटै रे ।
कनक कटोरे इम्रत भरियौ, पीवत कौन नटै रे ।
मीरा कहै प्रभु हरि अविनासी, तन मन ताहि पटै रे ।।

एक प्रसिद्ध डेनिश लोककथा आहे. डेन्मार्कचे प्रथितयश विचारक आणि दार्शनिक सोरेन कीर्कगार्ड ह्यांना अतिशय प्रिय अशी ही लोककथा! कथेचा सारांश असा आहे.

एक महासम्राट, एका साधारण युवतीच्या प्रेमात पडला. सर्वसामान्य स्त्री आणि महासम्राट! अडचण काहीच नव्हती. सम्राटांनी आज्ञा द्यावी. स्त्री प्रसन्न होईल, तिचा परिवार आनंदित होईल. हे तर तिचं सौभाग्य! केवळ आज्ञा मिळण्याचा अवकाश, स्त्री सम्राटांची होऊन जाईल. पण सम्राट विचारात पडला. विचार असा की, 'ही युवती माझी होईल. पण तिच्यात आणि माझ्यात इतका फरक आहे. इतकं अंतर आहे, की ही कधी विसरू शकणार नाही की ती एक सामान्य स्त्री आहे आणि मी एक महासम्राट! हे अंतर मिटणार कसं? मी सांगेन तर ही लग्न करेलही. उपकृत होईल, आनंदित होईल, आयुष्यभर धन्यवाद देत राहील. पण प्रेम निर्माण होईल का? उपकृततेची भावना म्हणजे प्रेम नाही. धन्यवाद म्हणजे तर प्रेम नाही. अंतर इतकं आहे की प्रेम कसं काय होईल? सेतू कसा बांधला जाणार? संबंध प्रस्थापित कसे होणार?

सम्राट खूपच विचारात पडला. काही करायला तर हवं. मार्ग तर काढायला हवा. त्याने जो मार्ग काढला, विचार करण्यासारखा आहे. शेवटी त्याने विचार केला. 'सम्राटपद मी सोडून देतो. मी सम्राट होऊन राहणार नाही. मी सर्वसामान्य माणूस होऊन जाईन. मग काही अंतर रहाणार नाही. मग उपकृततेची भावना रहाणार नाही. प्रेमाची भावना राहील. पण एक जबाबदारी होती आणि ती जबाबदारी मोठी होती. जबाबदारी अशी होती की संपूर्ण देश मला वेडा म्हणेल, क्वचितच कुणी ही गोष्ट समजेल. ते सर्व म्हणतील, 'स्त्री हवी होती, तर फक्त आज्ञेची गरज होती.

एकच काय, हजार स्त्रिया तयार झाल्या असत्या. त्यासाठी राज्यत्याग करायची काय गरज होती? लोकं मूर्ख समजतील. वेडं समजतील. पण ही गोष्टही तशी धोकादायक नव्हती. धोका हा होता की ती स्त्री सुद्धा कदाचित असं समजेल की हा माणूस वेडा आहे. अजूनही धोका होता, जबाबदारी होती की, असं त्या स्त्रीलाही वाटू शकतं की सम्राज्ञी होण्याचं तिचं भाग्य तिला लाभलं नाही; ह्या रागाने ती माझ्याशी लग्न करायला तयार होणार नाही. हे धोकादायक होतं.

तरीही त्याने धैर्य केलं. तो म्हणाला प्रेमासाठी काहीही करायला हवं. धैर्य दाखवायला हवं. हे धैर्य, हा धोका पत्करायला हवा, की राज्य जाऊ शकतं आणि असंही होऊ शकतं की स्त्रीही नाकारेल. हे धोके पत्करायला हवेत. पण प्रेमासाठी मार्ग बनवणं आवश्यक आहे.

प्रेमाच्या वाटेवर काहीही हरवणं, हे फार काही नाहीये. प्रेमाच्या मार्गावरच सर्व हरवू शकतं, कारण प्रेम हेच अपूर्व धन आहे.

आणि ही गोष्ट तर एका महासम्राटाची आणि एका सर्वसाधारण स्त्रीच्या प्रेमाची आहे. जेव्हा कुणी परमात्म्याच्या प्रेमात पडतं तेव्हा गोष्ट अगदी उलट होऊन जाते. हरवण्यासाठी आपल्याजवळ काहीही नसतं, पण मिळवण्यासारखं सर्वकाही असतं. सम्राटाकडे हरवण्यासारखं सर्वच. आणि मिळवण्यासारखं नक्की असं काहीच नव्हतं. परमात्म्याच्या बाबतीत गोष्ट विरुद्ध होती, उलटी होती. आमच्यापाशी हरवण्यासारखं आहे तरी काय? काहीच नाही. आणि जोखीम तर काहीच नाही. सर्व काही मिळेल असं दार उघडं आहे तरीही लोक ह्या यात्रेसाठी तयार नाहीत, निघत नाहीत. कारण जे काही आमच्यापाशी आहे, क्षुद्र असेल, क्षणभंगुर असेल, त्यातच आम्हाला आमचं सर्वस्व दिसतं. तीच आमची पसंती आहे. पद. प्रतिष्ठा आहे, धन आहे, कुटुंब आहे, सुरक्षा आहे, सुविधा आहे. ह्यालाच आम्ही मान्यता दिली आहे, की हेच सर्वस्व आहे. विचार केलेली गोष्ट आहे, मान्यता दिलेली गोष्ट आहे, पण तसं काहीच नाही आहे. एक स्वाद आहे, जो आम्ही बघत आहोत. सत्याशी त्याचा काहीच ताळमेळ नाही.

आणि मृत्यू तर सर्वच हिरावून घेतो. कितीही धरून ठेवा. एक दिवस सर्व सोडून द्यावंच लागतं. सर्व लुटलं जातं. पण तरीही परमात्म्याच्या मार्गावर आपण, जिथे सर्व काही मिळणार आहे आणि सोडून देण्यासारखं खास काहीच नाहीये. धैर्य करत नाही, जाण्याचं साहस करत नाही. आपली दुर्बलता, बौद्धिक दुर्बलता अपूर्व आहे.

मीराने सर्व सोडलं, तेव्हा सर्व मिळवलं. सर्व सोडून देत जाणाऱ्यांनाच सर्व मिळतं. कणभर जरी वाचवून ठेवलं तरी अडचणीचं होईल.

रवींद्रनाथांची एक छोटीशी कविता आहे. एक भिकारी सकाळी आपल्या घरातून

भीक मागण्यासाठी बाहेर पडला. पौर्णिमेचा दिवस होता. काही धर्मोत्सव होता आणि त्याला खूप आशा वाटत होती, 'आज भरपूर मिळेल.' जसं भिकारी करतात, घरातून निघताना झोळीत चार दाणे तांदळाचे घातले. जेव्हा भिकारी भीक मागायला जातो तेव्हा स्वत:च्या थाळीमधे स्वत:च दोन-चार पैसे टाकतो. त्यामुळे भीक घालणाऱ्याला इच्छा होते. त्यामुळे भीक घालणाऱ्याला वाटतं की काही लोकांनी भीक दिली आहे, दया केली आहे, मी तर इतका कठोर नाहीये, की एकदम नकार देऊ. आणि जर थाळी रिकामी असेल तर भीक घालणाऱ्याला वाटतं, कुणीच भीक घातली नाहीये, मी तरी का देऊ? तर सर्व भिकारी एवढं शहाणपण करतातच. हा त्यांच्या धंद्याचा नियम आहे. घरातून निघताना काही ना काही घेऊन चलतात, स्वत:चंच. तर त्याने झोळीत चार दाणे तांदळाचे घातले. झोळी संपूर्ण रिकामी असेल तर कुणी भीक घालायला तयार होत नाहीत. थोडी भरलेली असेल तर तयार होतात. लोक भिकाऱ्याला थोडी ना काही देतात? ते देतात ते स्वत:ची प्रतिष्ठा जपण्यासाठी! स्वत:च्या अहंकारामुळे! जसा भिकारी रस्त्यावर आला. चकित झाला. त्याने बघितलं की सम्राटाचा रथ येतो आहे. सम्राटाच्या दारातूनच परतवून लावत असत. महालाच्या आत शिरण्याची संधी मिळत नाही. सम्राटासमोर झोळी पसरण्याची संधी, भाग्य तर कधी मिळालं नसतं. वाटलं, आज धन्य धन्य! भाग्य उजळलं. आज तर भरून पावेन. आता पुन्हा भीक मागण्याची वेळ येणार नाही, सम्राट स्वयं येतो आहे. दाराशी जायची गरज नाही. जणू तोच माझ्या दाराशी आला आहे.

धूळ उडवत रथ त्याच्यापाशी येऊन थांबला. सम्राट रथातून खाली उतरला. तेव्हा तर भिकारी किंकर्तव्यमूढ झाला. त्याला समजेना काय करावं! विसरूनच गेला झोळी पसरवायला. क्षणभर स्तब्ध झाला. आणि तो काही करणार, तेवढ्यात सम्राटाने झोळी त्याच्यासमोर पसरली आणि सम्राट म्हणाला, 'क्षमा करा. ज्योतिषाने सांगितलं आहे, की आज सकाळी मी माझ्या रथातून निघाल्यावर जो पहिला माणूस दिसेल, भेटेल, त्याच्याकडे भीक मागावी, तर ह्या राज्यावर येणारं संकट टळेल. नाही तर हे राज्य महासंकटात सापडेल. तूच पहिला माणूस आहेस, मला माहीत आहे, तू भिकारी आहेस, तुझी झोळीच सर्व सांगत्ये. तू कायम मागतच आला आहेस. दिलेलं कधीच नाहीस; हेही मला माहीत आहे. देणं हे तुला कठीण जाईल. पण आज तुला हे करावं लागेल. कारण हा प्रश्न संपूर्ण साम्राज्याचा आहे. नकार देऊ नकोस. काहीही दे, जे काही द्यायचं असेल ते दे. एक तांदळाचा दाणा दिलास तरी चालेल.'

भिकाऱ्याने त्याच्या झोळीत हात घातला. त्याने कधी काही दिलं तर नव्हतं! देण्याची तर त्याला सवय नव्हती. देण्याचे संस्कारच झाले नव्हते. मागणं! मागणं! आणि मागणं! जन्मोन् जन्म भिकारी होता. मूठ भरत होता आणि उघडत होता.

बांधत होता आणि उघडत होता. हिम्मत होत नव्हती. सम्राट सांगत होता. वेळ निघून जात्ये. हाच तर मुहूर्त आहे. तू नकार तर देणार नाहीस ना! बघ नकार देऊ नकोस.

तेव्हा त्याने अगदी कष्टपूर्वक तांदळाचा एक दाणा घेतला आणि सम्राटाच्या झोळीत टाकला. सम्राट रथस्वार झाला. स्वर्णरथ धूळ उडवत निघून गेला. भिकारी ह्या उडणाऱ्या धुळीत तसाच उभा राहिला आणि विचार करू लागला. हे पण काय? सम्राटाकडून कधी काही मिळालं नाही. उलट जे होतं, त्यातलंही काढून त्याला द्यावं लागलं.

त्यादिवशी दिवसभरात त्याला भरपूर दान मिळालं. पण तो एक दाणा त्याला सतत टोचत राहिला अगदी दिवसभर!

विचार करा. मनुष्याचं मन असं आहे, 'जे मिळतं, त्याने आमचं समाधान होत नाही. जे मिळत नाही, किंवा जे हरवलं जातं, त्याची चिंता, त्याची काळजी आम्ही करत राहतो. एक पैसा जर कुठे हरवला तर दिवसभर तो पैसा आठवत राहतो. चुटपुट लागून राहते.

जसं तुमचा एखादा दात तुटला तर जीभ सतत त्या तुटलेल्या दाताच्या ठिकाणी जात राहते. असं नेहमीच होतं. दात असताना त्या ठिकाणी जीभ कधी जात नाही. पण तुटला की परत परत तिथे जात राहते. जे दात आहेत, तिथे जात नाही, जो नाही तिथे जात राहते. असं मनुष्याचं मन आहे.

त्याने दिवसभर भीक मागितली, मिळालीही पुष्कळ. इतकी की ह्या अगोदर कधीही मिळाली नव्हती. पण त्याला त्यात स्वाथ्य नव्हतं. त्याला राहून राहून सकाळचा प्रसंग आठवत होता. आपल्या हाताने एक दाणा द्यावा लागला. एकच संधी मिळाली होती मागण्याची, तीही गेली. उलट आपल्यालाच द्यावं लागलं.

उदास, खिन्न होऊन परतला. संध्याकाळ झाली, तशी बायको खूप आनंदली, एवढी त्याची झोळी कधीही भरलेली नव्हती. काठोकाठ भरलेली होती. बायकोला तर खूप आनंद झाला, आल्हादित झाली. म्हणाली, 'धन्यभागी, भाग्यवान आहोत आपण. आज तर खूप मिळालं.' तो म्हणाला, 'सोड, तुला काय माहीत, आज आपलं किती नुकसान झालं.' मग त्याने सर्व कथा सांगितली, 'आणि जवळचा एक दाणाही गेला.'

उदास मनाने त्याने झोळी उपडी केली आणि दोघं आश्चर्यचकित झाले. त्या तांदळांच्या दाण्यात एक दाणा सोन्याचा झाला होता. मग तो छाती आपटत रडू लागला. दिवसभर तर त्या एका दाण्यासाठी रडला होता, आता छाती पिटत रडू लागला की ही तर मोठीच चूक झाली. जर मी सर्व दाणे सम्राटाच्या झोळीत टाकले असते, तर सर्व दाणे सोन्याचे झाले असते.

ही कविता प्रेमपूर्ण आहे आणि अगदी सूचक आहे. जितकं आपण देतो, तितकं सोनं होऊन जातं. जितकं आपण थांबवून धरतो, तितकी माती होऊन जाते. जो जितकं आखडून धरेल, तितकी माती होऊन जाईल. जो जेवढं देईल सुवर्णमय होऊन जाईल. जो सर्वस्व देतो, त्याचं सर्वस्व सुवर्णमय होऊन जातं.

मीराने सर्वस्व दिलं. दिलं तर 'राम रतन धन पायो' काहीही बाकी ठेवलं नाही. काहीच बाकी ठेवलं नाही. तिच्यावर हा ठप्पा कुणीही लावू शकत नाही की तिने काही बाकी तिच्याजवळ ठेवलं. सर्व दिलं.

सर्व दिल्यानेच क्रांती घडते. त्या अगोदर क्रांती घडत नाही. जरासं जरी वाचवून ठेवलंत. तरी तुमचा परमात्म्यावर अविश्वास सिद्ध होतो.

वाचवून ठेवण्याचा अर्थ काय होतो? वाचवून ठेवण्याचा अर्थ होतो, 'काय खात्री, उद्या देईल न देईल. वाचवण्याचा अर्थ आहे, हुषारीने वागणं. माहीत नाही. परमात्मा आहे, नाहीये?

मोहम्मद म्हणत असत, 'तोच सकाळ, संध्याकाळ बघतो. तोच काळजी घेतो. आम्ही का काळजी करू? तर दिवसभरात जे मिळायचं, संध्याकाळी वाटून टाकायचे. रात्री संपूर्ण भिकारी होऊन झोपून जायचे. दुसऱ्या दिवशी सकाळी परत कुणी ना कुणी दाराशी येत असे. जेव्हा मृत्यू जवळ आला, तेव्हा वैद्यांनी सांगितलं की आता नाही वाचू शकत. तर त्यांच्या पत्नीने विचार केला, की आजची रात्र बेभरोशाची आहे. कदाचित औषध-पाणी लागू शकतं. वैद्यास बोलवावं लागेल... !

तर तिने पाच चांदीचे रुपये लपवून ठेवले आणि बाकीचं सर्व वाटून टाकलं. ही काही नेहमी सारखी रात्र नव्हती. आम्ही त्या स्त्रीला क्षमाही करू शकतो. ही कठीण रात्र होती. आणि अर्ध्या रात्री जर औषधाची गरज पडली आणि पैशांची गरज पडली तर कुठून आणणार. हे तर तिलाही माहीत होतं की सकाळ झाली दुसऱ्या दिवसाची की कुणी ना कुणी काही घेऊन येतातच. इतके भक्त आहेत मोहम्मदचे... पण अर्ध्या रात्री कुणाला शोधणार! तर पाच रुपये लपवून ठेवले. पण मोहम्मद अस्वस्थ झाले. सतत कूस बदलत राहिले. शेवटी रात्री उशिराने त्यांनी विचारलं, 'मी आज काही तुला विचारतो. तू तुझ्याजवळ काही बाकी तर ठेवलं नाहीयेस ना? माझा श्वास अडकतोय. माझ्यात आणि परमात्म्यात आज काही अडथळा जाणवतोय. असा अडथळा कधीही नाही आला.'

पत्नी खूप घाबरली. सत्य सांगावंच लागलं. म्हणाली, 'मी पाच रुपये वाचवून ठेवलेत. मला क्षमा करा.'

मोहम्मद म्हणाले, 'तू वेडी आहेस. आयुष्यभर माझ्याजवळ राहून इतकंही समजू शकली नाहीस? आपण रोज वाटून टाकत होतो. कधी काही कमी पडलं? आणि जो भर दुपारी येतो तो भर रात्री का नाही देणार? त्याच्यासाठी काय कठीण

आहे? तू बाहेर जाऊन बघ. तुला समजेल. एक भिकारी दारात उभा आहे.

अर्ध्या रात्री. भिकारी?

ती बाहेर गेली तर दारात एक भिकारी उभा होता. तो म्हणाला, 'मी रस्ता चुकलोय. एका गावी जात होतो. मला वाट सापडत नाहीये. रस्त्यात कुणी मला लुटलंही. मला जर पाच रुपये मिळाले तर मी दुसऱ्या गावापर्यंत पोहोचू शकेन.

मोहम्मद म्हणाले, 'बघितलंस? ते पाच रुपये ह्याला दे. जे तू लपवून ठेवले होतेस.' ते पाच रुपये दिले गेले. मोहम्मदने चादर ओढून घेतली आणि श्वास सोडला. परमात्मा आणि त्याच्यामधे काहीही अडथळा राहिला नाही. तो जरासा अविश्वास त्याच्या पत्नीच्या मनातला अडथळा बनला.

जेव्हा तुम्ही वाचवता. तेव्हा त्याचा अर्थ असा होतो की, 'अविश्वास आहे. तुम्ही म्हणता स्वत:वरच विश्वास ठेवता येतो. परमात्म्यावर कसा काय विश्वास ठेवायचा?

'भक्त'चा अर्थ आहे – त्याचा संपूर्ण विश्वास परमात्म्यावर आहे. त्याची पूर्ण श्रद्धा आहे. त्याच्यात कणमात्रही शंका-कुशंका नाही.

'भक्त'चा अर्थ आहे – त्याची त्याच्या अहंकारावर श्रद्धा नाही, पण परमात्म्याच्या अस्तित्वावर श्रद्धा आहे. ज्यांची परमात्म्यावर श्रद्धा नाही त्यांची त्यांच्या अहंकारावर श्रद्धा आहे.

क्षूद्र अशा अहंकारावर तुमचा किती विश्वास आहे. पाण्याच्या बुडबुड्यांवर तुमचा किती विश्वास आहे आणि ज्यामुळे विराट, हे विश्व चालू आहे, ज्यामुळे हे विश्व निर्माण झालं. आणि ज्यात हे विश्व लीन होऊन जाणार. त्याच्यावर विश्वास ठेवण्यासाठी तुम्ही किती प्रश्न निर्माण करता. आणि ह्या अहंकाराला मानायला तुम्ही एकही प्रश्न विचारत नाही. कुठलेही तर्क मनात निर्माण होत नाहीत. तुम्ही कधी विचारलंही नाही की हा 'मी' हा अहंकार आहे का? कारण ज्यांनी विचारलं, त्यांना उत्तर मिळालं, 'नाही' ज्यांनी शोध घेतला, त्यांना उत्तर मिळालं, नाही. पण परमात्म्याला मानायला तुम्ही हजार प्रश्न उभे करता. का? कारण वस्तुत: तुम्ही परमात्म्याला मानू इच्छित नाही. तुम्ही स्वत:ला मानता फक्त.

जगात दोन तऱ्हेचीच माणसं आहेत. जी स्वत:लाच धरून असतात अशी एक, हीच माणसं दु:खी माणसं आहेत. आणि दुसरी ज्यांनी परमात्म्याच्या चरणी स्वत:ला सोपवलंय. हीच माणसं सुखी माणसं आहेत.

'मैने राम रतन धन पायो ।'

मीरा म्हणते, 'मी राम-रतन संपत्ती, धन मिळवलं. परम संपत्ती मिळवली. जे मिळवल्यानंतर अजून काही मिळवणं उरतच नाही. असा राम-रतन मिळवला.

कसा मिळवला? सर्वस्व हरवलं. तेव्हा मिळाला. आत काहीही उरलं नाही.

शून्य झाली तेव्हा पूर्ण उतरलं. मिटून गेली आणि मग परमात्म्याचं आगमन झालं.

प्रेमाच्या धगीने, अग्नीने जळून जाल, मिटून जाल राख होऊन जाल. तेव्हा त्याचं आगमन होईल. तुमच्या राखेत, तुमच्या आत, त्यांचं रुजणं होतं. तुम्ही स्वत: जोपर्यंत आहात, तोपर्यंत अडथळा आहे. मला लोक विचारतात की, आम्ही काय करू? कोणते अडथळे आहेत, जे आम्ही निवारण करू शकू? की त्यामुळे परमात्मा मिळेल?

मी त्यांना सांगतो, 'तुमच्यापेक्षा वेगळा अजून कुठलाच अडथळा नाही. तुम्ही मधले बाजूला व्हा. तुम्ही तुमच्या आणि परमात्म्याच्या मधे उभे राहू नका. तुम्ही स्वत:ला, निरोप द्या. तुम्ही स्वत:ला कायमचा नमस्कार करा. आणि मग लक्षात येईल, काहीही अडथळा नाही.

'मैने राम-रतन धन पायो ।'

धन तेच आहे, जे कधी हरवणार नाही. ज्याला आम्ही धन म्हणतो तो धन नावाचा धोका आहे. ही एक फक्त मान्यता आहे. धन तर ते आहे जे कधी हरवणार नाही. धन तर ते आहे, ज्याला मृत्यू सुद्धा हिरावून घेणार नाही.

जे ज्ञानी आहेत, त्यांनीही संपत्तीची परिभाषा हीच केली आहे, 'जिला मृत्यू हिरावून घेऊ शकत नाही. ज्याला मृत्यू हिरावून घेतो, वस्तुत: ही आपत्ती आहे. तुम्ही त्याला संपत्ती समजलात आणि मान्यता दिलीत. ही मान्यता तुटेल आणि तुम्ही मोठ्या खिन्नतेत जाल.

'संपत्ती' 'संपदा' हे अशाच तऱ्हेचे शब्द आहेत. जसे सम्यकत्व, समाधी, सम्बोधी हा जो 'सम' प्रत्यय लागला आहे. मोठा मौल्यवान आहे. तोच 'समाधी' मधे आहे. 'सम्बोधी' मधे आहे, तोच 'सम्यकत्व' मधे आहे. तोच 'सम्बुद्धत्व' मधे आहे. 'सम' म्हणजे जो नेहमी एकसारखा आहे. ज्यात कधी तरंग उठत नाहीत. थरथर नाही, जो शाश्वत आहे. ज्याला कुठलीही गोष्ट तरंगित करू शकत नाही. ज्यावर बाहेरचा कुठलाही प्रभाव पडत नाही. वादळं येतात-जातात तरी तुमच्या आत समता राहते.

समता – हाही त्याच प्रवाहातला शब्द आहे. तुमच्या आत समता राहो. दु:ख येऊ दे, सुख येऊ दे, सफलता-विफलता! तुमच्या आत जी जीवन ज्योती आहे, ती कंपित न होवो, वादळ, झंझावात, वावटळ, जोराचे वारे, तुफान, तुमच्या आतली ज्योत तशीच तेवत राहो. अकंपित, समाधी सम्बोधी! आणि अशा अवस्थेचं नाव आहे 'संपदा, संपत्ती!'

संपत्ती तुमच्या आत आहे आणि तुम्ही शोध घेताय बाहेर. म्हणून संकटात सापडला आहात. जे आत आहे, त्याचा शोध बाहेर घेतलात तर दु:खच होणार, कारण हा शोध कधी पूर्ण होणार नाही. काही-बाही मिळत राहील. शोधताय एक

आणि मिळतंय काही दुसरंच. धावताय काही मिळवण्यासाठी आणि ती वस्तू न मिळता, हातात काही दुसरंच येईल. आणि प्रत्येक वेळेस खिन्नता येईल. आणि प्रत्येक वेळी पुन्हा पुन्हा..! पण ही समज येत नाही की बाहेर जन्मोन् जन्म पळत आहात, धन मिळालं नाही, आता थोडा शोध आत घ्या. हे आतलं जग शोध न घेता, तसंच का ठेवायचं?

आणि ज्यांनी आत वाकून बघितलं, ते हसल्याशिवाय राहिले नाहीत, कारण अगदी अजब गोष्ट होती. जे आम्ही शोधत होतो. ते आमच्याच आत तर होतं. आम्ही नाहक त्रासलेले होतो. आम्ही व्यर्थ धावपळ करत होतो.

'राम रतन धन पायो'
वस्तु अमोलक दी मेरे सतगुरू, करि करिपा अपनायो ।
मैने राम रतन धन पायो ।

वस्तू अमूल्य! हे असं काही आहे आत, हे राम रतन, ह्यांचं मूल्य आम्ही फेडायला हवं. हे अनुमान नाहीये, ही कल्पना नाहीये. कारण आमच्याकडे देण्यासारखं आहे काय? केर-कचरा घेऊन बसले आहोत. अमूल्य आहे. ह्याचं मूल्य चुकवता येणार नाही. ह्याचे हिस्से होऊ शकत नाहीत. ह्याचा अंदाज घेता येणार नाही, ह्याला तराजूत मापता येणार नाही. कुठल्याही तऱ्हेची सत्वपरीक्षा घेता येणार नाही. हे परम मूल्य आहे. बाकी सर्व मूल्यं लहान– फिकी पडतात. आता राम-रतनची किंमत किती लावणार! करोड की दहा करोड की अरब की दहा अरब की शंख की महाशंख! कुठलाही, कितीही मोठा आकडा उपयोगी नाही. सर्व आकडे लहान पडतात.

हे राम-रतन अतिशय मौल्यवान आहेत. म्हणून आमची कुठलीच मौल्यं उपयोगी पडत नाहीत. तरीही आम्ही राम-रतन शोधत नाही. आम्ही अति घाबरलेले असतो की राम-रतन या शोधण्यामधे आमच्या जवळ जी संपत्ती आहे, ती संपेल. हरवेल की काय?

क्षूद्र गोष्टीपाशी लोक अडकून राहिले आहेत. अति क्षूद्र गोष्टी आहेत. विचार कराल तर हसू येईल. कुणाचा मोह घराशी निगडीत आहे, कुणाचा दुकानाशी, कुणाचा नवऱ्याशी कुणाचा पत्नीशी, कुणाचा मुलाशी, कुणाचा आईशी. सर्व हिरावून घेतलं जातं. हे घर तुमचं किती काळ टिकणार? ही धर्मशाळा आहे. आज नाही तर उद्या रिकामी करावीच लागणार. तुम्ही नव्हतात तेव्हाही हे घर होतं, तुम्ही नसाल तेव्हाही हे घर असणार आहे. आधी कुणी वेगळे इथले रहिवासी होते, अजून कुणी वेगळे इथले रहिवासी होतील. तुम्ही दोन दिवसांचे पाहुणे आहात. बस रात्री पुरता मुक्काम आहे. पण मोह जखडून ठेवतो. आम्ही दावेदार होतो.

ह्या संसारात, जो मनुष्य दावा करतो की हे माझं आहे, तो मनुष्य अज्ञानी

असतो. ह्या संसारात आमचा कुठलाच दावा खरा नाही. जर दावा करायचाच असेल तर एकच दावा खरा आहे. की 'राम माझा आहे, की राम-रतन माझा आहे.' हा दावा सोडून आम्ही सर्व दावे करतो. का? कारण बाकी सर्व दाव्यांमधे आम्ही वाचतो. हा जो राम-रतनचा दावा आहे. त्यात आम्ही हरवतो.

माझं स्वत:चं निरिक्षण असं आहे की जर अहंकार वाचवता येतोय तर लोकं दु:खी राहायलाही तयार आहेत. पण अहंकार सोडून देऊन जर सुख मिळत असेल तर ते तयार नाहीत. काही दिवसांपूर्वी एका मित्राने येऊन सांगितलं की खूप आनंद मिळतो, जेव्हा मी इथे येतो. नाचतो, तर असं वाटतं जन्मजन्माची नाचण्याची राहिलेली इच्छा तृप्त होत्ये. पण घरी गेल्यावर नाचू शकत नाही. घरी तर मी कुणाला पत्ताही लागू देत नाही की पुण्याला गेल्यावर मी नाचतो. कारण गावात जर समजलं की मी नाचतो, तर लोक मला वेड्यात काढतील. समजतील, मी वेडा आहे.

तर मी त्याला विचारलं की लोकांना हे समजलं की, 'तुम्ही वेडे नाही आहात, हे जास्त मौल्यवान आहे की ध्यानातल्या नृत्यात जो आनंद मिळतो, तो जास्त मौल्यवान आहे?

ते म्हणाले, 'ह्यात विचारण्यासारखं काय आहे! मौल्यवान तर तेच आहे, जे ध्यानातल्या नृत्यामधून मिळतं.' तर मग मी म्हणालो, 'मौल्यवान सोडून द्यायचं आणि मौल्यहीन धरून ठेवायचं. ह्यात कुठली बुद्धिमत्ता आहे? आणि लोकं वेडं समजतात ह्यात हरकत काय आहे? अहंकाराला हरकत आहे. ते म्हणाले की, 'ही तर मोठी कठीण गोष्ट आहे. मी सरकारी अधिकारी आहे. प्रतिष्ठा आहे. लोक माझा सन्मान करतात. सर्व प्रतिष्ठा धुळीला मिळेल. तुम्ही पण असं कसं म्हणता?''

'प्रतिष्ठा' म्हणजे काय? एक अहंकार आहे. गावातली लोकं मानतात की मोठे बुद्धिमान आहोत, हीच लोकं मानतील की हा माणूस कामातून गेला. ह्या माणसाची बुद्धी भ्रष्ट झाली. हा आता निर्बुद्ध झाला.

अहंकार घालवून बसाल ना? दुसरे काय म्हणतील? हाच तर आमचा अहंकार आहे. तुम्ही नेहमी स्वत:ला ओळखूनही लोकांच्या बोलण्याला धरून राहता. मी म्हटलं, 'तुम्हाला नसेल मिळत आनंद ध्यानात, नसेल मिळत आनंद नृत्यात, तर गोष्ट वेगळी होती. तुम्ही म्हणता की आनंद मिळतो आणि पळून जातो. दोन तीन महिन्यांनंतर यावंच लागतं. नाही आलो तर कमी वाटते काही. पाच-दहा दिवस राहून बुडून घेतो. तीन चार महिने मग ताजंतवानं वाटतं. पण गावात मी पत्ताही लागू देत नाही. 'खरं तर असं आहे' त्यांनी सांगितलं, 'तुमच्या पासून काय लपवायचं, मी आजतागायत कुणालाही सांगितलेलं नाही की मी पुण्याला जातो.'

पुण्याची इतकी बदनामी!

'लपून-छपून येतो, लपून-छपून जातो. पुण्यातही सरकारी ऑफिसर आहेत. ते मला ओळखतात, त्यांनाही मी सांगत नाही की मी इथे आलोय,'

अशी क्षुद्र कारणं असतात. क्षुद्रामुळे विशालता हरवत जाते. मीराने राम-रतन मिळवलं. कारण तिने मोठी हिम्मत दाखवली. राज घराण्यातली होती. स्त्री होती. प्रतिष्ठित होती. नाचू लागली गावोगाव. सर्व लोकलज्जा हरवली, मानमर्यादा! मस्त, मग्न झाली. आणि जेव्हा मग्न झाली तेव्हा जराही संकोच केला नाही. मग क्षुद्रांमधे राहिली नाही. विराट. विशालतेशी गाठ बांधली, बांधली ती पूर्ण बांधली, घट्ट! अशी मिटून गेली की काही वाचलंच नाही, उरलंच नाही. तेव्हा राम-रतन मिळाले.

तुम्हालाही मिळू शकतं. मिटून जाण्याची तयारी दाखवावी लागेल. एवढी किंमत तर मोजावी लागणारच. तुम्हाला गोष्ट समजली ना? सम्राटाला एका साधारण स्त्रीवर प्रेम करावं लागलं, तर सामान्य व्हावं लागलं. सर्व राज्य सोडून द्यावं लागलं. आणि तुम्ही परमात्म्यावर प्रेम करायला निघाला आहात. तरीही काहीही सोडायची इच्छा नाही. सम्राटाने एका साधारण स्त्रीवर प्रेम केलं तर त्यालाही साधारण व्हावं लागलं. कारण प्रेम तेव्हाच शक्य असतं. तुम्ही जर परमात्म्यावर प्रेम करायला निघाला आहात, तर परमात्म्यासारखं व्हावं लागेल, तरच प्रेम शक्य आहे.

परमात्म्यासारखं व्हायचं, याचा असा अर्थ आहे की, ना काही चिंता, ना कशाची तमा, ना काल घडून गेलेला दिवस, ना येणारा काळ, ना गेलेला काळ! परमात्मा तर आता आणि इथे आहे. ना त्याचा काही भूतकाळ आहे, ना त्याचा काही भविष्यकाळ आहे. परमात्मा शांत, चैतन्यमयी, आनंदाची एक अवस्था आहे... सच्चिदानंद आहे. तुम्हालाही ह्या क्षणी सर्व विसरून जावं लागेल. आणि एकदा का तुमच्या हातात सर्व विसरून जाण्याचं सूत्र आलं, तर तुमच्या हातात चावी आली. तुम्ही जेव्हा हवं, तेव्हा दार उघडू शकता. तुम्ही हवं तेव्हा, मन होईल तेव्हा, जिथे इच्छा होईल तिथे त्याच्या मंदिरात प्रविष्ट होऊ शकता.

हा राम-रतन तुमचाच आहे. तुम्ही जोपर्यंत क्षुद्र गोष्टींमधे अडकलेले आहात, रहा अडकलेले. तुम्ही ज्या दिवशी निश्चय कराल, त्या दिवशी तुम्हाला कुणीही थांबवू शकत नाही. तुमच्या व्यतिरिक्त तुम्हाला कुणीही अडवलेलं नाही. आणि तुमच्या व्यतिरिक्त तुम्हाला कुणी अडवू शकतही नाही. जर काही अडथळा असेल, तर तो तुमचाच आहे.

पण लोकं नेहमी असंच समजतात की काय करणार, दुसरी माणसं अडवतात, ही गोष्ट खोटी आहे. मीराला थांबवू शकले नाहीत, तर तुम्हाला काय थांबवणार? कुणालाही थांबवू शकले नाहीत, तर तुम्हाला काय थांबवणार? पण ही तर कारणं आहेत, तुम्ही कारणं शोधता आणि अशी कारणं शोधता की ती फार सुंदर वाटतात.

पण अशामुळे 'वस्तु अनमोल' कधी ही मिळवू शकणार नाही.

'वस्तु अमोलक दी मेरे सतगुरु ।'

भक्ती मार्गावर सत्‌गुरू आणि परमात्मा ह्यांच्यात काही फरक नाही. सत्‌गुरू आणि परमात्मा ह्यांच्यात काहीही फरक नाही. सत्‌गुरू त्या प्रेमाचं, परमात्म्याचं प्रतीक आहे, जसा सूर्याचा एक किरण तुमच्या काळोख्या घरात येतो, सूर्याला पूर्ण यावं वाटत असेल, तरीही तो येऊ शकत नाही. आणि अचानक आला जरी तरी कठीण होऊन जाईल. तुम्ही सहन करू शकणार नाही. तुम्हाला अंधत्व येईल. सूर्य तुम्हाला जाळून खाक करून टाकेल. सूर्याला सहन नाही करू शकणार तुम्ही. सूर्याकडे टक लावून बघणंही कठीण. अंधत्व येईल. आणि सूर्य पुष्कळ अंतरावर आहे, दूर आहे. सूर्याला जमिनीपर्यंत पोहोचायला आठ मिनिटं लागतात. आठ मिनिटांचा काळ आपल्याला लहान वाटतो, पण किरणांसाठी तो लहान कालावधी नाहीये, कारण किरणांची गती तीव्र आहे. एक लाख शहाऐंशी हजार दर सेकंदाला एवढी गती! तर आठ मिनिटांमधे किरण खूप मोठा प्रवास करून येतात. दर सेकंदाला एक लाख शहाऐंशी हजार मैल! तर ह्याला साठाने गुणा आणि मग आठाने गुणा, खूप मोठी संख्या येते, एवढे मैल सूर्य दूर आहे. तरीही सूर्याकडे डोळे उघडून बघितलं तर डोळ्यांची आग होते. घाबरायला होतं, अंधेरी येते.

तुमच्या घरात सूर्य आला तर तुम्ही वाचणार कसे? जळून राख व्हाल. किरण येतात, पण ते पुरेसे आहेत. किरणाला पकडलंत, किरणाला आत्मसात केलंत, तर तुमची क्षमता वाढेल. मग त्या किरणाच्या आधारे कधी तरी सूर्यापर्यंत पोहोचाल. सत्‌गुरू म्हणजे किरण. ते परमात्म्याची खबर आणतात. परमात्मा तर गप्प आहे. सत्‌गुरू बोलतात. ते परमात्म्याच्या बाजूने बोलतात. ते परमात्म्याचे प्रतिनिधी आहेत. म्हणून मुसलमानांनी योग्य शब्द निवडलाय 'पैगंबर! ह्याचा अर्थ 'पैगाम लानेवाला' निरोप आणणारा. संदेशवाहक हा 'अवतार' ह्या शब्दापेक्षाही गोड शब्द आहे. हा 'तीर्थंकर' पेक्षाही गोड शब्द आहे. संदेशवाहक- निरोप. खबर. बातमी आणणारा!

सत्‌गुरू मिळवला पाहिजे. तिथून यात्रेला प्रारंभ होतो. सत्‌गुरूला पचवता पचवता एक दिवस तुम्हाला मिळेल, 'केव्हा गुरू ब्रह्म झाला, कळणार नाही. गुरुब्रह्मा! केव्हा होतो गुरू ब्रह्मा, समजतच नाही भक्ताला. एक दिवस अचानक समजतं की ज्याला मनुष्य म्हणून बघत होतो, त्याच्यात परमात्मा अवतरला. ज्याच्या हातात मनुष्य म्हणून हात दिला होता, तो आता मनुष्य राहिला नाहीये. प्रेम हळुवारपणे प्रवेश करतं आणि अति मानवी रूप बघायला सुरुवात करतं.

'वस्तु अमोलक दी मेरे सतगुरु, करि करिपा अपनायों ।'

आणि मीरा म्हणते की माझी पात्रता तर काहीच नव्हती, तरीही तू माझा

स्वीकार केलास. माझ्यासारख्या अपात्र असणारीला तुझं बनवलंस!

भक्ताची अशी भावना सतत राहते की 'मी अपात्र आहे'. ही भक्ताची अनिवार्यता आहे. ज्ञानी व्यक्तीला कधी कधी भ्रम होतो की, 'मी पात्र आहे', तपस्वीला भ्रम होतो की, 'मी पात्र आहे. मी एवढं केलं, मी तेवढं केलं. 'तो हिशोब ठेवतो, खाते वही ठेवतो. दावा करतो. जर कधी संधी मिळाली तर न्यायालयात दावाही ठोकेल, पण भक्ताला मात्र सतत ही जाणीव असते की तो अपात्र आहे. इतकं भक्ताला मिळतं, मिळत जातं, तितकं तितकं त्याला वाटत राहतं, तो अपात्र आहे, पण तुम्हाला जितकं जाणवत राहतं, की 'मी अपात्र आहे' तितके तुम्ही पात्र होत जाता. कारण अपात्र होण्याचा अर्थ 'अहंकार नष्ट होत चालला आहे. अहंकार नष्ट झाला. पात्रतेचा दावा म्हणजे अहंकाराचा दावा आहे.

तुझको मालुम भी है कितने जनम बीत गये,
वादाये तलाखिये अय्याम को पीते पीते
तिश्नगी फिर भी तेरी कम नहीं होने पायी
आज पीने का सलीका मैं सिखाता हूं तुझे ।
मैं तो मैं पूर्दे तहे जाम खुशी से पी जा,
डाल दे फिर मेरी आंखो में तू अपनी आंखे,
इनमें पा जायेगा तू राजे शिकस्ते शीशा,
प्यास बुझ जायेगी सब तेरी हमेशा के लिये,
जुग के जुग बीत गये, तुझको नहीं इसकी खबर,
आम दो रफ्त का है सिलसिला कब से जारी
आज चलने का तरीका मैं बताता हूं तुझे
दे मेरे हाथ में हाथ और इसी राह पर चल,
भूल जा रंजो सफर, छोड दे सब फिक्र मयाल
खौफे गुमगश्तगी-ओ-दरिये मंजिल का खयाल
इश्क का पहला कदम ही है नबीदे मंजिल ।

गुरू काय करतो? एक संदेश! तुमच्या आत जागवतो एक गीत, एक काव्य, एक तरंग, एक संगीत. तुमच्या ह्रदयातील वीणा छेडतो. जिथे कधी उमटले नव्हते, तिथे स्वर उमटू लागतात. जिथे आता तुम्ही कधीही गोळा नव्हतात. तिथे तुम्ही जाऊन पोहोचता. तुमची तुम्हाला ओळख करून देतो. तुमच्या कल्पनेशी तुमची गाठ घालून देतो. तुमच्या आत जे एक बी पडलेलं आहे, तुम्हाला आठवण करून देतो की ह्याचा वृक्ष होऊ शकतो. त्यावर फुलं फुलू शकतात. तुमच्या मनात ज्या केवळ कल्पना आहेत. त्यांना वास्तवात आणण्यासाठी मदत करतो. मार्ग दाखवतो.

तुझको मालूम भी है कितने जनम बीत गये

जेव्हा तुम्हाला गुरू मिळतो, तेव्हा तो तुम्हाला खडबडून जागं करतो, विचारतो.

तुझको मालूम भी है कितने जनम बीत गये!
वादाये तलाखिये अय्याम को पीते-पीते!

ह्या क्षुद्र गोष्टींमधे तुम्ही अडकून राहिलात, गटाराचं पाणी पिता पिता, ह्या व्यर्थ आणि क्षणभंगुर जीवनात भटकता भटकता, किती जन्म घालवता. काही माहीत आहे का किती जन्म असेच गेलेत. किती मोठा प्रवास झालाय. तुम्ही किती वेळा आलात. किती वेळा गेलात. तसंच, ह्याही वेळी जायचं आहे.

गुरू हिसडे देतो. तो म्हणतो, 'आता तरी सावध व्हा. आता तरी जागे व्हा. खूप काळापासून तसेच चुकलेले आहात.

तुझको मालूम भी है कितने जनम बीत गये ।
वादाये तलाखिये अय्याम को पीते-पीते ।

ही क्षुद्र अशी दारूच पीत रहाणार आहात का? ह्या घाणेरड्या दारुच्या वस्तीतून भटकत राहणार आहात का?

तिश्नगी फिर भी तेरी कम नहीं होने पायी ।

आणि असं होऊनही तुमची तहान काही कमी होऊ शकली नाही. आंधळे आहात! मोठा चमत्कार आहे, मोठं आश्चर्य आहे. पळत पळत जाता, पळत पळत जातच राहता, किती घाट, किती विहिरींचं पाणी प्यायलात! आणि....

तिश्नगी फिर भी तेरी कम नहीं होने पायी ।

आज पिण्याची रीत मी तुम्हाला शिकवतो.

कुणा गुरूला मान्यता द्या. गुरूचा अर्थ आहे. 'जो तुमच्यासारखा आहे. तरीही जो तुमच्यासारखा नाहीये. जो ठीक, थेट तुमच्यासारखा आहे, तरीही तुमच्यासारखा नाहीये. ज्याच्यात तुमच्यापेक्षा थोडं काही जास्त आहे, तुमच्या पुढलं काही आहे. ज्याचं एक पाऊल जमिनीवर आहे, तर दुसरं आकाशात आहे. जो बाहेरून तुमच्यासारखा आहे, पण आतून तुमच्यापेक्षा अतिशय वेगळा आहे, बाहेरून तुमच्यासारखा आहे आणि आतून असा आहे, जसे तुम्ही कधी होऊ शकता. त्याने तुमच्या कल्पनेला आपल्या आत सत्यात आणलं आहे.

तिश्नगी फिर भी तेरी कम नहीं होने पायी ।

जरा तहान, तृष्णा तर बघा! जरा तुमच्या कंठातल्या आगीला, जळजळीला तर बघा! किती घाट, किती विहिरी, किती वासना, किती तृष्णा आणि तहान जराही भागलेली नाही. तहान जशीच्या तशीच! खरं तर असं आहे की तहान वाढतच चालली आहे. जितकं पिताय तेवढी वाढत चालली आहे. जे तुम्ही प्राशन करत आहात, ते पाणी आहे का? हे पाणी असू शकत नाही. हे तर असं आहे की आगीत

तूप घालत जाताय, विचार करत असाल, आग विझेल, विझवतो आहे आणि आग भगभगत रहात्ये.

तिश्नगी फिर भी तेरी कम नहीं होने पायी
आज पीने का सलीका मै सिखाता हूं तुझे ।

तर सत्‌गुरू सांगतो, 'आज मी तुला पाणी पिण्याची पद्धत सांगतो, तुझी तहान कशी भागेल!'

जीझस एका गावात थांबले. एका विहिरीकाठी थांबले आणि एक स्त्री जी पाणी भरत होती, तिला म्हणाले, मला पाणी दे. मी थकलो भागलेलो आहे. त्या स्त्रीने बघितलं. त्यांचे वस्त्र बघितले, ती म्हणाली, 'क्षमा करा. मी अति नीच कुळातली आहे. मी स्पर्श केलेलं पाणी गावातलं कुणीही पीत नाही. तुम्ही अनोळखी आहात. चांगल्या, उच्च कुळातले दिसता. तुम्हाला कदाचित माहीत नाही. म्हणून मी सांगते. विनंती करते. माझ्या हातचं पाणी कुणीही पीत नाही.'

जीझस म्हणाले, 'तू काळजी करू नकोस. तू मला पाणी पाज तुझं. म्हणजे मी तुला माझं पाणी पाजू शकेन.'

ती स्त्री काही समजली नाही. ती म्हणाली, 'तुम्ही पुन्हा पाण्याची गोष्ट करता आहात?' जिझस म्हणाले, 'ऐक, पाणी माझ्याजवळ आहे. जर तू प्यायलीस तर तुझी तहान कायमसाठी भागेल. तुझ्या जवळ जे पाणी आहे, त्याने देहाची तहान भागेल आणि माझ्याजवळ जे पाणी आहे त्याने आत्म्याची तहान भागेल. हा व्यवहार महाग नाहीये. करून टाक.' आणि असं म्हणतात, 'जिझसच्या डोळ्यांत डोकावून. ती स्त्री धुंद झाली. ती स्त्री इतकी धुंद झाली, ती जिझसला म्हणाली, 'तुम्ही थांबा. निघून जाऊ नका. मी जरा गावातल्या लोकांना सांगून येते, जरा त्यांनाही पिऊ देत,' तिने गावातल्या लोकांना जाऊन सांगितलं, म्हणाली, 'एक माणूस विहिरीपाशी आला आहे. असा माणूस मी आयुष्यात कधी बघितला नाही. मी खूप वचनं ऐकली आहेत, पण असं वचन कधी कुणी बोललं नाही. त्याने एका क्षणात मला झलक दिली. त्याच्या डोळ्यांत डोकावल्यानंतर मला त्याचा पूर्ण विश्वास झाला.'

सत्‌गुरूचा अर्थ असतो. कुणाच्या डोळ्यांत डोकावल्यानंतर तुम्हाला त्याची खात्री, विश्वास वाटेल. कुणाच्या डोळ्यांत डोकवा आणि आपलं घर मिळाल्याचा आनंद अनुभवा. कुणाच्या डोळ्यांत डोकवा आणि तुमच्या भोवती कुणी म्हणत राहील, 'हां. बस. मुक्कामापाशी पोहोचलात, आता इथे सर्व सोडून द्या.'

तिश्नगी फिर भी तेरी कम नहीं होने पायी,
आज पिने का सलीका मैं सिखाता हूं तुझे,
मै तो मै पुर्दे तहे जाम खुशी से पी जा,
डाल दे फिर मेरी आखों मे तू अपनी आंखे,

इनमें पा जायेगा तू राजे शिकस्ते शीशा,
प्यास बुझ जायेगी अब तेरी हमेशा के लिए,
जुग के जुग बीत गये तुझको नही इसकी खबर,
आम दो रफ्त का है सिलसिला तब से जारी,
आज चलने दे का तरीका मै बताता हूं तुझे,
दे मेरे हाथ में हाथ और इसी राह पर चल ।

तुम्ही चालत आहात, तुमच्या तऱ्हेने खूप चाललात. पण तुमची सर्व चाल बाहेरच्या बाजूला जाते. तुमचं हरएक पाऊल बाहेरच्या दिशेने पडतं. तुम्ही आतल्या दिशेने चालणं विसरून गेला आहात. विस्मृतीत गेलं आहे. तुम्ही सुद्धा हरवून बसला आहात. तुम्ही ऐकून घेता जेव्हा कुणी सांगतं, 'आत जा' पण तुम्हाला ह्याचा अर्थ समजत नाही. तुम्ही ऐकून घेता, 'आत जा' पण कसं जा, कुठे जा, हे 'आत' आहे कुठे! डोळे बंद करूनही बसता, तरीही स्वतःला बाहेरच सापडता. कानही बंद करून घेता तरीही स्वतःला बाहेरच सापडता. जंगलात गुहेत जाऊन बसता, तरी स्वतःला बाजारात भेटता. कारण मन तर तेच आहे. ते तिथेच पळत राहतं, जिथे कायम पळत राहिलं आहे. डोळे बंद केले तरी तेच मित्र, तेच प्रिय, तेच शत्रू. त्यांची तसबीर, तेच विचार, तेच निश्चय, त्याच अपेक्षा, त्याच वासना, त्याच आकांक्षा, सर्व उभं राहतं.

आज चलने का तरीका मै बताता हूं तुझे,
दे मेरे हाथ में हाथ और इसी राह पर चल ।

हा हात माझ्या हातात देणं गरजेचं आहे. हे डोळ्यांत, नजरेत नजर मिळवणं जरुरी आहे. गुरूशी मैत्री हा खतरनाक सौदा आहे, जबाबदारी आहे. कारण तो तुम्हाला अनोळखी मार्गावर घेऊन जाईल, ज्यावर तुम्ही कधी गेला नाहीत, जबाबदारी तर आहे.

म्हणून मी काल श्रद्धेच्या परिभाषेत तुम्हाला सांगितलं, ज्याच्यात वेडं व्हायचं धैर्य आहे. जो म्हणतो समजूतदारपणात खूप दिवस घालवले. आता थोडा समजूतदारपणा सोडून बघायचं आहे. समजूतदारपणे खूप काळ प्रवास केला, आता समजूतदारपणातून मुक्त होऊन प्रवास करायचा आहे. ह्या डोळ्यांवर खूप विश्वास केला आता आणि कुणाच्या डोळ्यांनी बघू. बुद्धीचं खूप काळ ऐकलं, आता जरा हृदयाचं ऐकायचं आहे.

आणि बुद्धी म्हणते, 'हृदय आंधळं आहे.' बुद्धी म्हणते, 'प्रेम आंधळं आहे.' बुद्धी म्हणते, 'श्रद्धा आंधळी आहे.' बुद्धी म्हणते, ह्यात गुंतू नका. तुम्हाला खड्ड्यात घालेल.

आणि गंमत अशी आहे की बुद्धी तुम्हाला सदासर्वदा खड्ड्यातच घेऊन गेल्ये. तुमच्या संपूर्ण जीवनाचा हाच अनुभव आहे, नेहमीच खड्ड्यात घेऊन गेली आहे.

तरीही बुद्धीचं जाळं अद्भूत आहे. तर्क मोठा हुषार आहे. प्रत्येक वेळेला खड्ड्यात पडूनही तो म्हणतो, 'ह्या खेपेला विसरलो असेन, पुढल्या खेपेला सर्व ठीक होईल. ते पुढे बघतात, पुन्हा वाळवंट. परत 'मृग-मरीचिका' अशी बुद्धी तुम्हाला चालवत नेते.

बुद्धीमुळे जो थकलाय, तोच सत्गुरूचा हात पकडू शकतो. जो स्वत:ला थकलाय, कंटाळला आहे, तोच सत्गुरूचा हात धरू शकतो. जो अजून स्वत:पासून थकलेला नाही तो सत्गुरूचा हात कसा काय धरणार? त्याला तर विश्वास आहे, 'मी करेन, मी स्वत: करेन.'

काही लोक येतात, ते मला विचारतात की आम्ही स्वत: मिळवू शकत नाही का? मी सांगतो, हे विचारायलाही तुम्ही माझ्याजवळ आला आहात, एवढंही तुम्ही स्वत: विचार करू शकला नाहीत. आणि मग काय तुम्ही स्वत: विचार करणार? स्वत: मिळवू शकत असाल तर आनंदाने मिळवा.' पण ह्यात जे 'स्वत:' आहे, हा अहंकार हीच तर खरी अडचण आहे. मनुष्य झुकू इच्छित नाही. गुरूचा हात धरायचा तर थोडं वाकावं लागणार. गुरूच्या डोळ्यांत डोकवायचं तर वाकावं लागणार. न वाकता तर काही होऊ शकत नाही.

आज चलने का तरीका मै बतात हूं तुझे,
दे मेरे हाथ में हाथ और इसी राह पर चल,
भूल जा रंजो सफर, छोड दे सब फिक्र मयाल ।

एकदा का गुरूचा हात मिळाला की तुम्ही प्रवासाची, यात्रेची सर्व काळजी विसरून जा, की काय होईल, काय होणार नाही.

भूल जा रंजो सफर, छोड दे सब फिक्रे मयाल ।

आणि परिणामाची चिंताही सोडता येईल. 'खौफे गुमगश्तगी' आणि वाट चुकणार तर नाही, हा विचारही सोडून देता येईल.

एकदा कुठल्या सत्गुरूचं प्रेम वाटू लागलं की मुक्कामाच्या ठिकाणाची पर्वा कोण करतं? कोण काळजी करतं उद्याची? आज इतकं तृप्त, आनंदपूर्ण आहे, हा क्षण इतका भरलेला, कोण चिंता करणार उद्याची?

इश्क का पहला कदम ही है नबीदे मंजिल ।

आणि प्रेमाचं पहिलं पाऊल हे मुक्कामाचा शुभ संदेश देणारं आहे. मीराने ते प्रेमाचं पाऊल उचललं.

'मैने राम रतन धन पायो ।
वस्तु अमोलक दी मेरे सत्गुरू, करि करिपा अपनायो ।'

आणि लक्षात ठेवा, गुरूने तुम्हाला स्वीकारणं हे कुठल्या गुणवत्तेवर अवलंबून नाहीये. की तुम्ही खूप बुद्धिमान आहात, की खूप सुशिक्षित आहात, की खूप सुसंस्कृत आहात. ह्या सगळ्याचा काहीच संबंध नाही. एकच आहे तिथे- पात्रता.

अगदी उलट गोष्ट तुम्ही केलीत की, 'तुम्हाला तुमच्या अपात्रतेची जाणीव आहे. बास! मग कृपेचा वर्षाव होईल. आणि जसं तुम्हाला समजतं की तुम्ही अपात्र आहात, 'मी केलं. म्हणून काहीही होत नाही, मी करून काही झालेलं नाही.' मग गोष्टी व्हायला सुरुवात होते.

नूर का अपने खुद अमीन है तू
जानता हूं बहुत हसीन है तू
है ये लेकिन कसूर क्या मेरा
जो नहीं मुझको ताबे नजारा ।

भक्त म्हणतो, 'मला तुझं सौंदर्य माहीत आहे. परमात्मा परम प्रिय आहे, परम सुंदर आहे, हे मला माहीत आहे.

नूर का अपने खुद अमीन है तू ।

बस. तुझ्या सुंदरतेची उपमा, तूच आहेस.

जानता हूं बहुत हसीन है तू
है ये लेकिन कसूर क्या मेरा ।

पण मी काय करू? जर माझ्याजवळ तुला बघण्याची नजर नाहीये, तर ही काय माझी चूक आहे? ज्ञानी दावा करतो की, 'माझ्याजवळ तुला बघण्याची नजर आहे, तू लपला आहेस कुठे? मी सर्व काही केलं. जर तू आहेस तर प्रकट का नाही होत! भक्त म्हणतो की मला माहीत आहे तुझ्या सौंदर्याबाबत. मला हेही माहीत आहे की तू सर्वत्र आहेस. जर काही कमतरता आहे. तर एवढीच. माझ्या जवळ तशी नजर नाहीये.

जो नही है मुझको ताबे नजारा ।

माझ्यात तुला बघण्याएवढी क्षमता नाहीये. ह्यात माझी चूक ती काय? मी असाच आहे. अपात्र! आता तूच काही कृपा कर, तरच काही होऊ शकेल.

शौके दीदार तेजतर तर दे
शोला सामां मेरी नजर कर दे ।

भक्त म्हणतो, 'आता तुला विनंती करतो, प्रार्थना करतो 'शौक दीदार तेजतर कर दे,' माझ्या दृष्टीला तेज कर, तीक्ष्ण कर. माझ्या, तुला बघण्याच्या मनोकामनेला तीक्ष्ण कर. तूच कर. मी करून काही होत नाही. माझे हात फार लहान आहेत.

शोला सामां मेरी नजर कर दे
फिर तू आ बेनकाब हो कर आ ।

प्रथम तू माझे डोळे सुधरव म्हणजे मी तुला बघू शकेन. प्रथम माझे डोळे समृद्ध कर की मी तुझं दर्शन सहन करू शकेन.

फिर तू आ बेनकाब हो कर आ

नूरे सद आफताब होकर आ,
जोशे हुस्नो शबाब होकर आ,
शोरिशो इजतराब होकर आ ।

मग तू नजरेला जाळणारा असा होऊन जरी आलास, तरी चालेल, पण आधी नजर तर दे! मग तू सूर्य होऊन आलास, तर ये, पण प्रथम नजरेला तेवढी क्षमता दे. मग तू उघडा, नग्न होऊन यायचं, तर ये, पण प्रथम नजरेला बघण्याची क्षमता दे.

है ये लेकिन कसूर क्या मेरा
जो नहीं मुझको ताबे नजारा,
मेरी रग-रग में मस्तियां बन कर,
मेरे दिल में शराब होकर आ
एक नजर से खराब हो जाऊं
तू खुद ऐसे खराब होकर आ
मुझमें अपना जवाब पैदा कर
फिर तू मेरा जबाब होकर आ ।

पण भक्त सांगतो, 'तूच काही कर.' हा फरक समजून घ्या. ज्ञानी काही करतो. भक्त म्हणतो, 'मी करून काय होणार? तू कर. आणि गंमत अशी आहे की ज्ञानी कर करून कदाचित मिळवतो आणि भक्त काहीही न करता मिळवतो.

'मैने राम रतन धन पायो
वस्तु अमोलक दी मेरे सतगुरू, करि करिपा अपनायो ।
जनम-जनम की पूंजी पाई, जग में समय खोवायो ।'

तेव्हा समजतं, ती अमौलिक, अमूल्य संपत्ती मिळाल्यावर समजतं, की मी तुम्हाला जे काही सांगतोय, त्याचा अर्थ काय आहे? जे मी तुम्हाला सांगतोय की तुम्ही जन्मोन्‌जन्म तुमचा काळ व्यर्थ घालवलात. आत्ता तुम्हाला कळणार नाही. कसं कळणार? मी तुमची असमर्थता समजू शकतो. मलाही कळलं नव्हतं. मीरालाही जोपर्यंत अमूल्य ठेवा मिळाला नव्हता, तोपर्यंत तिलाही समजत नव्हतं. तुलना होतच नाही. ज्यांनी दगड- धोंडे बघितले आहेत, ते त्यातच निवडत राहतात. सुंदर दगड-धोंडे शोधतात. ज्यांना हीरा म्हणजे काय हेच माहीत नाही, त्यांना कसं समजणार की मी आयुष्यभर दगड-धोंडे वेचत होतो.

मी असं ऐकलंय, एक जवाहीर मेला. त्याच्या मरणाने त्याची पत्नी दुःखी झाली. तिने तिच्या मुलाला सांगितलं की आता आपल्याजवळ एकच संपत्ती आहे. तुझ्या वडिलांनी मला काही हिरे-दागदागिने दिले होते, जे मी तिजोरीत सांभाळून ठेवले आहेत. ते विकून टाक. म्हणजे आपल्याकडे काही धन होईल. तू मोठा

होईपर्यंत आपल्याला हे धन कामास येईल. आणि जे विकायचं आहे, ते तुझ्या वडिलांच्या मित्राकडे, जे स्वत: जवाहीर आहेत. त्यांच्याकडे घेऊन जा. हे घे गाठोडं!

तो मुलगा गेला. त्याने आपल्या वडिलांच्या मित्रासमोर ते गाठोडं ठेवलं. वडिलांचा मित्र म्हणाला, 'हे गाठोडं बंद कर आणि घरी जा घेऊन. उद्या मी तुझ्या घरी येतो.'

तो दुसऱ्या दिवशी आला. त्याने आपल्या मित्राच्या बायकोला सांगितलं, जी आता विधवा होती, म्हणाला, 'सध्या हिऱ्यांचा बाजार ठीक नाहीये. आता विकणं योग्य होणार नाही. काही काळाने विकू. पण तू एक काम कर. तुझ्या मुलाला माझ्या दुकानात पाठवायला सुरुवात कर. म्हणजे तो हे काम शिकेल. कारण संपत्ती किती काळ पुरणार! शेवटी कला कामास येते. आणि जोपर्यंत हे वाचवू शकतेस. तितकं चांगलं. तोपर्यंत तुझ्या खर्चाची तजवीज मी करतो. पण ह्याला दुकानात येऊ दे. काम शिकू देत.

तर मुलगा दुसऱ्या दिवसापासून कामाला दुकानात जाऊ लागला. वर्ष सरलं. तर जवाहीर त्या मुलाला घेऊन घरी आला. तो म्हणाला, 'आता तू तिजोरी उघड आणि ते हिरे- दागिने आण. मुलाने तिजोरी उघडली, गाठोडं सोडलं, हसू लागला. बाहेर गेला आणि ते सर्व गाठोडं कचऱ्याच्या टोपलीत फेकून आला. त्याची आई तर ओरडायला लागली की, 'तू वेडा तर झाला नाहीयेस ना? हे तू काय केलंस?' तो म्हणाला, 'हे सर्व दगड धोंडे आहेत.' त्या आईने नवऱ्याच्या मित्राला विचारलं की, 'तू हे वर्षापूर्वी का नाही सांगितलंस?' तो म्हणाला, 'मी जर तेव्हा सांगितलं असतं. तर कदाचित तुम्हाला शंका आली असती, मी विचार करत होतो, माझी इच्छा होती की तुझ्या मुलाला पारखण्याची दृष्टी मिळायला हवी. आता हा हिरे- जवाहीर ओळखू शकतो. आता त्याला ओळख आहे. आता हा समजू शकतो की दगड-धोंडे कुठले आहेत? मला नक्की खात्री आहे की माझ्या मित्राने हे दगड-धोंडे तुला दिलासा म्हणून दिले असणार, की तुला विश्वास वाटावा. तू ते गाठीला लावून ठेवलेस. तू निर्धास्त होतीस. तसं त्याच्याजवळ एवढे पैसे नव्हते. एवढे हिरे-दागिने त्याच्याजवळ असू शकणारच नव्हते. पण तुझ्या मुलाला पारख व्हावी, तशी ती झाली. पण तोपर्यंत मी काहीही सांगू इच्छित नव्हतो आणि तू समजून घेतलंही नसतंस.'

लक्षात ठेवा. आम्ही तेव्हाच समजू शकतो, जेव्हा आम्ही दोन गोष्टींचा अनुभव घेतो. संसाराचा अनुभव तुम्हाला आहे. परमात्म्याचा अनुभव तुम्हाला नाही. म्हणून तुम्ही पारख कशी आणि तुमचं तोलणं कसं?

'जनम जनम की पुंजी पाई, जग में समय खोवायो
खरचै नहिं कोई चोर न लेवै, दिन-दिन बधत सवायो ।'

आता मीरा म्हणते, 'अपूर्व संपत्ती मिळाली, जी दिवसें दिवस वाढतच चालली

आहे. एकदा परमात्म्याशी संबंध जडला की अनुभव वाढतच जातात. 'दिन दिन बधत सवायो.' मग थांबत नाही. ही यात्रा अनंताची आहे. सुरू होते. संपत नाही. आणि नाही ही संपत्ती कुणा चोराच्या हातात जाऊ शकत आणि नाही तुम्ही कधी खर्च करू शकत. ही संपत्ती अशी आहे की मृत्यूही हिरावून घेऊ शकत नाही. कुणीही हिरावून घेऊ शकत नाही. म्हणूनच तिला संपदा, संपत्ती म्हणतात. म्हणूनच तिला राम-रतन' म्हणतात.

'सत् की नाव खेवटिया सतगुरू, भवसागर तरि आयो ।'

मीरा म्हणते, 'सत्याची नाव बनवली. 'सत्गुरू खेवटिया था।' सत्गुरू नाव वल्हवत होता, माझा नावाडी होता. सर्व संसारातून त्याने मला तारून नेलं. भवसागर पार करून दिला.

'मीरा के प्रभु गिरधर नागर हरखि-हरखि जस गायो ।'

मीरा म्हणते, 'आता तर माझ्याजवळ ह्याशिवाय काहीच नाहीये की मी उन्मत्त होऊ, हर्ष पावू. 'हराखि हराखि' जस गायो? आता तर तुझ्या यशाची गीतं गायची आहेत. ह्या व्यतिरिक्त माझ्याकडे अजून काही नाही. तू इतकं दिलं आहेस की मी शतशः आभारी आहे. धन्यवाद. जन्मोन्जन्म देत राहिले जरी, तरी पुरे पडणार नाहीत. 'हरखि हरखि जस गायो।'

अमन दुनिया में है नसीब किसे,
कौन है जो यहां निराश नहीं,
कौन रंजो आलम से है आजाद,
किसको ऐशो तरब की आस नहीं,
दिल में है खाहिशात के तूफां,
बस यही एक आध आस नहीं,
अपना दुखडा किसे सुनाने जाये,
क्या कोई है जो यां उदास नहीं,
तेरे कदमों में है निशाने जां,
कोई दुख दर्द-रंजो यास नहीं ।

ह्या जगात दुःखी तर सगळेच आहेत. ह्या दुनियेत सगळेच उदास आहेत. ह्या जगात हर्ष, आनंद तर दिसतच नाही. ह्या जगात चमकणारे डोळे दिसत नाहीत. ह्या दुनियेत नाचणारं हृदय मिळत नाही. ह्या जगात नशीबवान, सौभाग्याने क्वचित कुणी म्हणू शकतं, 'पग घुंघरू बांध मीरा नाची रे!'

तुम्ही म्हणू शकाल, तशी शक्यता आहे. पण एक काम करावं लागेल, बस एकच काम. स्वतःला पुसून टाका. कोरं करा. स्वतःला बाजूला सारा. मरावं लागेल. मृत्यूपूर्वी मरावं लागेल. मृत्यू तर शरीराला घेऊन जाईल. तुम्हाला अजून खोलवर

मरण हवं, असं मरण जे तुमच्या अहंकाराला मिटवून टाकेल. तुम्हाला अहंकाराच्या दृष्टीतून आत्महत्त्या करावी लागेल, तेव्हा राम-रतन भेटतील. एवढ्या किंमतीला मिळतो. ह्यापेक्षा कमी किंमतीत मिळत नाही. तसं तर, जेव्हा मिळतो, तेव्हा कळतं,

'वस्तु अमोलक दी मेरे सत्गुरू !'

तेव्हा तुम्हाला मिळतं. 'जे हरवलं ते तर काहीच नव्हतं. फक्त सावली होती. जे हरवलं, ते फक्त प्रलोभन, फक्त माया होती आणि जो मिळाला तो स्वत: परमात्मा!

'नहिं भावे थांरो देसलड़ो रंगरूड़ो ।'

तुझा हा सुंदर रंगी-बेरंगी देश राणा मला भावत नाही. का? कारण 'थारां देसां में राणा साध नही छै।' तुझ्या देशात साधू नाहीये राणा!

'थारा देसां में राणा साध नहीं छै, लोग बसैं सब कूड़ो!' आणि माणसं काय आहेत! केर-कचरा! देश फार सुंदर आहे. वृक्षांवर फुलं फुलतात, सुंदर! पक्षी गाणी गातात, सूर्य उगवतो, सकाळ होते, संध्याकाळ होते, रात्री आकाश चांदण्यांनी भरून जातं. तुझा देश फार सुंदर आहे राणा! पण एक उणीव आहे. साधू नाही आहे. आणि जर साधू नसेल तर तुझ्या देशात मग काय राहिलं? कारण साधू म्हणजे परमात्म्याचं दार. सत्गुरू नाही तुझ्या देशात राणा! बस. फक्त केर-कचरा लोक आहेत.

भगत देख राजी हुई, जगत देख रोई! ह्याच जगाची गोष्ट सांगत्ये, ती राणाला संदेश पाठवत्ये 'नहिं भावे थारों देसलडो' । हा रंगीत देश तुझा फार उदास आहे. इथे साधू नाही. सर्व काही आहे. पण वरवरचं! 'आत्मवान' काही नाही. कुणीही नाही.

'थारां देसां मा राणा साध नही है, लोग बसै सब कूड़ो
गहना गांठी राणा हम सब त्यागा, त्यागो कर रो चूड़ौ ।

मीरा म्हणते, 'मी सर्व काही सोडून दिलं. दाग-दागिने, जी काही होती, ती आभूषणं हातातल्या बांगड्याही सोडून दिल्या.

'काजल-टीकी हम सब त्यागा ।'

हे काजळ, कुंकूही सोडून दिलं. शृंगार, शृंगार साधनं.

'त्याग्यो छै बांधन जूड़ो' केस विंचरायचे, बांधायचेही सोडून दिलं.

'मीरा के प्रभु गिरधर नागर, वर पायो छै पूरो।' आणि मी पूर्ण प्रेम मिळवलं. कबीराचं वचन लक्षात आहे ना? कहै कबीर, मैं पूरा पाया। मीराचं वचन अजून सुरेख आहे. 'वर पायो छै पूरो।' कबीराने तर सत्याची गोष्ट सांगितली. पण भक्तासाठी सत्य- प्रियकर होऊन येतं. भक्ताला सत्य कोरडं कोरडं वाटतं. जोपर्यंत त्या सत्यात प्रियकर दिसत नाही. ज्ञानी माणसाकरता सत्य पुरेसं आहे. भक्त म्हणतो, 'नुसतं सत्य म्हणजे वाळवंट, त्यात प्रेमाची हिरवळ हवी!' कबीराचं वचन ज्ञानीचं वचन आहे. 'कहे कबीर मै पूरा पाया, सब घट साहब दीठा ।'

मीरा म्हणते, 'वर पायो छै पूरो' मी माझं प्रेम मिळवलं. मला माझा प्रियकर मिळाला. सत्य जेव्हा प्रियकर बनतो, तेव्हा वसंत येतो. तेव्हा हजारो फुलं प्राणामधे फुलतात. जर शक्य असेल तर भक्ताची. नाही शक्य झालं तर 'ज्ञानी'ची मानसिकता शोधा. बनू शकलात तर भक्त व्हा. कारण भक्तीचं सौंदर्य अपूर्व आहे. जीवनरस आहे, तिथे परमात्मा रस रूपात आहे. रस वै स:' जेव्हा रस-रूप परमात्म्याचं आलिंगन मिळू शकतं. जेव्हा हृदयाशी मेळ होऊ शकतो. तर बुद्धीचे व्यायाम का करत रहायचे? हां, जे इतके भाग्यशाली, भाग्यवान नाहीयेत त्यांच्यासाठी हा पर्याय आहे. जर प्रार्थना करू शकाल तर अपूर्व! नाही होऊ शकली तर ध्यान!

ध्यान हा कोरडा मार्ग आहे. प्रार्थना रसपूर्ण आहे.

तेरे ही हुक्म से इक-इक सांस मेरी रवां
तेरे इशारे से पैदा नजर में नक्शो निशां
तेरे ही दम से जबां पर जहूरे लफ्जों बयां
तेरी निगाहे करम ही से रक्शे शोलाये जां
तेरा गुलाम नही हूं तो और क्या हूं मैं
तेरी ही बातसे बनती है बात बात मेरी
तेरा ही नाम तो है सारी कायनात मेरी
तेरा ही जिक्रे मुकर्रर तो है हयात मेरी
तेरी ही यादे मुसलसल का रूप जात मेरी
तेरा गुलाम नहीं हूं तो और क्या हूं मै
तेरे ही कदमों में रौनक फरोज हर दो जहां
यहीं अदब से झुकाये है सर मकानो जमां
यहीं से होता है सब के हसूले अमनो अमां
मैं छोड़कर तेरे कदमों को जाऊं भी तो कहां
तेरा गुलाम नहीं हूं तो और क्या हूं मै
यकीने जोरे अकीदन यहीं से मिलता है
जनूने इश्को मुहब्बत यहीं से मिलता है
शऊरे राजे हकीकत यहीं से मिलता है
सरूरे कैफे मुसर्रत यहीं से मिलता है
तेरा गुलाम नहीं हूं तो और क्या हूं मै ।

भक्त म्हणतो : मी तुझा गुलाम आहे, मी तुझा दास आहे. भक्त म्हणतो : बस. तुझ्या हवेत मी जगू, तुझ्या सुंगधात मी जगू, तर पर्याप्त आहे. हाच माझा मोक्ष, हीच माझी परम अवस्था! तुझे चरण कधीही सोडू नयेत, तुझी आठवण हृदयात सतत जागी राहो आणि म्हणून भक्ताला अजून दुसरं काहीही प्रिय वाटत

नाही. 'नहिं भावे थांरो देसलड़ो रंगरूड़ा ।' आणि हे जग खूप रंगीत आहे, मानलं! पण ह्या प्रेमाशी त्याची काय तुलना? ह्या जगाचे रंग फिके पडून जातात.

सूफी फकीर. हसन, राबियाच्या घरी उतरला होता. आणि सकाळ झाली, पक्षी जागे झाले आणि सूर्योदय झाला आणि आकाशात विहरत जाणारे ढग आणि सकाळचा मादक गंध! तो बाहेर येऊन उभा होता, सूर्याच्या किरणांत नाचत! त्याने हाक मारली, 'राबिया, तू पण बाहेर ये. परमात्म्याने खूप सुंदर सकाळ बनवली आहे. तू आत काय करत्येस? 'राबिया खळखळाट करत हसली आणि म्हणाली, 'हसन, मी तुला सांगते, तूच आत ये. बाहेर सुंदर सकाळ आहे हे मला माहीत आहे, कारण तो सर्व सुंदरच बनवतो. पण मी त्या बनवणाऱ्याला आत बघत आहे, तू तर बनवलेली गोष्ट बाहेर बघतो आहेस, जग सुंदर आहे. पण त्या जगाला बनवणारा जास्त सुंदर आहे. हसन, माझं ऐक, तू आत ये.'

राबियाने त्या छोट्याशा घटनेला अर्थपूर्ण दिशा दिली. हीच सत्गुरूची कला आहे. तुम्ही सांगा एक. ते त्या एकाचं काहीच्या काही बनवून देतात. हसनने तर सहजच म्हटलं होतं. की सुंदर सकाळ आहे. त्याने तर विचारच केला नव्हता की राबिया असं काही उत्तर देईल. पण हे उत्तर हसनच्या जीवनात क्रांतीकारक ठरलं. घाव घातला गेला. गोष्ट तर बरोबर होती. जर जग इतकं सुंदर आहे तर जग बनवणारा किती सुंदर असेल?

'नहिं भावे थांरो देसलड़ो रंगरूड़ो ।'

तुझं जग सुंदर आहे राणा, प्रेम असावं इतकं मनमोहक, पण नाही भावत, एक कमतरता आहे. जणू सुंदरसं कलेवर पडलं आहे, ह्यात प्राणाची कमी आहे.

'थांरा देसो में राणा साध नहीं छै ।'

हे मीराचं भजन आहे. जेव्हा मीरा द्वारकेला गेली आणि रणछोडच्या मंदिरात राहू लागली. आणि पुन्हा पुन्हा राणाने निरोप पाठवले, 'तू परतून ये.' कारण राणाची निंदा होऊ लागली होती. लोकं म्हणू लागली, 'तूच तिला बिचारीला सतावत होतास म्हणून तिला पळून जावं लागलं. तूच तिला सतावून पळवून लावलंस.' तिची समजूत घालायला राणाने ब्राह्मण पाठवले, पंडीत, पुरोहित पाठवले. मीराला घेऊन या.

तेव्हा मीराने हे वचन म्हटले.

'नहिं भावे थांरो देसलड़ो रंगरूड़ो
थांरा देसां में राणा साध नहीं छै ।'

ना तुझ्या देशात साधू आहे ना साधूची प्रतिष्ठा, महत्त्व, ना साधूचा सन्मान, साधूचा अपमान आहे, अनादर आहे.

'लोग बसैं सब कूड़ो...
मीरा के प्रभु गिरधर नागर, वर पायो छै पूरो ।'

आता मला माझा प्रिय प्रियकर मिळाला आहे, पूर्णपणे मिळाला आहे. आता तुझ्या देशात परतून येणं शक्य नाही.

हे प्रतिकात्मकही असू शकतं; की राणाचा देश म्हणजे फक्त बाहेरचा देश असं नाही, तर राणाचा देश ह्याचा अर्थ राणाची मन:स्थिती असा आहे. तो जो अंतर्देश आहे, जिथे माणसं राहतात, वासना, इच्छा, इर्षा, स्पर्धा, महत्त्वाकांक्षा, अहंकार, घृणा, हिंसा, तो देश, अंतर्देश!

नहिं भावे थारों देसलड़ो रंगरूड़ो
थारो देसां में राणा साध नही ।

तिथे आतमधे जोपर्यंत साधूचा जन्म होत नाही, तोपर्यंत काळोखी रात्रच राहते आणि आत साधूचा जन्म झाला की ह्या काळोख्या वस्तू, इच्छा, कामना, वासना, आकांक्षा, महत्त्वाकांक्षा ह्या सर्व लोप पावतात. जसं सूर्य उगवल्यानंतर अंध:कार लयास जातो.

मीरा मस्त-मग्न होती. हरखि-हरखि जस गायो.

आता कुठे जायचं? आता कृष्णाला सोडून कुठेही जायचं नाही. जेव्हा पराकोटीचा आग्रह झाला, तेव्हा मीरा म्हणाली, 'ठीक आहे. एवढा आग्रह करताय तर मी माझ्या 'प्रिय' ला विचारून येते. ते जर म्हणाले, 'निघून जा, त्यांची आज्ञा, शिरसावंद्य!' ती आत गेली आणि नंतर कधी परतून आली नाही.

गोष्ट अशीच आहे की ती आत गेली आणि कृष्णाच्या मूर्तीत सामावून गेली. शेवटी भक्त भगवान होऊन जातो. शेवटी भक्ताला भगवानच व्हायचं आहे, त्याने व्हायलाच हवं, ह्याला काही उपाय नाही. ह्यापेक्षा कमी गोष्टीत तृप्तता नाही.

जमाने की हर एक शै अब नयी मालूम होती है
निशात अंगेज हरसू जिंदगी मालूम होती है
तेरे जलवे का परतौ जर्रे जर्रे में नुमाया है
मेरी आंखो में तेरी रोशनी मालूम होती है
तेरा जलवा मेरी आखों मे कुछ ऐसा समाया है
कि हरेक शक्ले-हसीं सूरत तेरी मालूम होती है
यहां तक हो गई तेरे जलवों से शनासाई
कि तारिकी भी अब तो रौशनी मालूम होती है
मेरा हर दर्द अपना आप दरमां होता जाता है
चमक में आसुंओ की इक हंसी मालूम होती है
मिटाया था तेरी खातिर निशाने अक्शे हस्ती तक
तेरी हस्ती मगर हस्ती मेरी मालूम होती है
कभी कभी खुदी का नाम तक बाकी नही रहता

कभी लेकिन खुदी ही बेखुदी मालूम होती है
चिरागे रह बनेंगे एक दिन नक्शे कदम मेरे
अभी रफ्तारर मेरी गुमरही मालूम होती है ।

मीराची गती लोकांना वाट चुकलेली अशी वाटत होती. ज्यांना परमात्मा पावला. मिळाला, त्यांची वाट सर्वांना चुकलेली वाट वाटते. स्वाभाविक! इथे कोटी कोटी माणसं संपत्तीच्या मागे धावत आहेत. जर एखादी व्यक्ती 'परम' संपत्तीच्या मागे धावत असेल तर निश्चितच तिची वाट चुकली आहे असंच वाटणार. कारण ती करोडोंच्या विरुद्ध मार्गाने चालत आहे. कोटी-करोड ही बरीच मोठी संख्या आहे. त्यांचं बहुमत आहे. त्यांचं वर्चस्व आहे. त्यांची गर्दी आहे. राज्यमार्गावर तर हीच मंडळी आहेत. जेव्हा कुणी भगवानाचा भक्त असतो, त्याला पायवाटेवरूनच चालावं लागतं; त्या राजमार्गावरून उतरावं लागतं, लोकं म्हणतात, 'कुठे चाललास, वाट चुकलात!'

चिरागे रह बनेंगे एक दिन नक्शे कदम मेरे
अभी रफ्तार मेरी गुमरही मालूम होती है ।

पण हेच लोक, हिम्मत असलेले लोक जेव्हा कधी कधी राजमार्ग सोडून पायवाट धरतात, तेव्हा ते स्वत:ची वाट स्वत: बनवतात. हेच लोक, हेच थोडेसे लोक सर्व जगाला गौरवपद देतात. एक दिवस ह्यांच्याच पावलांचे ठसे मंदिराचा रस्ता बनून जातात. खूप लोकं त्यावरून चालतात. मीराने हिम्मत केली 'वाट चुकलेली' असं म्हणून घेण्याची.

लक्षात ठेवा, जर तुम्हालाही वाट धरायची असेल तर तयारी ठेवा पहिल्यांदा 'वाट चुकलेली' असं समजलं जाईल ह्याची. ही जबाबदारी उचलावीच लागेल. असं नेहमीच झालंय, ह्या शिवाय होऊ शकणारच नाही. लोकं तुम्हाला, तुम्ही बरोबर आहात, ठीक आहात, हे तोपर्यंतच समजतात, जोपर्यंत तुम्ही त्यांच्यासारखे आहात. तुम्ही थोडा जरी बदल केलात की त्यांनी तुम्हाला चुकीचं समजलंच. लोकांची इच्छा असते की तुम्ही त्यांची 'प्रतिलिपी' होऊन राहा. लोकांची इच्छा असते की तुम्ही नियमांच्या चौकटीत राहा. लोकं इच्छा दर्शवतात की तुम्ही एका रेषेच्या आतले फकीर- साधू व्हा. रेघ जरी ओलांडली तरी लोक बेचैन होतात. उद्विग्न होतात. पण ज्यांना रस लागतो ते लोकांच्या प्रतिक्रिया, काळजी करत नाहीत, बघत नाहीत.

'मेरो मन रामहि राम रटै रे ।'

मीरा म्हणते, 'आता मला अजून काही ऐकू येत नाही की लोकं काय म्हणतात, जगात काय घडतंय? बाजारातला हल्लागुल्ला, आरडा-ओरडा आता माझ्यापर्यंत पोहोचत नाही. लोकांच्या मनातला धूर आता माझ्यापर्यंत पोहोचत नाही.

'मेरो मन रामहि राम रटै रे ।'

इथे आत तर राम-राम हीच धून उमटत आहे. आणि ही धून अनावर आहे. अखंड पणे होत आहे. पहिली सुरुवात तुम्हाला करावी लागते, तर तुम्ही सतत विसरता. कधी पक्कं ठरवता, पुन्हा विसरता. पुन्हा आठवण येते, मग घोकत राहता, पुन्हा विसरता. हे पहिलं पाऊल आहे. मग दुसरं पाऊल विसरणं कमी होतं, लक्षात जास्त राहतं. क्वचित विसराल, आता कधी कधी आठवण यायला सुरुवात होते तर जास्त विसरता. विसरण्याचा काळ लांबेल. स्मरण अधून मधून होईल. मग हळूहळू परिस्थिती बदलेल, स्मरण जास्त काळ राहील आणि विस्मरण क्वचित! मग तिसरी अवस्था येते, स्मरण स्थिर होतं. जसा श्वासोच्छ्वास होतो, तसं स्मरण होतं, जागेपणी, झोपेत, उठता-बसता, काहीही करताना स्मरण होतच राहतं. आत मधे एक अहर्निश नाद चालत राहतो. गुंजन होत राहतं. मदिरा ओघळत राहते. रामाशी मिलन होतच राहतं. कुठेही असा, बाजारात, दुकानात, काही फरक पडत नाही. आता रामाशी मिलन होत राहतं.

'मेरो मन रामहि राम रटै रे
राम नाम जप लीजै प्रानी, कोटिक पाप कटै रे ।'

मीरा म्हणते, 'करोडो पापं मिटतील, एका रामाचं नाव, आठवण ठेवा फक्त!

ही गोष्ट जरा समजून घेण्यासारखी आहे. ह्याचा चुकीचा अर्थ लोकं काढतात, लोकांनी कायम चुकीचाच अर्थ काढला आहे.

लोकं असा विचार करतात, 'जर करोडो पापं नुसतं रामाचं नाव घेऊन जर का नष्ट होत असतील, तर मग वेगळं काही करण्याची गरज काय? एक दिवस रामाचं नाव घेतलं आणि सर्व, करोडो पापं नष्ट झाली. मग पुन्हा पुन्हा नाव घेण्याची गरज काय! जर एकदा नाव घेऊन सर्व पापं धुऊन निघतात, तर एकदाच घेऊ शेवटी. आणि नाही तर. जर असंच आहे, तर रोज एकदा मंदिरात जाऊन घेऊ. म्हणजे दिवस भराची पापं मिटतील.

अशीच लोकं गंगेला जातात. विचार करतात. 'गंगेत न्हाऊ म्हणजे सर्व पापं नष्ट होतील.' रामकृष्णांना कुणी विचारलं. तो गंगायात्रेला निघाला होता. रामकृष्णांना विचारलं, 'हा गंगेला चाललो आहे परमहंसदेवा, ह्या आशेवर की जन्मोन् जन्माची पापं नष्ट होतील. तुम्ही काय सांगता?' रामकृष्ण अगदी साधे-सरळ मनाचे होते. क्रांती त्यांच्या वचनात नव्हती, त्यांचं वचन अगदी शांत होतं. पण तरीही सत्य तर सांगायलाच हवं. जर हा मनुष्य कबीराकडे गेला असता तर कबीराने सोटा उचलला असता आणि त्याचं डोकं फोडलं असतं. की, 'काय वेड्यासारखं बोलतो आहेस? एक तर हा मूर्खपणा आहे की गंगेत स्नान करून, तुझी पापं मिटतील. दुसरं जर गंगेच्या पाण्यात स्नान केल्यानं जर खरोखरच पापं मिटत असतील तर तू चुकूनही

जाऊ नकोस. कारण पापं तू करणार आणि गंगेकडून मिटवून घेणार, हा तर अन्याय आहे. आणि जर गंगेमुळे तुझी पापं धुतली गेली तर ह्यात गौरवास्पद काय आहे?'

म्हणून कबीर मृत्यू समयी काशी सोडून मगधदेशात निघून गेला. कारण असं म्हणतात की मगध मधे जे मृत्यू पावतात ते मेल्यानंतर गाढव होतात. जेव्हा मृत्यू जवळ येतो, तेव्हा लोकं तर काशीला जातात. म्हणून तुम्ही काशीत बघितलंत तर असे मरतुकडे, प्रेतं झालेले लोक दिसतील, जे वाट बघत असतात मृत्यूची. काशीत जाऊन बसलेत कारण तिथे मरणाऱ्यांना मोक्ष प्राप्त होतो.

जेव्हा कबीराचं मरण जवळ आलं, तेव्हा त्याने त्याच्या शिष्यांना सांगितलं, 'बांधा बाडबिस्तारा चला मगधला.' ते म्हणाले, 'तुम्ही शुद्धीत आहात ना?'

कबीर म्हणाला, 'काशीत तर मी मरणार नाही. कारण जर काशीत मेलो तर मोक्ष पावलो. तर मग रामाचे उपकार! इथे नाही मरणार. मगधला जाऊन मरेन आणि मोक्ष मिळवेन तरच काही ठीक होईल. काशीत तर किती तरी प्रेतं, मरत मरत मोक्षं मिळवतात असं म्हणतात. मी इथून नाही जाणार. हा घाट खूप घाणेरडा झाला आहे. इथून जे गेले आहेत, त्यांना बघतो तेव्हा माझी मोक्षाला जाण्याची इच्छा होत नाही, कारण तिथे जाऊन मी ह्यांनाच भेटणार. त्यांच्यामुळेच काशीत डोकेदुखी झाली. आता मरण्याची सुविधा आहे, तर ह्या काशीतल्या प्राण्यांना भेटावं लागणार. नाही, ह्या बाजूने जायचंच नाही. हे जिथे जात आहेत, तिथे जायचंच नाहीये. मी तर मगध मधेच मरणार.

आणि मगध मधेच मृत्यू पावले.

कबीराला कुणी विचारलं असतं तर सोटा उगारला असता. कबीर तर काशीमधे राहूनही कधी गंगास्नानाला गेले नव्हते. काय जायचं स्नानाला? वरच्या गंगेत स्नान करत होते. जमिनीवरच्या गंगेने काय होणार? स्वर्गातल्या गंगेत स्नान करत होते. पण ते क्रांतीकारक होते. त्यांची नजर, आचार-विचार तसे होते. रामकृष्ण शांत माणूस होते पण म्हणून खोटं थोडी ना बोलणार! शांत आपल्या पद्धतीने बोलले, ही गोष्ट अगदी खरी आहे. क्रांतीकारक आपल्या पद्धतीने बोलले. शांत माणूस आपल्या पद्धतीने बोलेल. पण जे बोलतील ते सत्यच असेल. रामकृष्ण म्हणाले, 'जात असलास, तर जा खुशाल, एक डुबकी माझ्यासाठी पण मार. पण तुला एक गोष्ट सांगतो. एका गोष्टीची काळजी घे. डुबकी घेशील तर परत बाहेर येऊ नकोस.'

तो म्हणाला की आता मेलो. मरूनच जाऊ. डुबकी मारली आणि वर आलो नाही...

रामकृष्ण म्हणाले, 'बाहेर आलास तर काय उपयोग? कारण मी असं ऐकलंय की काशीत तुम्ही जेव्हा गंगेत स्नान करता तेव्हा, पाप गंगा घेते, जेव्हा तुम्ही डुबकी मारता, ही पापं इतकी हुशार झाली आहेत की गंगा किनारी जी झाडं आहेत, त्यावर

ती चढून बसतात आणि मग म्हणतात, 'बेटा, आता निघ बाहेर! केव्हा ना केव्हा येशीलच ना बाहेर! बेटा जसा बाहेर येतो तशी ती धबाककन् पुन्हा त्याच्या डोक्यावर उडी मारून बसतात. तू जा हवं तर, एक डुबकी माझ्यासाठी पण मार. पण जर डुबकी मारलीस, तर बाहेर पडू नकोस.'

सत्य तर सांगायलाच हवं. रामकृष्णांनी सांगावं किंवा कबीराने! बोलण्याची पद्धत वेगळी असू शकते पण सत्याला संपवता येत नाही. सत्य तर बोललंच पाहिजे. रामकृष्णांनी त्यांच्या पद्धतीने सांगितलं. आता तुम्ही जे समजायचं ते समजा.

ना गंगेत स्नान करून पापं धुऊन निघतात आणि ना नामाचं एक दोन वेळा नाव घेऊन पापक्षालन होतं. पण राम जर तुमचं 'स्मरण' झालं तर मात्र जरूर. रामाची धारा, आत वहात राहायला हवी. प्रयत्नपूर्वक हे न करावं लागावं. प्रयत्नांतूनही सुटका व्हायला हवी. विनासायास, कष्ट न घेता, सतत, जसं हृदय धडकत राहतं, तसं 'राम' धडकायला हवं. त्याची आठवण राहू दे!

'कोटिक पाप कटै रे, राम-नाम जप लीजै प्रानी ।
जनम जनम के खत जु पुराने, नामाहि लेत फटै रे ।'

ते जे अनेक दिवसांपासून तुमच्या खाते वहीत लिहिलं गेलं आहे, ते एकदा नाव घ्या आणि सर्व मिटवून टाका. पण नाव घेणं, ह्याचा अर्थ नीट समजून घ्या, हे नाव घ्यावं भावाने, हे नाव घ्यावं अंतरमनाने, हे नाव घ्यावं प्राणपणाने, हे नाव भिनावं रोमारोमात, हे नसावं वरवरचं. हजार गोष्टी आत मधे चालू राहतात आणि राम नाम ही.

दिसतात अशी लोकं, दुकानात बसून राम नाम म्हणत राहतात, जप चालू असतो आणि कुत्रं आलं, त्याला हाकललं, तो नोकर तिजोरीतून पैसे तर चोरत नाहीये ना. लक्ष ठेव, बायको आतमधे कुणाशी तरी बोलते तेही ऐकू येतंय. भिकारी आलाय. त्याला हाताने खूण करून सांगतोय पुढे जा. हे सर्व चालू आहे आणि राम राम ही चालू आहे. एवढ्या कौशल्याने जप कराल तर काहीच होणार नाही. एवढ्या हुषारीने नाही. त्यात मग्नता हवी. मस्ती हवी. त्या मस्तीत, मग्नतेत डुंबून जायचं. डुंबलं की डुंबलं. राम नाम असं असायला हवं, जशी आत मदिरा स्त्रवते.

'जनम-जनम के खत जु पुराने, नामहि लेत फटै रे
कनक कटोरे इम्रत भरियौ, पीवत कौन नटै रे ।'

मीरा म्हणते, 'मला आश्चर्य वाटतं की परमात्मा सोन्याच्या ग्लासात अमृत भरून बसलाय. मी आश्चर्यचकित झाले आहे. व्हायला तर असं हवं की कुणी ह्याला नकार नाही दिला पाहिजे. कोण ह्याला नाकारत आहेत? लोकं ह्याला नाकारत आहेत. लोकं आपापल्या नाल्याजवळ, गटाराजवळ सरकत आहेत, ते म्हणतात, 'आम्ही आमच्या नाल्याचंच पाणी पिणार. लोकं शेणातले किडे आहेत. त्यांना

त्यांच्या शेतातच मजा वाटत्ये. ते म्हणतात, 'सोडा, कुठे चाललात?'

सोन्याच्या पेल्याची लोकांना ओळख नाहीये. अमृताचा आणि लोकांचा काहीही संबंध नाही. विषच पीत आले आहेत. विषाचीच चव आवडत्ये. विष पिऊन पिऊन विषारी झाले आहेत. आणि आता फक्त विषाचीच ओळख आहे आणि कशाची नाही.

मी ऐकलंय, 'एक स्त्री मासे विकायला शहरात आली. जेव्हा मासे विकून जात होती तेव्हा तिला तिची एक जुनी मैत्रीण भेटली. ती होती माळीण, तिने मैत्रिणीला सांगितलं, 'आज रात्री माझ्या घरी राहा. कित्ती वर्षांनी भेटलो. जणू जन्मानंतर. रात्री खूप गप्पा मारू. लहानपणीच्या आठवणी आठवू.'

तर ती थांबली. अगदी सहज, स्वाभाविकतेने माळीणीने मैत्रिणीचा पलंग अशा ठिकाणी ठेवला, जिथे बाहेर मोत्यासारखी असंख्य सुगंधित फुलं फुललेली होती. त्या मोगऱ्याचा सुगंध हरक्षणी येत होता, त्या ठिकाणी तिने मैत्रिणीसाठी पलंग तयार केला. माळीण होती, चांगल्यातली चांगली जागा निवडली. पण रात्रभर मैत्रीण झोपू शकली नाही. ती चुळबुळ करत राहिली. सतत कूस बदलत राहिली. शेवटी माळीणीने विचारलं, 'काय झालं? तू अस्वस्थ का? तू झोपू शकत नाहीयेस. सारखी कूस बदलते आहेस?

तर ती म्हणाली, 'मी झोपू शकणार नाही. ही फुलं माझा जीव घेत आहेत, तू माझी ती टोपली घेऊन ये. ज्यातून मी मासे आणले होते. आणि त्या टोपलीत जे कापड लावलं आहे त्यावर जरा पाणी शिंपड. ती मी माझ्या जवळ ठेवते, म्हणजे मला जरा झोप लागेल. माशांच्या सुगंधाशिवाय मला झोप लागणार नाही.

माशांची टोपली परत आणली गेली. त्यावर पाणी शिंपडून तिच्या जवळ ती ठेवण्यात आली. जेव्हा माशांच्या वासाने तिला चारही बाजूंनी घेरलं आणि मोगऱ्याचा वास उडून बाहेर गेला. दूर गेला, एक भिंतच उभी राहिली मधे, माशांच्या वासाची भिंत, तेव्हा ती शांत झोपली. घोरू लागली. माणसं अशी असतात. ज्या गोष्टींची आम्हाला सवय आहे. माशांची सवय असेल तर तो सुगंध आहे. मासे खाणाऱ्याला पत्ताच नसतो की माशांना दुर्गंध आहे. तर जे खात नाहीत, त्यांना ते समजतं. मांस खाणाऱ्यांना कळतच नाही की ते काय करत आहेत? माझे एक बंगाली डॉक्टर होते. माझ्या समोर राहत होते. कधी मला गरज असेल तर ते औषध पाणी द्यायचे. एक दिवस मी त्यांना विचारलं की औषध तर ठीक आहे. तुम्ही काही पथ्य का नाही सांगत?' ते म्हणाले, 'पथ्य?' आणि खूप हसू लागले. 'तुम्ही जे खाता ते पथ्यच आहे. ते तर आजारी माणसांनी खायला हवं. आता अजून वेगळं काय सुचवू? गवत- पाणी खाणाऱ्या माणसाला पथ्य कसलं?

'गवत-पाणी!'

ते म्हणाले, 'बस. शाकाहारी. हे गवत-पाणी! अरे, मासे खा, मटण खा, तर

मी राम-रतन हे धन मिळवलं । ६९

काही पथ्य! कधी आजारी पडलात तर सोडू शकता. शाकाहारी मधे हाच प्रश्न आहे. कधी आजारी पडलात तर काही सोडूही शकत नाही, सोडण्यासारखं काही नाहीच.'

त्यांचं म्हणणं मला पटलं. कारण ते बोलत होते. ते खरंच तर होतं. त्यांच्या माशांमुळे तसाही मी बेजार झालो होतो आणि ते सांगत होते, हेच खरं अन्न आहे. आजाराला मी कमी घाबरतो, जेव्हा मी आजारी पडतो; मी म्हणतो, 'आता डॉ. दत्ता येतील. आता मी अडकलो.' कारण त्यांच्या तोंडाला, कपड्यांना वास यायचा. माशांचा! शुद्ध बंगाली सज्जन. पण ते त्याला अन्न मानायचे. त्यांच्या घरी अन्न शिजायचं तर मला माझ्या घरातून पलायन करावं लागायचं. कारण ते संपूर्ण भागांत, गल्लीबोळाला त्या वासाने गुदमरून टाकायचे. माशांनी भरून टाकायचे.

माणूस जे करतो, त्याचा गुलाम होऊन जातो. माझं अन्न त्यांच्यासाठी गवत-पानं. ते ही ठीकच म्हणतात. आमची दृष्टी आमच्या अनुभवांवर निर्धारित असते.

आम्ही संसारात इतक्या वाईट तऱ्हेने अडकले आहोत, असे रमले आहोत की आम्हाला मीरा काय सांगत्ये, हे कळत नाहीये. मीरा सांगते, 'कनक कटोरे इम्रत भारियौ, पीवत कौन नहै रे।' म्हणते की असे कोण आहेत जे नष्ट होऊन जातील. पण बघत्ये तर करोडो लोकं नष्ट होत आहेत. परमात्मा पेला घेऊन उभा आहे. परमात्मा मधुरस घेऊन उभा आहे. तो म्हणतोय, 'प्या' पण आम्ही म्हणतो, 'नाही. क्षमा करा' आम्ही तर वेगळ्याच घाटावर जात आहोत. वेगळ्याच विहिरीत जात आहोत. आधी तिथे जाऊन पिऊ.'

'मीरा कहै प्रभु हरि अविनासी, तन मन ताहि पटै रे!' मीरा म्हणते की मी तुम्हाला सांगते की मला जेव्हापासून हा अविनाशी भेटला आहे, जेव्हापासून शाश्वत भेटला आहे. तेव्हापासून माझं तन-मन, आत्मा सर्व एक झालं आहे. ते आतलं द्वंद्व गेलं. मी निर्द्वंद्व होऊन गेले आहे. ते जे आत एक एक खंड होते, भाग होते ते सर्व संपून गेले, मी अखंड झाले.

अखंडासी जोडले गेलात की अखंड होऊन जाल.

साधारणतः मनुष्य संसारात जेव्हा जगतो तेव्हा तो खंड खंड भाग- भाग बनून राहतो, कारण इतक्या भागांशी तुम्ही जोडले गेलेले असता. एक हात पश्चिमेला जातो तर एक पूर्वेला. एक पाय दक्षिणेला जातो तर एक पाय उत्तरेला जातो. तुम्ही तुटता. एक इच्छा सांगते, 'धन कमव, एक इच्छा म्हणते, पद बनव, एक इच्छा म्हणते ज्ञानार्जन करून घे, एक इच्छा म्हणते संसाराच्या काळजीत राहत आहेस तर थोडी स्वर्गातही सोय करून ठेव, म्हणजे काहीही दान कर. पुण्य कमव, अशा हजार इच्छा आहेत. आणि तुम्ही हजार झाल्यात, हजार इच्छांच्या कारणामुळे. आणि ह्या सगळ्यात भांडण आहे. ह्या इच्छा एका दिशेने वाटचाल करत नाहीत. कारण धन कमवायचं तर पद मिळवू शकत नाही. जर पद हवं तर धन सोडून द्यावं लागेल.

निवडणूक लढवायची तर धन सोडावंच लागणार. आणि धन कमवायचं तर निवडणुका लढवण्यापासून लांबच रहावं लागणार. जर स्वर्गात काही पद- प्रतिष्ठा मिळवायची असेल, तिथे जर सोन्याचा महाल, चांदीच्या रस्त्यावरून चालायचं असेल तर माणसाला इथे उपाशी पोटी मरावं लागेल. उपास करावे लागतील... इत्यादी. तपश्चर्या करावी लागेल. काही चुकतं करावं लागेल.

आकांक्षा विचित्र आहे. शरीर म्हणतं अन्न ग्रहण करा, मनाची आकांक्षा लोभाने भरलेली आहे. ते म्हणतं. इथे काय अन्न ग्रहण करायचं, स्वर्गातच सर्व एकत्र करू! आता काही दिवसांचाच तर प्रश्न आहे. तसेच घालवू. तिथे मदिरेचे झरे वाहात आहेत. मन म्हणतं, ही जी सुंदर स्त्री जात आहे, तिला का सोडतो आहेस? एक मन म्हणतं, 'ह्या स्त्री मधे जर गुंतलास तर अप्सरा मिळणार नाही आणि लक्षात ठेव मग पश्चात्ताप होईल. अरे, ही तर दोन दिवसांची आहे. एकदा का स्वर्गात पोहोचलास तर अप्सराच अप्सरा मिळतील. मग भोग सुखच सुख अनंतकाळ!

असं मन अनेकानेक खंडात भागत गेलं आहे. ह्या खंडाच्या कारणाने तुम्ही खंडित झाला आहात. तुमची एकाग्रता तुटली आहे.

सर्व शाखांचं शास्त्र एकच सांगतं की तुम्ही एक होऊन जा. पण तुम्ही कसे होणार? जेव्हा एकच आकांक्षा राहील, त्या एकाच आकांक्षेला आम्ही राम म्हणतो. त्या एका आकांक्षेचा एकच अर्थ आहे की रामा शिवाय दुसरं काहीही मिळवायचं नाहीये. बाकी जे काही मिळतंय ते सर्व त्याच्या चरणीच व्हायचं आहे. बस् एका परमात्म्याला मिळवायचं आहे.

जेव्हा एकच आकांक्षा राहील, तेव्हा एक होऊन जाल. अजून काही उपाय नाही. तुमच्या आत योग साधण्याचा अजून काही उपाय नाही. जितक्या आकांक्षा, तितके तुकडे, हे तर तुम्हाला समजेल की जितक्या इच्छा तितके भाग. प्रत्येक इच्छा एक तुकडा घेऊन पळते. जेव्हा एकच आकांक्षा राहिली आहे. बस एकालाच मिळवण्याची धून बेभान करत आहे. बाकी सर्व स्वर हरवले. सर्व स्वर त्या एकाच धूनीमधे मिसळून गेले. जसे सर्व छोटे छोटे नदी-नाले येऊन गंगेत मिसळून जातात आणि गंगा निघते सागराकडे. अशाच सर्व छोट्या छोट्या इच्छा मिळून एक विशाल इच्छा बनते. प्रभू परमात्मा, ईश्वराला मिळवण्यासाठी आणि सर्व आकांक्षा त्यातच विलीन होऊन गेल्या. एकच लक्ष्य राहिलं.

मग जास्त काळ तुम्ही थांबू शकणार नाही. वहात रहाल आपले आपण, सागरापर्यंत पोहोचून जाल. छोटे छोटे नाले. ओढे सागरापर्यंत पोहोचू शकत नाहीत, वाटेतच हरवून जातात. वाळवंटात वाफ होऊन जातात. पण सर्व इच्छा संपून जाव्यात आणि एकच हव्यास रहावा, एकच अभीप्सा! अभीप्सा शब्दाचा असा अर्थ आहे– सर्व इच्छा एका इच्छेत विलीन होऊन गेल्या. छोटे छोटे ओहोळ, त्या एकाच

विशालतेत हरवून गेले. तुम्ही एक मशाल झालात. प्रत्येक ज्वाला त्या एका भव्य अग्नीत सरमिसळून गेली. आणि एक विशाल मशाल धगधगती झाली.

मेरो मन रामहि रटै रे ।
राम नाम जप लीजै प्रानी, कोटिक पाप कटै रे ।
जनम जनम के खत जु पुराने नामहि लेत फटै रे ।
कनक कटोरे इम्रत भरियौ पीवत कौन नटै रे ।
मीरा कहै प्रभु हरि अविनाशी, तन मन ताहि पटै रे ।

आता ह्या अविनाशीशी लग्न लागलं. आता तन आणि मन ह्यात जे अंतर होतं ते संपलं, आता काही अंतर राहिलं नाही. आता काही भेद राहिले नाहीत. आता काही खंड राहिले नाहीत. मी आता अखंड झाले आहे.

मैने राम रतन धन पायो ।
वस्तु अमोलक दी मेरे सतगुरू, करि करिपा अपनायो ।
जनम जनम की पूंजी पायी, जग में समय खोवायो ।
खरच नहिं कोई चोर न लेवै दिन दिन बधत सवायो ।
सत की नाव खेवटिया सतगुरू भवसार तरि आयो ।
मीरा के प्रभु गिरधर नागर हरखि हरखि जस गायो ।
नहिं भावे थांरो देसलड़ो रंगरूड़ो ।
थारां देसां मे राणा साध नही छै, लोग बसै सब कूड़ो ।
गहना-गांठी राणा हम सब त्यागा, त्यागो कर रो चूड़ौ ।
काजल-टीकी, हम सब त्यागा, त्याग्यो छै बांधन जूड़ौ ।
मीरा के प्रभु गिरधर नागर, वर पायो छै पूरो ।

ह्या पूर्ण वराला मिळवण्याचा प्रयत्न करा. हा अधिकार जितका मीराचा; तितकाच तुमचा सुद्धा आहे. तितकाच जितका माझा, तितकाच जेवढा अजून कुणाचा आणि जोपर्यंत हा मिळत नाही तोपर्यंत स्वत:ला मनुष्य समजू नका. जोपर्यंत हा मिळत नाही, तोपर्यंत थांबू नका. जोपर्यंत हा मिळत नाही तो पर्यंत डाव लावत चला, शोधत राहा. अजून काही हरवावं लागलं तर हरवू द्या. कारण जे मिळतंय, जे मिळणार आहे, ते अमौलिक आहे.

'वस्तु अमोलक दी मेरे सतगुरू ।
मैंने राम रतन धन पायो ।'

आज इतकंच.

दमन नाही, ऊर्ध्वगमन

प्रवचन तिसरे

प्रश्न-सार

- सर्वसाधारणपणे असं समजतात की धार्मिक होण्यासाठी इंद्रियांना वश करणं अनिवार्य आहे. तुम्ही म्हणता की इंद्रिय दमन हे भक्तीचं लक्षण नाही ! ?...

- काही दिवसांपासून हा प्रेमाचा ध्वनी ऐकत होतो, पण आश्रमातल्या वातावरणात तो कधीही ऐकू आला नाही. वीणेच्या प्रत्त्युत्तरानंतर बाहेर आनंद आणि प्रेम ह्यांचं अनोखं वातावरण पसरलं होतं. काही अपूर्व घटना घडली की ही आमच्या नजरेची कमतरता, गुण-दोष होते?

- मी तुमच्या जवळ आलो तर डोळे उघडले. पण तेव्हापासून लोक मला आंधळा म्हणू लागले.

- ललिता ते मीरापर्यंतच्या प्रवासात साडेचार हजार वर्षं इतका वेळ लागला. भगवान, प्रेमाचा मार्ग इतका कठीण, जास्त कठीण आणि मोठा आहे?

पहिला प्रश्न : सर्वसाधारणपणे असं समजलं जातं की धार्मिक होण्यासाठी इंद्रियांना वश करणं अनिवार्य आहे. तुम्ही म्हणता की इंद्रिय दमन हे भक्तीचं लक्षण नाही?... आपण म्हणता, प्रेम मुक्ती आहे आणि भक्ती मोक्ष आहे. हा फरक लक्षात आला नाही. कृपया मुक्ती आणि मोक्षाचा, प्रेम आणि भक्तीचा फरक सांगा.

* एक गोष्ट कायम लक्षात ठेवा. जे सर्वसाधारणपणे समजलं जातं. ते सर्वसाधारणपणे चुकीचं असतं. जमावाकडे सत्य नसतं, कधीच नसतं. सत्य प्रत्येक वेळा व्यक्तींमधे असतं आणि त्यांच्यातच घडतं जे अपूर्व रूपात स्वत:ची पात्रता निर्माण करतात, जे एकेकटे आहेत त्यांच्यात घडतं. गर्दी जमाव नेहमी कामचलाऊ गोष्टींना मानते. गर्दी तर उधार मानून चालते. जमाव, गर्दी तर खोट्या गोष्टींवर विश्वास ठेवते.

म्हणून जगात प्रत्येक गर्दीला वेगवेगळी नावं आहेत. कुठल्या जमावाला आम्ही म्हणतो, हिंदू. कुठल्या जमावाला आम्ही म्हणतो मुसलमान, कुठल्या गर्दीला आम्ही म्हणतो ख्रिश्चन. जिझस जवळ सत्य होतं, पण ख्रिश्चनांजवळ नव्हतं. कृष्णाकडे सत्य होतं, पण हिंदूंकडे नव्हतं. हिंदू तर कृष्णाला मानत आहेत. कृष्णाने जे सांगितलं, त्याचा स्वीकार केलाय. हिंदूंनी स्वत:ने अनुभवलेलं नाही. स्वत:ने जर अनुभवलं तर कृष्ण होऊन जातील. दुसऱ्याचं मानलं तर हिंदू होतो मुसलमान, ख्रिश्चन, जैन, बौद्ध! आणि लक्षात ठेवा, 'जे सत्य स्वत:ने जाणलं नाही, ते सत्य होऊ शकत नाही. मी जे जाणलं ते माझं आहे. मी तुम्हाला सांगू, तुम्ही ऐकून

घ्यालही, शब्दांनी, बुद्धीने समजून घ्यालही, तरीही ते तुमच्यासाठी सत्य नसेल. तुमच्यासाठी ते केवळ शब्द असतील, फक्त शास्त्र असेल. तुमच्यासाठी केवळ एक सिद्धांत असेल, सत्य नाही. सत्य तर प्राणांच्या खोलात अनुभवास येतं. तुमच्यासाठी गोष्ट उधारीची झाली.

जसं, कुणी प्रेम केलं आणि त्याने तुम्हाला प्रेमाच्या गोष्टी सांगितल्या, तुम्ही ऐकल्यात, समजलातही, तरीही तुम्ही प्रेम समजलात का? प्रेम हा तर एक अनुभव आहे. तुम्ही पोपटाप्रमाणे त्या गोष्टी पुन्हा पुन्हा सांगत रहाल. पोपट होऊन जाल, पंडित होऊन जाल, सर्व पंडित पोपट असतात. थोडी फार तुमच्याकडे सूचनांची संपत्ती होऊन जाईल. तुमच्या अहंकाराला दागिने लाभतील. पण तुम्हाला प्रेमाचा अनुभव येईल.?

पाणी, ह्या संदर्भात लाखो गोष्टी वाचा, ऐका. जोपर्यंत प्यायला नाहीत, तोपर्यंत पाण्याचे गुण जाणता येणार नाहीत आणि लक्षात ठेवा, 'प्यायल्यावर जेव्हा अति तहान लागलेली असेल तेव्हाच समजेल. जर तहान नसेल आणि कुणी जबरदस्ती पाणी प्यायला लावलंय, तर तुम्हाला तृप्ततेचा अनुभव येणार नाही. कारण तृप्ततेच्या अगोदर तहान हवी. तृप्तता पाण्याने होत नाही, हे लक्षात ठेवा. तृप्तता तर तहानेच्या गरजेने, त्वरेमुळे होते. पाणी तसं माध्यम आहे फक्त. पण त्या अगोदर तहान हवी. मी तुमच्यात सत्य भरू, तरीही तुमच्या जीवनात त्याचा काहीही परिणाम होणार नाही. तुम्ही तहानलेले नसताच. तहानलेले नसता, मग पाण्याचा अनुभव तुम्हाला कसा येणार? हां, पाण्याचं शास्त्र समजू शकाल.

जगात सत्य उपलब्ध होणारे फार विरळ आहेत. आणि असं तर नाहीये की सत्याने पैज लावली आहे. किंवा सत्याने निश्चय केलाय की विरळ लोकांनाच ते उपलब्ध होईल. पण तहान फार विरळ. म्हणजे फार कमी लोकांनाच लागते. सत्य सर्वांची संपत्ती होऊ शकतं. सत्य- सर्वांचा अधिकार आहे. जन्मसिद्ध अधिकार आहे. पण जर त्यावर दावा कराल, तर नाही. घोषणा कराल, तर नाही. स्वत:ला डावावर लावाल तर नाही.

तर सर्वसाधारणपणे जे मानलं जातं, ते तर समजूनच जा की सर्वसाधारणपणे चुकीचंच असतं. गर्दी, जमाव काय म्हणतो, काय मानतो, ह्यात गुंतून राहू नका. गर्दीला काहीही माहीत नाही. गर्दीने काही मानायचं, ह्याची काळजीही घेतलेली नाही, शोधही घेतलेला नाही. गर्दी, जमावाने औपचारिकरित्या मानलं आहे. हिंदू घरात जन्म झाला ती गर्दी हिंदू झाली. ख्रिश्चन घरात जन्म झाला तर गर्दी ख्रिश्चन झाली. ज्या गर्दीत तुम्ही स्वत:ला बघितलंत, तुम्ही तसे झालात. मंदिराच्या दिशेने जात आहे, तर तुम्ही मंदिरात गेलात. मशिदीत जात आहे, तर तुम्ही मशिदीत गेलात. हा धार्मिक होण्याचा मार्ग नाही. धर्माला तर स्वेच्छेने स्वीकारायचं असतं.

समजा! तुम्ही इथे माझ्याजवळ बसला आहात. ही निवडणूक आहे. कारण इथे तुम्ही कुठल्या जमावाच्या निमित्ताने नाही आला आहात. कोणी हिंदू आहे, कोणी मुसलमान आहे, कोणी जैन आहे, कोणी पारसी आहे, कोणी यहुदी आहे, कोणी शिख आहे. ह्यांचा जमाव तर वेगळा होता. इथे तुम्ही कुणा कुटुंबात जन्मलात म्हणून नाही आलेलात, काही संस्कार करायचे म्हणूनही नाही आलेलात. इथे तुमचा शोध तुम्हाला घेऊन आलेला आहे आणि ह्या शोधासाठी तुम्हाला किंमत मोजावी लागणार. जर तुम्ही हिंदू असाल तर हिंदू तुमच्यावर नाराज होणार. जमाव अडथळे उभे करील आणि जमाव मोठे अडथळे निर्माण करू शकतो कारण रहायचं तर जमावा बरोबर आहे. दुकानदारी, बाजारहाट त्यांच्या बरोबर करायचा आहे. काम त्यांच्या बरोबर करायचं आहे. लग्न त्यांच्यामधूनच कुणाशी करायचं आहे. जगायचं त्यांच्या बरोबर, मरायचं त्यांच्याबरोबर, तर जमाव हजार अडथळे निर्माण करू शकतो.

माझ्याकडे लोकं येतात. ते म्हणतात, 'आम्हाला संन्यास घ्यायचा आहे. पण जरा मुलीचं लग्न होऊ देत, कारण जर लग्न झालं नाही आणि आम्ही संन्यास घेतला तर अडचणी येतील. लग्न होणं कठीण होऊन जाईल. आणि कसाबसा नवरा मिळाला, तरी वरातीत कुणी सहभागी होणार नाहीत. एकदा ह्या मुलीचं लग्न होऊन जाऊ देत, मग मी संन्यास घेईन; त्यासाठी तयार राहीन.

पण एवढं म्हणून आणि करून प्रश्न अगदी सुलभतेनं संपतात का? मुलीचं लग्न होईल. बायको आजारी आहे, उद्या मेली तर? अर्थी उचलायला लोक येणार नाहीत. अर्थी पडून राहील आणि तिथे कुणीही येणार नाही. मग घाबरायला होईल. अपमानित वाटेल, त्रास होईल, अडचण होईल. सुख-दुःखात माणसाला साथ-सोबत हवी असते. मुलीचं लग्न करून टाकाल. उद्या तिला मूल होईल, त्याचंही लग्न करावं लागेल. गोष्टी अशा संपतात का? ह्या जगात कधी पूर्ण विराम येतो का? इथे पूर्ण विराम येतच नाही. असं थोडंच आहे? पूर्ण विराम फक्त सिनेमात येतो. 'दि एन्ड' इथे येत नाही. जीवनभरात कधीही येत नाही. इथे ना काही सुरू होत, ना काही संपत. कारण मध्य! तुम्ही आलात तेव्हाही गोष्ट चालू होती, मंचावर अभिनय चालू होता. लोक बसले होते. तेव्हाही सर्व चालू होतं. ही गोष्ट समाप्त होतच नाही. ही शृंखला आहे. ही अनंत अशी शृंखला आहे. ह्यात जर तुम्ही असा विचार करत असाल की जेव्हा पूर्ण विराम येईल, तेव्हा सर्व केलं, जे जे करायला हवं होतं. आता गर्दीवर अवलंबून रहाण्याची गरज नाही. तरीही तुम्ही कमीत कमी मराल. तुम्हाला मरावं लागेल. आणि मनात हीसुद्धा काळजी आहे की मरेन तर म्युन्सिपालटीचे लोक येऊन उचलतील. हा जमाव साथ देणार नाही.

मनुष्य मरणाअगोदरही मरणाचेच विचार करतो की प्रेतयात्रेत कोण कोण

सहभागी होईल? तुम्ही ह्यावर कधी विचार केलात की नाही? किती गर्दी असेल? वर्तमानपत्रांतून काय छापून येईल? लोकं काय म्हणतील? मरणानंतर लोकं स्तुतीपर काही बोलतील की नाही?

अमेरिकेत एक माणूस होता- रॉबर्ट रिप्ले! मरणापूर्वी त्याने... ! हा माणूस संपूर्ण आयुष्य स्वत:च्या पद्धतीने जगला. विचित्र कामं करण्याची त्याला सवय होती. तर मरणही त्याला विचित्रतेने हवं असा त्याने विचार केला. त्याने त्याच्या सेक्रेटरीला बोलावलं आणि त्याला सांगितलं की, 'बघ, वर्तमानपत्रांत बातमी दे की मी मेलो. डॉक्टर तर म्हणतात की चोवीस तासांपेक्षा जास्त जगू शकणार नाही.'

तर तो म्हणाला, 'पण अजून तुम्ही जिवंत आहात आणि वर्तमानपत्रांत आत्ता बातमी द्यायची गरज काय? तुम्ही जेव्हा मराल, तेव्हा सांगेन.'

तर रिप्ले म्हणाला, 'तू वेडा आहेस. मी वाचू इच्छितो की मी मेल्यावर लोक काय बोलतात, काय लिहितात! आणि मी ह्या जगातला पहिला मनुष्य होऊ इच्छितो, ज्याने स्वत:च्या मरणाची बातमी वाचली. मरणाचाही मी उपयोग करून घेऊ इच्छितो.'

ही गोष्ट त्यालाही पटली. त्यांनी वर्तमानपत्रांत बातमी दिली. वर्तमानपत्रांत बातमी छापली गेली. एडिटोरियल निघालं. तो माणूस प्रसिद्ध होता. आयुष्यभर शोध घेत होता. त्याने विचित्र गोष्टी शोधून काढल्या होत्या. त्याची बरीच पुस्तकंही आहेत. जर तुम्ही कधी बघितली असतील. त्याच्या पुस्तकांचं एकच नाव आहे,'बिलिव्ह इट ऑर नॉट'! 'माना अथवा नका मानू.' त्याने अशी तथ्यं शोधून काढली आहेत, जी विश्वास ठेवण्यास कठीण. पण ती तथ्यं आहेत. ती सर्व शास्त्रीय दृष्टिकोनांतून तथ्यं आहेत. ऐतिहासिक आहेत. पण लगेचच विश्वास ठेवता येत नाही. संपूर्ण आयुष्यभर हेच त्याचं काम होतं.

त्याच्याजवळ एक मासा होता तो उलटा पोहायचा. तो एकमेव मासा होता संपूर्ण जगात! सर्व मासे उलटे पोहत नाहीत. पण त्याच्याजवळ हा एक मासा होता. जो उलटा पोहायचा. अशा त्याने बऱ्याच गोष्टी गोळा केल्या होत्या सर्व जग फिरून. विचित्र शोध घेणारा होता.

मी काही वर्षं जबलपूरमधे राहिलो. जबलपूरच्या जवळच एक खजूराचं झाड होतं, जे कधी कुणी मला सांगितलं नाही. जेव्हा मी वाचलं, ते रॉबर्ट रिप्लेच्या पुस्तकात वाचलं की जबलपूरच्या जवळ इतक्या मैलावर अमूक एका ठिकाणी खजुराचा वृक्ष आहे. ज्याला दोन शेंडे आहेत. खजुराच्या वृक्षाला एकच शेंडा असतो. फांद्या नसतात खजुराच्या वृक्षाला. हा एकमेव वृक्ष आहे संपूर्ण पृथ्वीवर. जेव्हा हे पुस्तक वाचलं तेव्हा मी ते झाड– वृक्ष शोधायला बाहेर पडलो. मला मिळाला. वृक्ष होता तिथे. पण त्याने ह्या वृक्षाची माहिती कशी काय शोधून

काढली? काय केलं त्याने? तो आयुष्यभर अशा गोष्टी शोधत राहिला, ज्या वेगळ्या असतील, विचित्र असतील, निराळ्या, क्वचितच आढळणाऱ्या!

तर तो म्हणाला, 'माझं मरणंही निराळं असलं पाहिजे. चोवीस तास अगोदर बातमी दिली.' 'मेला' वर्तमानपत्रांत संपादकीय छापून आलं, फोटो छापले, कौतुक छापलं, स्तुती छापली! दुसऱ्या दिवशी त्याने हे सर्व वाचलं आणि फोटोग्राफरला सांगितलं. हे वाचतानाचे माझे फोटो काढ. आणि हे फोटो छापून टाक की हा मनुष्य इतिहासातला पहिला मनुष्य आहे, ज्याने त्याच्या मरणाची बातमी स्वत:ने वाचली. आता मी शांततेत, निश्चिंत होऊन मरू शकतो, कारण सर्व ठीक आहे. कुठेही काहीही गडबड नाही.

मेल्यानंतर लोक कुणाबद्दल वाईट बोलतही नाहीत. इतकी दया तर लोकं करतातच. आयुष्यभर तर विरोध दर्शवला, शेवटी पश्चात्ताप करतात. जीवनात कोण कुणाच्या बाजूने बोलतं? मेल्यावर कुणी विरोधात बोलत नाहीत. लोकं म्हणतात, 'आता तर मेला बिचारा, आता तसा का होता...? मेलेल्या माणसाबद्दल सगळे बोलतात 'स्वर्गीय झाला. मग हवं तर तो नरकात जाऊ दे. ह्याच्याशी काही देणं घेणं नाही. सगळेच तर स्वर्गात जात नाहीत, दिल्लीत जे मरतात, त्यांच्या संबंधात वर्तमानपत्र सांगतं, 'स्वर्गीय झाले'. दिल्लीत मरणारे लोक स्वर्गात जातील, ही शक्यता फारच कमी आहे. मग नरकात कोण जाणार? मग नरकाचं काय होईल?

मेल्यानंतर तर माणसं प्रशंसाच करतात. हाही पश्चात्तापच आहे, की आयुष्यभर तर बिचाऱ्याला सतावलं, निंदा केली, आता मरताना तरी त्याला शांतता द्यावी. आता तर मेला. आता सर्व त्रास, झंझटच संपलं, आता ह्याचं कौतुक करण्यास काही हरकत नाही.

फ्रान्समधे वॉल्टेयर आणि रुसो मधे कडवा विरोध होता. जेव्हा वॉल्टेयर मृत्यू पावला आणि रुसोला कुणी येऊन ही बातमी दिली की, 'तुम्ही ऐकलंत? वॉल्टेयर मरण पावला!' तेव्हा रुसोने काय केलं माहित्ये? म्हणाला की, 'ही वॉज अ ग्रेट मॅन, प्रोव्हायडेड ही इज रिअली डेड!' ते एक महान व्यक्तिमत्त्व होतं. जर खरोखरंच मेले असतील तर!' जर खरंच मरण पावले असतील तर! तरच मी असं म्हणू शकतो, की ते एक महान व्यक्ती होते. जर जिवंत असतील तर जुनं भांडण चालू!

जीवनात कधीही शेवट तर येत नाही. आणि सर्व जर संपणार असेल, जसं होत नाही, तरीही तुम्हाला तुमच्या मरणाबद्दल विचार करावा लागेल की शेवटची चादर कोण घालणार? प्रेतयात्रेला कोण येणार? कोण जाळणार किंवा पुरणार? कुत्र्याचं मरण तर नाही ना येणार?

तर इथे शेवट नाहीच आहे. शृंखला चालू राहते. गर्दीतून जेव्हा तुम्ही

माझ्याकडे येता, तेव्हा तुम्ही ही सर्व जोखीम घेतली होती. आणि ज्यांनी कृष्णाला निवडलं. त्यांनीही ही जोखीम घेतली होती. ज्यांनी कबीराला निवडलं, त्यांनीही ही जोखीम घेतली होती. ही जोखीम सतावत आहे. ही धार्मिक व्यक्तीला घ्यावीच लागते.

आणि जेव्हा कृष्ण किंवा क्राइस्ट बोलतील. लक्षात ठेवा, ते ह्या संकोचाने, लाजेने बोलत नाहीत. की लोक काय म्हणतील, ते काय मान्य करतील. लोकांना काय मान्य असेल, हा हिशोब तर राजकीय नेते करतात, त्यानुसार बोलतात. हे राजकीय नेते जे लोकांना पसंत पडेल तेच बोलतात. हे नेते प्रथम माहिती करून घेतात की लोकं कशाला मान्यता देतात, त्यांची धारणा काय आहे? जे लोक ऐकू इच्छितात, तेच राजकीय नेते बोलतात, आहे त्यापेक्षा जास्त मोठं करून बोलतात. लोकांच्या विरुद्ध राजकीय नेते बोलत नाहीत. कारण लोकांकडून त्यांना मत हवं असतं. राजकीय नेते तर लोकांवर अवलंबून आहेत.

ज्यांना तुम्ही नेता म्हणता ते तर आपल्याच अनुयायींचे अनुयायी असतात. ते त्यांच्याकडे बघूनच तर चालतात.

मी ऐकलंय की मुल्ला नसरुद्दीन एक दिवस आपल्या गाढवावर बसून पळत जात होता. बाजारातून निघाला तर लोकांनी विचारलं, 'अरे, कुठे चालला आहेस? नसरुद्दीन?' त्याने सांगितलं. 'मला विचारू नका. ह्या गाढवाला विचारा.' ते म्हणाले, 'आम्ही समजलो नाही. गाढवाला काय विचारायचं?' तर तो म्हणाला, 'मी ह्याला चालवायचा खूप प्रयत्न केला. पण हरलो, प्रत्येक ठिकाणी उपद्रव देतो. मध्यभागी, बाजारात उभा राहतो. एक पाऊल उचलणार नाही. गर्दी जमते. मग मी एक रहस्य शिकलो, हा ज्या दिशेने जातो, त्याच दिशेला त्याला मी जाऊ देतो. ह्यामुळे निदान माझं मालकत्व तरी अबाधित राहतं! लोकांना कमीत कमी असं तरी वाटतं, की 'अहाहा नसिरुद्दीनचं गाढव किती आज्ञाधारक आहे. ह्यामुळे इतर कुणाला जराही कळत नाही की माझं आणि ह्या गाढवाचं अजिबात जमत नाही. किंवा आम्हा दोघांत काही झंझट आहे.'

नेताही असाच असतो. नेता प्रथम हे बघतो की, अनुयायी कुठे जात आहेत? कोणत्या दिशेला झेंडा फडकवत आहेत? तो मग पटकन् त्यांच्यापुढे जाऊन उभा राहतो. इतका तो हुषार आहे. की झेंडा कुठल्या दिशेने फडकत आहे, त्या दिशेला सर्वांत पुढे जाऊन उभं रहायचं. बस्स. तो गर्दीत पाठीमागे उभा राहत नाही, गर्दीच्या पुढे उभा राहतो. गर्दी, जमाव पूर्वेला जातोय तर तोही पूर्वेला जातो. जमाव पश्चिमेला जातोय, तर तोही पश्चिमेला जाऊन उभा राहतो. जमाव ओरडतो, 'गरिबी हटाव!' तर तोही जोरजोरात ओरडतो, 'गरिबी हटाव!' जमाव म्हणतो, 'समाजवाद आणा' तर तो ही म्हणतो, 'हेच तर हवं आहे. समाजवाद आणा' काहीही असू दे मी मात्र

पुढेच रहाणार. जो जमावातले बदलणारे रंग, ऋतू समजून घेतो ओळखतो. वेळेअगोदरच ओळखतो. नाही तर चुकेल. कोणी दुसराच ओरडायला लागेल पुढे उभं राहून!'

तुम्ही जात आहात, तुम्ही मागे वळून बघितलंत. इंदिराचं असंच झालं ना? जात राहिली, जात राहिली, जात राहिली. मागे वळून बघितलंच नाही, जमाव येतोय की नाही येत आहे. जेव्हा बघितलं तेव्हा जमाव निघून गेला होता. तेव्हा तिथे कुणीही नव्हतं. पोलीस ऑफिसर होते, कलेक्टर, कमिशनर होते. सी.बी.आय. चे लोक होते, सर्व तऱ्हेचे चमचे होते, ते होते. पण जनता, जमाव निघून गेलेला होता. उशीर झाला होता. चूक झाली.

मधे मधे वळून बघावं लागतं नेत्याला की जनता येत्ये की नाही. जनता कुठे जात्ये? चपळतेने पुन्हा जनतेच्या पुढे जावं लागतं. जनतेला हा आभास द्यावा लागतो की, नेता पुढे आहे, आमच्या बरोबर आहे.

संत काही नेता नाहीये. तुम्हाला काय ऐकायला आवडतं, ते तो बोलत नाही, जे आहे ते तो बोलतो. हा जो फरक आहे तो लक्षात ठेवायला हवा. जे आहे, जसं आहे, तसं तो बोलतो, तुम्हाला आवडो न आवडो, तुम्हाला कडू वाटो, गोड वाटो, शक्यता हीच जास्त आहे की कडू लागेल. कारण तुम्हाला जी गोष्ट गोड लागते, ते विष आहे. आणि जन्मापासूनच तुम्ही त्याच्या आहारी गेला आहात.

जेव्हा कुणी तुम्हाला तुमच्या सवयींतून जाग आणतो, तेव्हा तुम्हाला त्रास होतो. सकाळी तुम्ही दाट झोपेत आहात. मस्त स्वप्न बघत आहात आणि हलवलं जातं, जोरजोरात ऊठ...! असंही होऊ शकतं की रात्री झोपण्यापूर्वी तुम्ही सांगितलेलं असतं की सकाळी मला उठवा, की मला कुठली गाडी पकडायची आहे, रात्री कुठल्या कामाला जायचं आहे. तुमच्या सांगण्यावरूनच कुणी तुम्हाला सकाळी उठवत असतं. तरीही ती व्यक्ती तेव्हा शत्रू वाटते. तरीही वाटतं की हा दुष्ट कुठून आला? ह्याला जराही अक्कल नाही, की जरा एकदा कुशीवर तर वळू, अजून थोडीशी दे! तुम्ही स्वत: सांगताय की उठवा आणि उठवणारा शत्रू वाटतो, तरीही वाटतं हा दुष्ट इथे कुठून आला. आणि संतांना तर तुम्ही कधी सांगितलेलं नाहीयेत की, 'जागं करा' आणि तुमची ही झोप खूप जुनी आहे आणि ते तुम्हाला खडबडून टाकतात. तुम्हाला हलवतात. ते म्हणतात, 'उठा,' ते तुम्हाला दुखापत करतात. तुम्ही गोड स्वप्न बघत होतात. तुम्ही सोन्याचा महाल बघत होतात. तुम्ही सुंदर स्त्रिया बघत होता. तुम्ही बघत होतात अप्सरांना. तुम्ही स्वर्गात विराजमान झाला होतात. तुम्ही सिंहासनावर बसला होतात, देवी देवता तुमच्या चारी बाजूंनी नाचत होते आणि तुमच्या यशाची स्तुती करत होते. आणि हे महाशय आले आणि तुम्हाला हलवत राहिले, की उठा, हे सर्व स्वप्न आहे, जागे व्हा!

संतांशी तुमची नाराजी रहाणार. जो संतांना मान्यता देईल, तो संत झाला. 'भगत देख राजी हुई, जगत देख रोई!'

मीरा म्हणते, 'भगत म्हणजे संत बघून मान्य झाले. संतांना बघून जे मान्यता देतात, ते स्वत:च संत!

संत खूप नाहीयेत, तुम्हाला अडचणी आहेत. तुम्हाला सत्य तर माहीत करून घ्यायचंच नाहीये. कारण तुम्ही खोटेपणात जगत आहात.

फ्रेडरिक नीत्योने म्हटलंय, की लोकं मरून जातील, जर त्यांच्याकडून खोटेपणा हिरावून घेतला. लोकं खोटेपणाच्या आधारावरच तर जगतात. खोटेपणा हे त्यांच्या आयुष्याचं 'लुब्रीकंट' आहे. कुणी स्त्री तुम्हाला सांगते, 'तुझ्याइतका सुंदर पुरुष दुसरा कुणी नाही.' आता हे तर संपूर्ण खोटं आहे. एवढ्या मोठ्या पृथ्वीवर तुमच्यापेक्षा सुंदर पुरुष दुसरा कुणीही नाही! आणि ह्या स्त्रीने किती पुरुष बघितलेत काय माहीत? काही परीक्षा झाली आहे? ऑलिम्पिक झालंय? काही निवडणुका झाल्या आहेत? काही ठराव झालाय की कुठला पुरुष सर्वांत जास्त सुंदर आहे? नाही. पण तुम्हीही काळजी करत नाही. जरी तुम्हालाही माहीत असतं, की हे संपूर्ण खोटं आहे. पण हे मानावंसं वाटतं.

तुम्ही कुठल्या स्त्रीला सांगता की, 'माझं तुझ्यावर इतकं प्रेम आहे, की मी कधी कुणावर एवढं प्रेम केलं नव्हतं आणि नाही कधी करू शकणार. जन्मोन् जन्म मी प्रेम करत राहीन आणि हे असंच निरंतर टिकेल.' हे खोटं आहे. खोटं एवढ्याचसाठी आहे की ही गोष्ट तुम्ही अगोदरही कुणाला बोलला होतात आणि खोटं एवढ्याचसाठी आहे की हे शक्य नाहीये. कारण असंच तुम्ही पुढे अजून स्त्रियांनाही बोलण्याची शक्यता आहे आणि खोटं एवढ्यासाठी आहे, की हीच गोष्ट वेगळ्या पुरुषांनी ह्या स्त्रीला बोलून दाखवली होती आणि तिने विश्वास ठेवला होता. आणि खोटं एवढ्यासाठी आहे की क्षणभंगुर मन शाश्वत प्रेम कसं काय करू शकणार? आज जी स्त्री सुंदर वाटत्ये, असं होऊ शकतं, उद्या कवडीमोलाची वाटेल. नेहमी असं होतं. स्त्री मिळाली की कवडीमोलाची वाटते. नाही मिळाली तर प्रेम कायम राहतं. मजनू नशीबवान होता, त्याला स्त्री मिळाली नाही. मिळाली असती तर डोकं फोडलं असतं. कुठे बाजारात चणे विकत बसला असता. मुलांना सांभाळत बसला असता. नाही मिळाली, तर मजा करत राहिला, लैला, लैला ओरडत राहिला.

एक माणूस एका वेड्यांच्या हॉस्पिटलमधे गेला. त्याने एका खोलीत एका माणसाला डोकं आपटताना बघितलं. आणि एक तसवीर छातीला लावून आणि डोळ्यांतून अश्रूंच्या धारा वाहात आहेत. तर त्या माणसाने विचारलं, की ह्या वेड्याला काय झालंय? तर तो म्हणाला, 'ही तसवीर बघताय ना? ह्या स्त्रीसाठी दिवाना होता. ती त्याला मिळाली नाही.'

गोष्ट कळली की रडतोय, दुःख करतोय. हिच्यासाठी वेडा झाला. त्याच्या समोरच्या खोलीत एक दुसरा माणूस होता, तो स्वतःचे कपडे फाडत होता आणि भिंतीवर ठोसे मारत होता. आणि डोकं आपटत होता आणि जमिनीवर केस खेचत होता. विचारलं, 'ह्याला काय झालंय?' तो म्हणाला, 'ह्याचं तर विचारू नका, जी स्त्री ह्याला मिळाली नाही ती ह्याला मिळाली. हा ती स्त्री मिळाली म्हणून वेडा झाला आहे.' जे आज ह्या क्षणी वाटतंय, हा क्षण नंतरही टिकेल? जी ह्या क्षणाची प्रचिती आहे, ती ह्याच क्षणाची प्रचिती आहे. तीच उद्याच्या क्षणाचीही असेल, हे पक्कं नाही. पण माणूस खोटं पसंत करतो. खोटं फार छान वाटतं. खोट्यात प्रशंसा आहे. खोटं फुशारकी देतं. सत्य दुखापत करतं.

युनानचे मोठे विचारक प्लेटोने आपल्या भविष्यातल्या राज्यात कवींना प्रवेश दिला नाही आहे. त्याने अशी सोय करून ठेवली आहे की त्याच्या रिपब्लिकमधे, त्याचं जे भविष्यातल्या कल्पनेचं राज्य आहे, त्याचं जे रामराज्य आहे, तिथे कवींसाठी जागा नाही. कवी अतिशय नाराज होते. आणि लोकांनी विचारलं की, प्लेटो, ह्याचा अर्थ काय? हे असं का? कवींविषयी नाराजी कशासाठी? आणि सगळे असतील, पण कवी नसतील?

तर प्लेटोने सांगितलं, 'कवींमुळे खोटं चालतं आणि मला माझ्या राज्यात खोटं नकोय. आता अजून स्वप्न नकोत, सर्व सत्य हवं.'

पण प्लेटोचं राज्य कधी होणारच नाही. नीत्शे जास्त बरोबर सांगतो, की लोकं खोटेपणातच जगतात. लोकं खोटं सोडू शकत नाहीत. खोटं संपलं तर त्यांची गाडी थांबेल. खोटं संपलं तर जगण्यासारखं जगण्यासाठी योग्य कारण रहाणार नाही.

कोणी ह्या खोटेपणात जगतात की संपत्ती मिळेल तर मोठं सुख गवसेल. हे खोटं आहे. कुणालाही कधीही संपत्ती मिळाली म्हणून सुख मिळालं नाही. सर्व गोष्टी हीच साक्ष देतात की कुणा व्यक्तीला संपत्ती मिळाली म्हणून सुख मिळालं, असं झालेलं नाही. पण तरीही हे खोटं, खरं मानलं जातंय की संपत्ती मिळाली की सुख मिळालं. पद मिळालं, तर सुख मिळालं. नाही. कुणालाही मिळालं नाही. संपूर्ण मनुष्यजातीचा इतिहास निर्विवादपणे हे सिद्ध करतो की पद मिळाल्यावर सुख मिळालेलं नाही. नाहीतर बुद्ध सिंहासन सोडून का गेले असते? नाहीतर महावीर राजमहाल सोडून जंगलात का भटकत राहिले असते? पदामुळे जर सुख मिळालं असतं, गोष्ट सुगम झाली असती. मग तर सिकंदर आणि नेपोलियन आणि चंगीजखां आणि नादिरशहा आणि स्टॅलिन सर्व बुद्धपुरुष झाले असते. पण नाही. पदामुळे कधी कुठलं सुख मिळत नाही. पण खोटं चालू आहे. खोटेपणा आमच्या नसांनसांत, रेषेरेषेत आहे. 'जे आहे, जसं आहे, तसंच्या तसं! दगडाला दगड, गुलाबाला गुलाब! जसा आहे तसा! मग दुखापत झाली तरी चालेल. नाही लागलं

तर नाही लागलं! ज्याला दुखापत झाली नाही तो बहिरा तरी आहे. नाहीतर जागा झालेला तरी!

मी तर तेच सांगतो, असं आहे. कणमात्रही फरक करू इच्छित नाही.

मी ऐकलं, एका गावात एक महात्मा आले. प्रवचन देत होते तर समोरच एक बाई आपल्या मुलाला घेऊन बसली होती. ते मूल फार गडबड करत होतं. महात्माही त्यामुळे त्रासले होते. त्यांचं प्रवचन त्यामुळे नीट होत नव्हतं, त्या मुलामुळे! ती बाई एकसारखं त्या मुलाला ओरडत होती, मारत होती, जबरदस्ती खाली बसवत होती, पण ते मूल पुन्हा पुन्हा उभं राहत होतं, परत काही बोलत होतं. शेवटी महात्मांच्या सहनशक्तीबाहेर गेलं, जेव्हा मुलाने त्याला शू लागल्याचं सांगितलं, आई त्याला 'गप्प रहा, गप्प राहा.' असं सांगत राहिली. पण तो कसला गप्प बसायला? तो म्हणाला की, त्याला जोराची शू लागली आहे.

मुलं असतात, तीही स्वतःचा मार्ग शोधून काढतात की तुम्ही त्यांना दाबूनही ठेवू शकत नाही. आधी आइस्क्रीम मागत होता तर त्याला समजावलं की संध्याकाळी देते. पण शू लागली तर ती संध्याकाळी– असं होऊ शकत नाही ना! शेवटी मुलांनाही बुद्धी असते. त्यानेही अडथळा उभा केला. त्याने असं सांगितलं की ते त्या क्षणी होणं आवश्यक होतं.

शेवटी महात्मा सहन करू शकले नाहीत. महात्मा म्हणाले, 'ऐका, बाई. मुलावर संस्कार झालेले नाहीयेत. तू मोठ्या घरची आहेस. प्रतिष्ठित कुळातली आहेस, मुलावर काही संस्कार कर. सत्संग, मंदिर इथे असे शब्द बोलले जातात? शू?'

तर बाईने विचारलं, 'मी ह्याला कोणता शब्द शिकवू?'

तर ते म्हणाले, 'काहीही शिकव, प्रतिकात्मक शब्द शिकव. समज की ह्याला सांग, 'मला गाणं गायचं आहे. जेव्हा ह्याला शू लागेल, तर हा सांगेल, गाणं गायचं आहे. अजून कुणाला कळणारही नाही आणि तू त्याला बाहेर घेऊन जाशील. पण हे काय? हा मधेच उभं राहून हे बोलतोय आणि इथे ब्रह्मचर्चा चालू आहे आणि ह्याला शू लागल्ये!'

बाईला गोष्ट पटली. तिने जाऊन मुलाला खूप समजावलं. मुलाने मान्यही केलं, ऐकलं. घरीही तिने तेच सांगितलं. 'तू हे लक्षात ठेव, नाहीतर सत्संगमधे परत बोलशील. तर घरातही तो तसंच बोलू लागला. कधीही जायचं असलं की म्हणायचा, 'गाणं गायचं आहे.' पण तीन महिन्यांनंतर एक गडबड झाली. योगायोगाने महात्मा गावात आले. त्याच बाईच्या घरी पाहुणे म्हणून राहिले. रात्री अचानक तिचा शेजारी आजारी पडला म्हणून बाईला जावं लागलं. ते मूल एकटं झोपायला तयार होईना, तर तिने त्याला महात्मांकडे जाऊन झोपायला सांगितलं. मूल त्यांच्याजवळ

झोपलं. रात्रीचे दोन एक वाजले असतील, महात्मांची मोठी ढेरी तालात वर-खाली होत होती. आणि त्यांच्या नाकातून सातही सूर एकाच वेळी निघत होते. ते अगदी गाढ निद्रेत होते. तेव्हा त्या मुलाने त्यांना हलवलं, म्हणालं, 'महात्माजी महात्माजी, मला गाणं गायचंय!'

महात्मा म्हणाले, 'ही तर कमाल झाली! धत् तुझी. अर्ध्या रात्री गाणं गायचंय? ही काय वेळ आहे? झोप गुपचूप!'

महात्मांनी त्याला जबरदस्ती दाबून ठेवलं, तर थोडा वेळ ते गप्प राहिलं. पण जर 'गाणं गायचंच आहे' तर ते पडून तरी कसं रहाणार? परत थोड्या वेळाने जेव्हा महात्मांचे स्वर तारेत लागायला लागले आणि ढेरी हलू लागली, मुलाने आवाज दिला, हलवलं, 'महात्माजी,मला गाणं गायचं आहे.'

महात्मा म्हणाले, 'तू मला रात्रभर झोपून देणार आहेस की नाही? हे कसलं तुझं गाणं? दिवसा गा. चूपचाप झोप नाहीतर मी धपाटा घालीन आता.'

आता महात्मांनी धपाट्याची गोष्ट केली, तर बिचारं मूल गप्प बसलं. पण गप्प तरी कसं रहाणार? गाणं गायचंच होतं. पुन्हा त्याने महात्मांना उठवलं, जरा वेळाने म्हणालं, 'महात्माजी, सकाळपर्यंत थांबू शकत नाही, आत्ताच गाणार.'

महात्मा म्हणाले, 'आजूबाजूचे लोकं झोपलेत, त्यांनाही उठवणार! चांगली कटकट माझ्या मागे लावून दिल्ये तुझ्या आईने. हे... ही काय.. तू झोप गप्प! गाणं असं कुठलं एवढं जरूरी आहे की आत्ताच गायलं पाहिजे?'

मूल म्हणालं, 'गाऊ देत महात्माजी, नाही तर गादीत गाणं होईल?'

महात्मा घाबरले, की गाणं गादीत होईल? तर ते म्हणाले, 'हे बघ, आरडाओरडा होईल, आजूबाजूचे लोक... कुठलं तुझं गाणं, काय गाणं तुझं! तू माझ्या कानात हळूच गा आणि झोपून जा.'

मूल म्हणालं, 'मग नंतर तुम्ही काही बोलू नका,' त्याने गाणं गायलं. गुनगुना गुनगुना गुनगुना जेव्हा गायलं, तेव्हा महात्मांना समजलं; पण तोपर्यंत उशीर झाला होता.

मी, गोष्ट जशी आहे, तशीच सांगणं योग्य समजतो. इथे गोष्टी गोल गोल फिरवून सांगण्यात काहीही हशील नाही. त्याने त्रास वाढतो. तुमच्याजवळ तसंही बरंच खोटं जमलं आहे. त्या खोट्याला तोडायचं आहे.

ह्या सर्व खोट्या गोष्टींमधे एक सर्वांत मोठं खोटं हे आहे की, धर्मासाठी इंद्रियांना काबूत ठेवलं पाहिजे. इंद्रियांना काबूत ठेवणं हे अनिवार्य आहे, तरच धर्माचं पालन होतं. हे सर्वांत मोठं खोटं आहे. परमात्मा इंद्रिय देतो आणि महात्मा शिकवतात की इंद्रियांना नष्ट कसं करायचं. जॉर्ज गुरजिएफ म्हणत असत की, 'माझ्या अनुभवावरून एक गोष्ट मोठी विचित्र आहे, की महात्मा परमात्म्याच्या

विरोधात असल्याचं जाणवतं.'

ह्या गोष्टीत मोठं मूल्य आहे. परमात्मा इंद्रियं देतो आणि महात्मा म्हणतात, इंद्रियांना दाबून ठेवा. त्यांचं 'दमन' करा. ही गोष्ट पटत नाही. ही गोष्ट धार्मिक होऊ शकत नाही. इंद्रियांना शुद्ध करा. दमन नाही. इंद्रियांना शुद्ध करा, निर्मळ करा. डोळ्यांना इतकं उज्ज्वल बनवा की जिथे बघतील, जे काही बघतील, परमात्म्याचा अनुभव येईल. कानांना इतकं शुद्ध करा की जो स्वर ऐकू येईल, त्यात अनाहतनादाचा स्वर उमटलेला ऐकू येईल. प्रेमाला असं परिपूर्ण करा की ज्यावर तुमचं प्रेम जडेल तोच तुमचा कृष्ण होऊन जाईल.

तर मी इंद्रियांच्या दमनतेच्या विरोधात आहे. जे विरोधात नाहीयेत, ते धार्मिक नाहीयेत. पण लोकांना इंद्रियांना दमन करण्याची, मारून टाकण्याची गोष्ट पटली. पटली एवढ्याचसाठी, कारण दमन केल्याने त्यांच्या अहंकाराला मजा आली. कुठल्याही गोष्टीला दाबून ठेवलं की अहंकार सुखावतो. दुसऱ्याला दाबलं तरी मजा येते. पखांना दाबलं तरी मजा येते. अहंकाराला मजा येते ती दाबून ठेवण्यामधेच. कुणाच्या छातीवर बसायला मजा येते. स्वत:च्या छातीवर बसायलाही मजा येते. अहंकार संघर्षामुळे जिंकतो. एक तर दुसऱ्याशी लढा. भांडण करा आणि दुसऱ्याला हरवा. पण प्रत्येक वेळेला दुसऱ्याशी लढणं शक्य नसतं आणि महागही असतं. तर स्वत:शीच लढा, स्वत:लाच दाबून ठेवा. एक तर दुसऱ्याला जिंकू द्या किंवा स्वत: जिंका, पण जिंका जरूर. जिथे जिंकणं आहे तिथे अहंकाराला मजा येते, की मी काही आहे, काही खास, काही विशिष्ट, वेगळा! मी खास, विशिष्ट!

इंद्रियांना दाबून ठेवण्याची गोष्ट अहंकारी लोकांना एकदम पटली. आणि समाजालाही ही गोष्ट पटली. कारण जो इंद्रियांवर मात करण्याच्या कामी लागतो, तो समाजाशी सहयोग करतो, तो दुसऱ्यांवर मात करत नाही. नाही तर ते दुसऱ्यांना दाबत रहाणार. दाबून ठेवण्यात त्याला रस आहे तर तो पूर्ण करणार. जर स्वत:ला दाबत राहिला तर समाजाला सुविधा होते. त्या माणसापासूनचा त्रास मिटून जातो. आता तो दुसऱ्यांना दाबणार नाही. आता तो शेजाऱ्यांना त्रास देणार नाही. तो अजून कुणाला कमी लेखत नाही. तो स्वत:शीच झगडत राहतो. तो स्वत:च्याच उजव्या-डाव्या हातांना मारतोय, लढवतोय. तो अंधारात स्वत:च्याच सावलीशी लढतोय. तो आणि त्याचं काम!

समाज म्हणतो, हा सज्जन माणूस आहे. समाज त्याला दुर्जन माणूस म्हणतो, जो दुसऱ्यांना कमी लेखतो, दाबायचा प्रयत्न करतो. समाज त्याला गुंड म्हणतो जो दुसऱ्यांना दाबतो. दुष्ट! जो स्वत:ला दाबतो, त्याला म्हणतात, 'साधू'. पण दोघांमागे गुपित काय आहे? गोष्ट तर एकच आहे. दाबून ठेवण्यातला रस हा अहंकार. जोपर्यंत दाबून ठेवण्याची सवय आहे, तोपर्यंत समर्पण घेऊ शकत नाही,

कारण दाबणं हा संकल्प आहे.

परमात्म्याच्या चरणी तर सर्व सोडून द्यायचं आहे, सहज भावनेने. इतक्या परिपूर्णतेने की तो जसं ठेवेल, तसं रहायचं. जसं मीरा म्हणते, 'जिथून उठवतो, उठते, जिथे बसायला सांगतो तिथे बसते, जे करवून घेतो, करते. कर्ता तो आहे. मी निमित्त मात्र आहे. मी फक्त एक उपकरण!'

अर्जुनाने कृष्णाला हीच गोष्ट गीतेत विचारली आहे, अर्जुन संकल्पवान बनू इच्छितो, तो म्हणतो, मी हे सर्व सोडून जातो, ह्यात काय ठेवलंय? जंगलात जातो, संन्यासी होतो. आत्मज्ञानाच्या शोधात राहीन. चित्त शांत करेन. ह्या युद्धात काय ठेवलंय? ह्यात लोकं कापली जातील, मारली जातील, हे मी करू इच्छित नाही.' पण 'मी हे करू इच्छित नाही' ह्यात कर्त्याचा भाव आहे. कृष्ण त्याला हेच समजावत आहेत. संपूर्ण गीता ह्या एका सूत्राभोवती फिरते. ह्या एका खिळ्यावर गीतेचं चक्र फिरतं, की तू निमित्तमात्र आहेस, तू कर्ता नाहीयेस. ही कल्पना तू सोडून दे. करणारा परमात्मा आहे. तो जे करवेल ते! जर त्याने तुला युद्धात आणून उभं केलं आहे तर ठीकच. त्याची मर्जी होऊ देत. तू मधे अडथळा आणू नकोस. तू फक्त दरवाजा उघड. परमात्म्याला तुझ्यातून उतरू देत आणि जे त्याला हवं ते कर. कारण मी तुला सांगतोय, की अर्जुन जे मरणारे आहेत ते मेलेलेच आहेत. जे मरणार आहेत, ते आधीच मेलेत. मी त्यांना बघतोय. ते प्रेतं आहेत. फक्त कुणी धक्का देणारं हवं आहे आणि त्यांचं कलेवर पडेल. जर तू धक्का दिला नाहीस, तर कुणी दुसरं धक्का देईल. तू स्वत:ला कर्ता समजू नकोसच, फक्त उपकरण होऊन जा.'

जी गोष्ट कृष्ण बहिर्युद्धासाठी सांगतात, तेच मी तुम्हाला सांगू इच्छितो, तुमच्या आयुष्यभराच्या युद्धासाठी, 'तुम्ही प्रयत्न करू नका. कर्ता होऊ नका. तुम्ही सर्व सहज स्वाभाविकतेने त्याच्या हातात सोडून द्या. त्याने डोळे सौंदर्य बघण्यासाठी दिले आहेत, तर नक्कीच रूपात काही लपलं आहे; तर तुम्ही रूप-सौंदर्य नीट निरखून पाहा. तुम्ही रूपात खोलपर्यंत डुंबून या. तुम्ही त्या रूपाच्या तळापर्यंत जा आणि तिथे तुम्हाला 'अरूप' मिळेल! जर देह आवडत असेल तर त्यात खोलवर उतरा. देहाच्या आत तुम्हाला मनाचं सौंदर्य दिसेल. अजून खोलात जा. मनाच्या आत तुम्ही आत्म्याचं सौंदर्य बघाल. आणि अजून खोलवर जा आणि प्रत्येक आत्म्याच्या आत तुम्ही परमात्म्याचं सौंदर्य बघाल!

ही जी देहावर थोडीशी झलक दिसते, आभा, सौंदर्य महिमा, ही अति आतून आलेलीच आहे. ही झलक आतलीच आहे. तुम्ही ह्या सावलीत अडकून राहू नका. तुम्ही ह्याच्या ह्या स्त्रावाच्या उगमापाशी जायचा प्रयत्न करा. शोधून काढा. जसं सरोवरात चंद्र सुंदर दिसतो, पण चंद्र सरोवरात नाहीये. तो आकाशात आहे.

सरोवरात तर प्रतिबिंब आहे. जो मनुष्य सरोवरात चंद्र शोधण्यासाठी डुबकी मारेल, तो वेडा आहे. तो कधीही चंद्रापर्यंत पोहोचणार नाही. आता ही जी माणसं चंद्रावर गेली, जर सरोवरात उतरली असती तर कधीही चंद्रावर पोहोचली नसती. कसे पोहोचतील? प्रतिबिंबात शोधण्यासारखं तर काहीही नाही. प्रतिबिंबात शेवटी हातात राखच लागते. राखही मिळत नाही. कोरे, रिकामे हात राहतात.

तर ज्या व्यक्तीने शरीराचं सौंदर्य बघितलं आणि जी शरीरातच शोध घेत राहिली, तिने चूक केली. ही व्यक्ती सरोवरात डुबकी मारत राहिली आणि चंद्र तर वर आहे. आणि सरोवरात शोधाशोध केली पण चंद्र मिळवू शकली नाही. बाहेर येऊन म्हणाली, 'चंद्र तर नाही.' ही दुसरी चूक. पहिली चूक 'भोगी' ची होती, की शरीरात सौंदर्य शोधत नाहीत. दुसरी चूक तुमच्या तथाकथित त्यागाची चूक आहे. म्हणतो की सौंदर्य नाहीच आहे. मी शोधून बघितलं. तिथे काहीच नाहीये.

मी तुम्हाला सांगतो, 'दोन्ही चूक आहे.' डोळे वर करून बघा, जर सरोवरात सौंदर्य आहे, तर कुठूनतरी ते येत असणार. सरोवरात जर शोधूनही सापडत नाहीये तर जरूर प्रतिबिंब असणार. म्हणून मिळत नाही. दिसतं तर आहे, पण मिळत नाही. आरशासमोर तुम्ही उभे आहात, पण जर आरसा तोडून शोधायला जाल तर तिथे काहीच मिळवू शकणार नाही.

केव्हाही, कुठलीही एखादी गोष्ट दिसली आणि शोधून जर मिळाली नाही, तर एक गोष्ट सिद्ध होते की ते प्रतिबिंब होतं, 'रिफ्लेक्शन'! पण प्रतिबिंब होण्यासाठी बिंब असणं आवश्यक आहे, नाहीतर प्रतिबिंब कसं होणार! सरोवरात चंद्र दिसला तर आकाशात चंद्र हवा. आणि शरीरात जर सौंदर्य दिसलं तर सौंदर्य कुठे तरी हवं. नाही तर शरीरात ते दिसणार कसं! शरीरात शोधून सापडलं नाही, ही गोष्ट खरी. भोगी चुकीचा ठरला. आता त्यागी म्हणतो की आम्ही शरीराला सोडून जात आहोत. आम्ही शरीराचे शत्रू. आता आम्ही कधी सरोवरात डोकावणार नाही. आता आम्ही सरोवरापासून दूर पळत आहोत. आता आम्ही अशा ठिकाणी जात आहोत, जिथे सरोवर नसेल. आम्ही वाळवंटात जात आहोत. आम्ही तर आता वाळवंटात जाऊन बसणार जिथे पाणी नाहीच आहे. कारण पाणी धोकादायक आहे. पण ही दुसरी चूक झाली.

चंद्र आहे. सरोवरात नाही, हे खरं. पण चंद्र कुठे तरी आहे. आकाशात आहे. नजर वर करून बघा. ह्या जगातही जे सौंदर्य आहे, परमात्म्याचं आहे. त्याचंच प्रतिफळ, ह्या जगात जे संगीत आहे, अनाहत नादाचं आहे, त्याचंच प्रतिफळ!

म्हणून मी इंद्रियांच्या विरोधात नाही. बिचाऱ्या इंद्रियांची काय चूक! ह्यांना फोडून काहीही होणार नाही. ह्यांना जड करून, मुळांसारखं जमिनीच्या खाली गाडून काहीही होणार नाही. ह्यांना तुम्ही कापून जरी टाकलंत तरी तुमची वासना जाणार

नाही. कारण वासना तर भ्रमण करणारी आहे. तिचा इंद्रियांशी काहीही संबंध नाही.

तुम्हाला काय वाटतं? बुद्धाचे डोळे तुमच्यापेक्षा कमी बघतात? ते तुमच्यापेक्षा जास्त बघतात. खोलवर जाऊन बघतात. पारदर्शक झाले आहेत. एक्स-रे उपलब्ध झालाय त्यांच्या डोळ्यांना! आर पार बघतात. आता कुठलीही गोष्ट त्यांच्यामधे अडथळा बनत नाही. बुद्ध आंधळे थोडी ना आहेत! बुद्ध डोळस आहेत. बुद्धाने म्हटलंय की, 'माझ्यात आणि तुमच्यात फरक इतकाच आहे, तुम्हीही डोळस आहात, मीही डोळस आहे. तुम्ही डोळे मिटून बसला आहात, मी डोळे उघडून बघितलं. बस्. एवढाच फरक आहे.'

तुम्ही म्हणता, 'सर्वसाधारणपणे धार्मिक होण्यासाठी इंद्रियांना वश करणं अनिवार्य आहे,' जराही नाही. चैतन्याला जागं करा, इंद्रियं आपली आपण वश होतात, इंद्रियांना वश करून चैतन्य जागृत होत नाही. जागरूक व्हा. प्रेम आणि ध्यान ह्यांचा उगम होऊ द्या आणि इंद्रियं वश होतील, सर्व इंद्रियं ह्या परमात्म्याच्या चरणी समर्पित होऊन जातात. कारण सर्व दिशांनी त्याचीच चाहूल येते. सर्व इंगित त्याच्याच दिशेने तीर, बाण होऊन राहिली आहेत.

'आपण म्हणता, 'इंद्रिय दमन हे भक्तीचं लक्षण नाहीये.'

असू शकतही नाही. भक्त तर आल्हादित होतो. सर्व इंद्रियांच्या परमात्म्या समोर सहकार्याने नाचतो. भक्ताची तर सारी इंद्रियं संवेदनाशील होऊन जातात.

तुम्ही जरा मीराचा विचार करा, जी इतकी गोड गाणी गाऊ शकली. तिची इंद्रियं अतिशय संवेदनाशील असणार. ही जगाचं सौंदर्य बघत नव्हती असं नाही. कालच्या गीतात ऐकलं ना... राणाला ती म्हणते, 'तेरा देश रंगरुडो, बडा रंगीन है, बडा सुंदर है, लेकिन मेरा मन तेरे देश में नही लगता, क्यों की राणा तेरे देश में साधू नही है।' सौंदर्य आहे. पण वरवरचं, आतलं सौंदर्य नाही. साधू नाहीये. देशाचं सौंदर्य आहे. आत्म्याचं सौंदर्य नाहीये. म्हणून माझं मन तुझ्या देशात रमत नाही. तुझा देश वाईट आहे असं नाही. तुझा देश खूप छान आहे, पण काही गोष्टींची कमतरता आहे. मंदिर सुंदर आहे, पण मूर्ती नाहीये. मंदिर खूप छान आहे, संगमरवराचं आहे, पण मंदिराचा राजा तिथे नाहीये. तुझ्या देशात साधू नाहीये म्हणून मन रमत नाही. म्हणून मी तिथे परतून येत नाही. बाहेर, वर वर सर्व काही आहे. पण आत-आत सर्व रिकामं आहे.

ताट सोन्याचं आहे, पण त्यात अन्न नाही. अशा ताटाचं काय करणार? देह सुंदर आहे आणि आत्मा कुरूप आहे. काय करणार अशा देहाचं? पण लक्षात ठेवा. ह्यात देवाची काही चूक नाही. देह जर कुरूप आहे तर तो ह्या कारणाने कुरूप आहे की आत सुंदर आत्म्याला जन्म देण्यात तुम्ही असफल झालात.

आत सौंदर्याला जागं करा आणि तुम्ही बघाल एक चमत्कार! चमत्कार बघाल

की जसंजसं आत ध्यान, जसजशी आत भक्ती, जसजसा आत प्रेमाचा आविर्भाव होतो, तसतशी देहावर पण सौंदर्याची आभा पसरू लागते. देहात एक नवीन प्रकाश येतो. एक वेगळीच चमक येते. अलौकिक! ह्या पृथ्वीवरची नाही, परलोकची!

दमन तर लक्षण नाही. ऊर्ध्वगमन हे भक्तीचं लक्षण आहे. इंद्रियांना वळवायचं आहे ते परमात्म्याच्या दिशेने! इंद्रियं खालच्या पातळीला वाहून जाता कामा नयेत, पदार्थांपाशी इंद्रियं उठली पाहिजेत. जागृत झाली पाहिजेत. वरच्या पातळीवर जाण्यासाठी! आकाशाकडे झेपावण्यासाठी! मग ती फार छान आहेत. अद्भुत आहेत! ज्या डोळ्यांनी संसारात अटकवलं तेच डोळे परमात्म्यामधे रमून जातील. आणि ज्या कानांनी संसारातला आरडा-ओरडा ऐकला, त्यातच अडकून गेले, तेच कान तुम्हाला अनाहतच्या स्वरांनी भरून टाकतील.

हीच शिडी आहे, जी तुम्हाला खालून वर घेऊन जाते. शिडी तर एकच असते. शिडी तोडून टाकू नका. नाहीतर पस्तावाल. ह्या गोष्टीचा कधी विचार केलात, ह्या छोट्याशा सत्याला कधी जाणून घेतलंत की ज्या शिडीच्या आधारे तुम्ही खाली जाता, तीच तुम्हाला वरती घेऊन जाते. ही खालती सुद्धा घेऊन जाते म्हणून तुम्ही तिला जाळू नका. नाहीतर वर कसे जाल? मग वर कधीच जाऊ शकणार नाही. फक्त स्वतःची दिशा बदला, खाली उतरू नका. वर चला. पण शिडी तर हीच आहे.

हीच इंद्रियं त्या 'परम'चं दार बनतात. आणि हीच इंद्रियं त्या 'परम' साठी भिंतही होतात. तुम्ही त्यांना दार बनवा, भिंत नाही, हे समजू शकता. पण त्यांना दाबून, घुसमटवून, त्यांचं दमन करून हे होणं शक्य नाही. त्यांच्या शुद्धीकरणाने हे होईल. त्यांना निर्मळ करा. अजून संवेदनाशील बनवा. जेव्हा एखाद्या फुलाला बघाल, तेव्हा खूप बघा, इतकं बुडून जाऊन बघा की त्याक्षणी फुलाव्यतिरिक्त अजून काहीच शिल्लक रहाणार नाही आणि अचानक तुम्हाला वाटेल की फुलाच्या आजूबाजूला परमात्म्याचा नाद आहे. हे जे काही मी सांगतोय, ही काही विश्वास ठेवण्याची गोष्ट नाही. करून बघा, हा तर एक प्रयोग आहे, मी जे काही सांगतो, ते सर्व प्रयोग आहेत. मी जे काही सांगतो, ते शास्त्रीय आहे. करावंसं वाटलं तर करून बघा.

कोणी वीणा वाजवतंय, तुम्ही ऐकत आहात, अजून तल्लीनतेने ऐका. ऐकता ऐकता दंग व्हा. असं ऐका की बुडून जाल. आणि अचानक तुम्हाला जाणवेल की बाहेर वीणा तर वाजतच आहे. पण आतली वीणाही वाजू लागली आहे. बाहेरची वीणा ऐकून आत पडून राहिलेल्या वीणेवर स्वर कंपन करू लागले आहेत.

संगीतवादक सांगतात की एकाच खोलीत, रिकाम्या खोलीत एक वीणा कोपऱ्यात ठेवली आणि दुसरा संगीतज्ज्ञ, कुशल संगीतज्ज्ञ, त्याने दुसरी वीणा

वाजवली, छेडली, तर तुम्हाला आश्चर्य वाटेल हे बघून की ती जी वीणा कोपऱ्यात ठेवली आहे, तिचे स्वर, तिच्या तारा कंपित होत आहेत. तिच्यात प्रतिसंवाद सुरू होतो. जेव्हा एका वीणेच्या तारा नाचू लागतात तेव्हा दुसरी वीणा, तिच्या तारा स्पर्श न करताही थरथरू लागतात, ते कंपन संपूर्ण खोलीत भरून जाईल, ते वीणेच्या ताराही पकडतात. आणि अशीच घटना घडते साथ संगतीत! कुणाची तरी वीणा वाजत्ये... हे तर मीरा म्हणते, की म्हणून माझं मन रमत नाही, तिथे साधू नाही, तिथे कुणी वीणा वाजवणारं नाही. ज्याची वीणा ऐकून माझी वीणा थरथरेल, वाजू लागेल.

संगतीचा अजून वेगळा अर्थ काय असणार? सत्संगचा अजून वेगळा अर्थ काय असणार? कुणाची तरी वीणा वाजत्ये, तुम्ही वीणा घेऊन त्याच्याजवळ जाऊन बसा. तुम्हाला कळणार नाही की वीणेच्या तारा कुणी स्पर्शल्या. तुम्हाला हेही माहीत नाही की त्या तारा आहेत तरी कुठे? तुम्हाला तुमच्या बोटांवर विश्वास नाही. तुम्ही कधी संगीताचं शिक्षण घेतलेलं नाही. तुम्हाला स्वरांचं ज्ञानही नाही. ज्याची वीणा वाजत्ये, त्याच्या जवळ जाऊन बसा. बसा काही दिवस. बसा काही काळ. वाजू देत त्याची वीणा. एक दिवस अचानक तुम्ही पाहाल, 'तुमच्या आत काही कंपनं उमटली. थरथर झाली. एक लहर सामावली. आणि अचानक तुम्हाला जाणवेल. बाहेरची वीणा वाजत्ये. पण आतही काही वाजू लागलंय.

हाच संवाद आहे जो गुरू आणि शिष्यात घडतो. हेच दान आहे. जे गुरूकडून शिष्याला मिळतं. ही काही वस्तू नाही जी एका हातातून दुसऱ्या हातात दिली जाते. हा तर एक संस्पर्श आहे. हा मोठा अदृष्य स्पर्श आहे. हळू, गप्पपणे होतो. कुणालाही कळत नाही. ह्या कानाचं त्या कानाला कळत नाही. काही वस्तू येत नाही, जात नाही. गुरूमधून कुठली गोष्ट निघून शिष्यात जात नाही. पण गुरूमधे काही कंपन होतं, नाचू लागतं आणि ह्या नाचातच शिष्याच्या आत काही नाचू लागतं.

कार्ल गुस्ताव जुंग हे पश्चिमेकडील मोठे मानसशास्त्रज्ञ. त्यांनी ह्यासाठी एक अगदी योग्य शब्द शोधला आहे. तो शब्द 'सिन्क्रॉनिसिटी' 'सहसंवदेनशीलता' 'संवाद'! काही इथे घडतंय, काही दुसऱ्या जागी घडायला सुरुवात होते. अगदी त्याच संवादात! आणि दोघांमधे सेतूही नाहीये. कार्य कारणाचाही संबंध नाहीये.

असं नाहीये की गुरू शिष्याला ज्ञान देतो. असं नाहीच आहे. तसं असतं तर तो एक गुरू संपूर्ण जगाला ज्ञान देणारा झाला असता. त्याने दिलं असतं. आणि असंही नाहीये की शिष्य ज्ञान घेतो. देणं-घेणं ह्या गोष्टी होतच नाहीत. शिष्य केवळ मोकळ्या मनाने बसतो. हृदय उघडून बसतो. शिष्य स्वत:ला फक्त असुरक्षित सोडून देतो. तो म्हणतो, 'तुमच्या मान्यतेतच मी आहे. मी इथे बसलोय. इथे तुमच्या

जवळ आहे.'

आमच्या जवळ जे काही शब्द आहेत, मोठे मूल्यवान आहेत. त्यात एक शब्द आहे– उपासना. उपासना ह्याचा अर्थ आहे, 'जवळ बसणं.' उप + आसन. गुरू जवळ बसलो– उपासना. हाच अर्थ उपनिषदाचाही होतो. उपनिषदाचा अर्थ होतो, 'गुरू जवळ बसलो. आणि हाच अर्थ 'उपवास'चाही होतो. गुरू जवळ बसलो.

उपाशी राहून उपवास होत नाही. पण कुणा गुरू जवळ बसून भूकेची आठवणही न येणं, तो उपवास! अन्नाला विसरून जाल, शरीराची शुद्ध हरवून जाल. हा अर्थ आहे. गुरू जवळ बसून बसून शरीराची शुद्ध न रहाणं म्हणजे तुमचा उपास-उपवास. आणि गुरू जवळ बसून दोघांचाही ताळमेळ होईल. तर उपनिषद! तिथे उपनिषदाचा जन्म होतो. हाच सत्याचा आविर्भाव होय. आणि हीच उपासना, हीच प्रार्थना, हीच पूजा!

इंद्रियांना जागं करा. इंद्रियांना जीवन द्या. जड करू नका. संवेदनशील करा. इंद्रियांना नृत्य करू दे. इंद्रियांना नाचात, तालात येऊ दे. इंद्रियं जेव्हा परिपूर्ण होतात. तिथूनच समर्पित होण्यासाठी झोकून देतात.

परमात्म्याने इंद्रियं उगीचच दिलेली नाहीयेत. तोडून फोडून टाकण्यासाठी दिलेली नाहीयेत.

जगामधे दोन तऱ्हेची माणसं आहेत जी इंद्रियांची शत्रू आहेत. एक भोगी, जे ह्यांना नष्ट करतात. जे नष्ट करतात क्षूद्रतेने. क्षुद्राचा आस्वाद घेता घेता, विशालतेच्या स्वादाची क्षमता नष्ट करून टाकतात. आणि तथाकथित त्यागी, हेही शत्रू आहेत. ते सुद्धा त्यांना नष्ट करून टाकतात.

आता कुठला माणूस काट्यांवर झोपला आहे. तो काय करतोय? तो स्पर्शाच्या क्षमतेला संपवून टाकतोय. नष्ट करतोय. शरीर जड, बधीर करतोय. एक माणूस भर उन्हात उभा आहे. तो भर उन्हात उभं राहून काय करतोय? तो असं करतोय की जेणे करून कातडी जाड होईल. जाड कातडी म्हणतात ना! ज्यात बुद्धी कमी होते. जाड कातडी! कातडी जाड झाली. वस्तूंचा परिणाम होईनासा झाला, संवेदनशीलता नष्ट झाल्या. पण ही काही क्रांती नाही.

तुम्ही कुणाला शिवी दिली आणि त्याला समजलं नाही की तुम्ही शिवी दिलीत आणि त्याने उत्तर दिलं नाही आणि हसत निघून गेला. ह्याला तुम्ही संतत्व तर म्हणणार नाही. ही जाड कातडी! त्याच्या अकलेत ही शिवी आहे हे शिरलंच नाही. त्यांना समजायला वेळ लागतो. त्याने ऐकलं. पण त्याला समजलं नाही, तर तुम्ही त्याला बुद्धू म्हणाल, बुद्ध नाही.

बुद्धही शिवीने प्रभावित होत नाहीत. ह्याचा अर्थ असा नाही की ते बुद्धू आहेत. याचं कारण असं आहे, की समज इतकी झाली आहे की आता तुमची दया येते.

शिवी देणाऱ्याची दया येते. असं नाही की शिवी समजत नाही. पण ह्या दोन्ही युक्त्या वापरता येतील. एक तर इतकं बुद्धत्व निर्माण करा, इतका बोध, की शिवी समजली पण ती देणाऱ्यावर दया आली, करुणा आली की... बिचारा...! आणि तुम्हाला काही इजा झाली नाही कारण बुद्धत्वात इजा कमी होणार! त्याची शिवी, त्याने दिली. त्याचं काम. तुम्हाला काय देणं-घेणं? ही तुमची समस्या नाही. तुमची शांतता अखंड राहिली. पण ह्याचा अर्थ असा नाही की तो जड बुद्धीचा माणूस आहे, ज्याला कुणी शिवी दिली तर त्याला समजलं नाही, आपला हसत निघून गेला. हे सुद्धा बचावाचं एक साधन आहे.

आणि त्यागीने नेहमी असंच केलंय. तो आपल्या क्षमतांना तोडून टाकतो. जड करून टाकतो.

मी इंद्रियांच्या जागृतिक पक्षात आहे. इंद्रिय दमनाच्या पक्षात नाही. इंद्रियांना पंख द्यायचे आहेत. मी त्यांना परमात्म्यापर्यंत उडण्याची क्षमता द्यायची आहे. ह्याच इंद्रियांच्या आधाराने तुम्ही संसारात आला आहात. ह्याच शिडीने उतरला आहात. आता ह्याच शिडीने चढून परमात्म्या पर्यंत पोहोचायचं आहे. तोडून टाकू नका. नाहीतर पस्तावाल. तोडणं खूप सोपं आहे. पण पुन्हा जोडणं खूप कठीण आहे.

'तुम्ही म्हणता : प्रेम मुक्ती आहे आणि भक्ती मोक्ष आहे. हा फरक समजला नाही.'

फरक अगदी सूक्ष्म आहे. तसा कठीण नाहीये. साधा सरळ आहे. जेव्हा मी म्हणतो, 'प्रेम मुक्ती आहे' तर मी म्हणालो की, प्रेमातून स्वाद मिळतो. मुक्ती म्हणजे मोक्षाचा स्वाद- झलक. प्रकाश येतो. हरवतो. वीज कडाडते, एका क्षणासाठी सर्व प्रकाशमय होऊन जातं. मग पुन्हा काळोख होतो.

प्रेमात झलक येते. प्रेमात झलकच येऊ शकते. थेंब थेंब! पूर येत नाही. मोक्षाचा अर्थ आहे पूर आला. आणि असा पूर की परत कधी येणार नाही. मुक्ती खूप खूप येत गेली. येत गेली, मुक्तींची रास लागली की मोक्ष! मोक्षाचा अर्थ इतकाच की आता अशी मुक्ती आली जी कधी जाणार नाही. आता हा कुठला अनुभव राहिला नाही. हा तुमचा स्वभाव झाला. जेव्हा अनुभव तेव्हा मुक्ती. जेव्हा तुमचा स्वभाव झाला तेव्हा मोक्ष. ज्यामुळे तुम्ही पतित होणार नाही, मग मोक्ष.

तर प्रेमात झलक मिळते मुक्तीची आणि भक्तीतून मोक्ष असा प्रेमाचा अर्थ आहे. एका मनुष्याचं दुसऱ्या मनुष्यावरचं प्रेम. मनुष्याचं मनुष्यावर प्रेम. भक्तीचा अर्थ आहे, मनुष्याचं परमात्म्यावर प्रेम.

दोन माणसं एकाच पृष्ठभागावर असतात. तुम्ही कुणा स्त्रीवर प्रेम केलंत, कुणा पुरुषावर प्रेम केलंत, आपल्या मुलावर, आपल्या मुलीवर, पत्नीवर, मित्रावर, कुणावरही प्रेम केलंत. हे प्रेमही थोडी थोडी झलक आणेल. कारण हेही प्रेम आहे.

त्यातही कधी कधी तुम्हाला मोठी शांती मिळेल, आल्हाद वाटेल. पण कधी कधीच. मग विषाद. दुःख, उत्तुंग गाठाल तसंच दरीतही कोसळाल, उंच डोंगराचं टोकही गाठाल कधी, तेव्हा वाटेल सर्व काही मिळालं. आणि जेव्हा दरीत जाल, अमावस्येची काळोखी रात्र येईल. पौर्णिमा मावळून जाईल. हरवून जाईल, नी मग वाटेल सर्व काही हरवलं. प्रेमांत ह्या दोन्ही घटना घडतात.

जोपर्यंत प्रेम इतकं गहीरं, इतकं खोलवर होत नाही की, ज्यावर तुमचं प्रेम आहे, त्यात तुम्हाला कृष्ण दिसू लागेल. ज्या दिवसापासून परमात्म्याचा अनुभव यायला लागेल, प्रेम भक्ती होईल तेव्हा मुक्तीची झलक मिळेल. भक्तीचा अर्थ आहे, प्रेमाने ईश्वराला शोधून काढलं. प्रेम चाचपडून पाहावं, भक्तीने मिळवलं. प्रेम अंधारात चाचपडतं, दरवाजा मिळेल, पण प्रेमात चाचपडणं आहे. म्हणून प्रेमात मोठं दुःख आहे. कारण तुम्ही ज्या कुणावर प्रेम करता, ह्याच आशेने करता की प्रेम मिळावं आणि मग- मग तुम्हाला कळतं नाही मिळालं. नाही. काही कमतरता राहिली. काही अडथळा राहिला. गोष्ट इतक्या उंचावर गेली नाही, जेवढी वाटली होती. स्वप्नांना अनुकूल नव्हती. प्रत्येक वेळेला प्रेमात दुःख असतं. प्रत्येक वेळेला कुणावर तरी प्रेम करून तुम्हाला मिळतं रितेपण हरवलेपण. हातांना निर्धन, पोकळ वाटतं. वाटलं होतं खूप. आणि झालं खूप कमी. निघाले होते सागराला शोधायला आणि हातात पडला एक थेंब! अपेक्षा सागराची होती आणि एक थेंब हातात आला, तर विषाद निश्चितच होणार.

म्हणूनच प्रेमी सुखात आणि दुःखातही निश्चिंतच होणार.

भक्ती मधे शोधायला गेला होतात थेंब आणि मिळाला सागर, आल्हाद अपरिमित असतो. तुम्ही विचारही केला नव्हतात, इतकं मिळालं. आणि तुम्ही एवढा विचार करणार तरी कसा! सागर तुम्ही बघितलेला नाहीयेत मग विचार तरी कसा करणार? तुम्ही तर गेला होतात थोडंसं मिळवायला. पण नाही, आकाशच कोसळलं. परमात्मा तुम्ही बघितला नाहीये, मग विचार तरी कसा करणार! तुम्ही सांभाळू शकणार नाही, इतकं मिळालं. तुम्ही बांधू शकणार नाही, इतका बरसला. तुमचं गाठोडं छोटं पडलं! ही भक्ती!

प्रेम जेव्हा सीमा तोडून, सीमेच्या बंधनातून मुक्त होतं, तेव्हा भक्ती होते. जेव्हा तुमचं प्रेमाचं पात्र सीमेतून मुक्त होतं तेव्हा भगवान घेऊन जातं.

भक्तीतून मोक्ष, प्रेमातून मुक्ती!

दुसरा प्रश्न : काही दिवसांपासून हा प्रेमाचा ध्वनी ऐकत होतो, पण आश्रमातल्या वातावरणात तो कधीही ऐकू आला नाही. वीणेच्या प्रत्युत्तरानंतर बाहेर आनंद आणि प्रेम ह्यांचं अनोखं वातावरण पसरलं होतं. काही अपूर्व घटना घडली की ही आमच्या

नजरेची कमतरता, गुण, दोष होते?

✳ चित्तरंजनने विचारलं आहे.

अनोखी घटना घडली. निश्चित घडली आहे. आणि अनोखी घटना घडली म्हणून दृष्टीही बदलून गेली ह्या दोन गोष्टी वेगवेगळ्या नाहीयेत. एकत्र आहेत.

विचारलं आहे की, काही अपूर्व घटना घडली की ही आमच्या नजरेची कमतरता-गुण-दोष होते! अपूर्व घटना घडली आणि तीच तुमच्या नजरेतले गुण-दोष ह्यांना वाहवून घेऊन गेली. प्रेमाचा पूर आला आणि कचरा वाहून गेला.

अपूर्व घटना कधीही घडू शकते. अपूर्व घटना घडायला कुठली वेळ निश्चित नाहीये. कुठल्याही क्षणी जर तुम्ही माझ्यासाठी दार उघडून बसलात तर घडेल. वीणाला उत्तर देतेवेळी तुमचं हृदय माझ्यासाठी खुलं झालं. आधी तुम्ही सांभाळून सांभाळून चालत होतात, स्वतःला थांबवत थांबवत चालत होतात.

चित्तरंजनला माझ्याशी जवळीक वाटते, प्रेम आहे, गहिरं प्रेम आहे, म्हणून येतात. पण एक अडचण आहे. ही अडचण खूप मित्रांना आहे, ती समजून घेतली पाहिजे. मागील सात वर्षांत मी कुठे गेलो नाही. त्या अगोदरच्या पंधरा वर्षांत संपूर्ण देशभर फिरत होतो. तर माझी खूप घरं होती, प्रत्येक गावात घर होतं माझं. जिथे उतरत असे ते माझं घर होतं. लुधियानाला जायचो तर कुसुमचं घर माझं घर असायचं. अशी खूप घरं होती. स्वभावतः मी ज्या घरी उतरायचो, ते माझ्या सान्निध्यात रहाण्याची संधी मिळवायचे. चोवीस तास माझ्या बरोबर! माझ्या बरोबर उठ-बस, झोपणं, गप्पा मारणं, मग एक अडचण निर्माण झाली. मी सर्व जागी जायचं बंद करून टाकलं. आता ते मला अगदी जवळून ओळखत, ज्यांच्या घरी मी रहायचो, राहिलो आहे, त्यांच्या कुटुंबियांपैकी मीही एक झालो, ते जेव्हा ह्या आश्रमात येतात तेव्हा त्यांना अडचण होते. त्यांच्या अपेक्षा त्याच राहतात की ते माझ्याबरोबर चोवीस तास राहतील. एकत्र जेवू, माझे कपडे धुतील, माझी सेवा करतील. आकांक्षा, आशेत काही चुकीचंही नाही. आकांक्षा बरोबर आहे. पण असं जर झालं तर माझं जेवण शिजणारच नाही. किती जणं शिजवतील, मग जेवण शिजणार नाही. मग माझे कपडे धुतले जाणार नाहीत. कपडे माझ्यापर्यंत पोहोचणारच नाहीत. ज्यांच्या हाती लागतील, तेच घेऊन जातील. मग ते सांभाळून ठेवतील, परत कशाला करतील?

आता इथे अगदी वेगळी सोय आहे. म्हणून जे माझे अगदी जवळचे होते, त्यांना अडचणीचं होतं. ते येतात. माझ्यावर प्रेम आहे, म्हणून येतात. पण त्यांना फार दूर दूर वाटतं. त्यांना वाटतं भेटायचं आहे, तर वेळ निश्चित करून घ्यावी लागेल. मी त्यांच्या घरी राहिलो होतो तेव्हा वेळ ठरवण्याची आवश्यकता नव्हती.

त्यांना आठवत नाहीये, इतर त्यांच्याकडे वेळ ठरवण्यासाठी येत. आता ह्यांना तसं करावं लागतंय तर त्रास होतोय. त्रास होणं स्वाभाविक आहे. दु:ख वाटतं की, आम्ही वेळ ठरवून घ्यायची? आणि कुणाला तीन-चार दिवसांनंतरची वेळ मिळणार, तर कधी अजून जास्त दिवसांनंतर. तर त्रास होतो. जेव्हा मी त्यांच्या घरी राहत होतो, तेव्हा त्यांना मध्यरात्री जरी बोलावंसं वाटलं, तरी ते मला जागं करून बोलू शकत होते. आता त्यांना चार दिवस थांबावं लागतंय, तर त्यांच्या अस्मितेला धक्का बसतोय पण समजायला हवं. ही कामाची सोय आहे. मी जेव्हा पंधरा वर्ष फिरत होतो, तेव्हा तर फक्त संदेश पोहोचवत होतो. लोकांपर्यंत निरोप पोहोचवत होतो की जर कुणाला तहान लागली असेल तर माझ्याजवळ या. ती कामाची एक वेगळी प्रक्रिया होती. ते प्राथमिक चरण होतं. आता साऱ्या जगातून तहानलेले लोक येत आहेत. आता तुम्हाला कल्पनेने विचार करावा लागेल. आता तुम्हाला वेळेचा हिशोब ठेवावा लागेल.

आता जर प्रत्येक व्यक्तीला ती जेव्हा येईल, तेव्हा भेटायचं ठरवलं तर रोज भेटण्यासाठी पाचशे-हजार लोक असतील. दोन हजार असतील. भेटणं अशक्य होऊन जाईल. जरी तुम्हाला वाटलं की आत्ताच भेटायचं आहे, पण तुम्ही एकटे असाल तर ठीक होतं, काही अडचण नव्हती आणि असे खूप जण आहेत, ज्यांना असं वाटतं, तर मग भेटणं शक्य होणार नाही. जर भेटणं शक्य करायचं असेल, तर काही व्यवस्था करायला हवी. नाहीतर भेटीचा प्रश्न येणार नाही. काही उपाय मिळणार नाही.

साऱ्या जगातून लोक येत आहेत. त्या सर्वांचा विचार करून आश्रमाला एक पद्धत अंगीकारणं आवश्यक आहे. ते असेच भेटत आले आहेत त्यांना त्रास होईल. पण जर त्यांचं माझ्यावर प्रेम आहे, तर हा त्रास ते सहन करतील, समजून घेतील. सोहनला त्रास होतोय. वीणाला त्रास होतोय. चित्तरंजनला त्रास होतोय. चंद्रकांतला त्रास होतोय, सर्वांना त्रास होतोय. पण हळूहळू येईल. प्रेम आहे तर समज येईलच. समजून घेतील ह्या मागचं कारण.

आश्रम अडथळा निर्माण करत नाहीये. आश्रम फक्त माझ्यासाठी सुविधा तयार करतोय. नाही तर फार त्रास होईल. ती जी माझी पंधरा वर्षं होती. तसाच मी आजही जर फिरत राहिलो, तर काम अजिबातच होऊ शकणार नाही आणि आता काम करायचं आहे. आता मला लोकांचं आयुष्य बदलायचं आहे. आता फक्त गप्पागोष्टी करून नाही चालणार. आता काही काम करायचं आहे. काम करायचं तर काही नियम हवेत. आणि नियम अडथळे, अडचणी आणतात.

आता इथे समोर बसून मीरा रडत्ये. तिने पत्र पाठवून विचारलं आहे की, 'मागे मी तुमच्या दर्शनाला आले होते, तुम्ही माझ्याकडे बघितलंही नाहीत!' आता

माझ्याजवळ दोनच डोळे आहेत आणि मला बघण्यासाठीही खूप लोक आता आहेत. चुकीचं म्हणत्ये की, मी नाही बघितलं. मी जरूर बघितलं, जरा डोळ्यांच्या कोपऱ्यातून बघितलं होतं. मला आठवतंय, आली होती आणि आठवतंय की तिला वाटलं असणार, मी बघितलं नाही. आणि तिच्या अपेक्षाही समजू शकतो. 'मला बघितलं का नाही! माझ्याकडे लक्ष का नाही दिलं?'

आता तुम्ही माझ्याकडे लक्ष द्या. किती काळ तुम्ही माझं लक्ष तुमच्याकडे खेचून घेत रहाणार? मी तुमच्याकडे खूप लक्ष दिलं. ते ह्याच आशेने दिलं होतं की एक दिवस तुम्ही मला ध्यान द्याल. मी तुम्हाला 'ध्यान' देऊ. ह्यामुळे फार काही फरक, तुम्हाला लाभ होत नाही. तुम्ही मला 'ध्यान' दिलंत तर लाभ होईल. ह्या रूपांतराला समजनू घ्याल तर त्रास होणार नाही.

तर चित्तरंजनला त्रास झाला असेल. स्वत:ला थांबवून ठेवलं असेल, आश्रमापासून स्वत:ला त्रयस्थ समजत असतील. वेगळं मानत असतील. आश्रमातली व्यवस्था नियम करणारे, पाळणारे शत्रूसारखे वाटत असतील कारण प्रत्येक ठिकाणी लोकं उभी आहेत जी आत येऊ देत नाहीत, अडवतात, विचारणा करतात. पण जेव्हा माझ्या गोष्टी ऐकल्या असतील तेव्हा परत त्यांचं हृदय मोकळं झालं असेल. समजलं असेल की ही सर्व व्यवस्था माझ्या सोयीकरता राबवली जात आहे.

आणि नियम कठोर असायला हवेत तरच सर्व व्यवस्थित होतं.

तुम्ही नारळ बघितला आहेत, जो वरून अतिशय टणक. हा टणकपणा म्हणजे आतल्या खोबऱ्याची सुरक्षितता.

त्या पंधरा वर्षांतले तुम्ही माझे संस्मरण ऐकलेत तर तुम्ही हैराण व्हाल. दिवस न् दिवस मी झोपू शकत नसे. झोपण्याला अर्थही नव्हता, कारण आज मी ह्या घरात, तर उद्या कलकत्ता, तर दुसऱ्या दिवशी मुंबई, तिसऱ्या दिवशी अमृतसर, तर मुंबईत ज्यांच्या घरी रात्री करता मुक्काम केलाय ते मला झोपून कसं काय देणार? ते म्हणत, तुम्ही नंतर झोपा, वर्षातून एकदाच तर भेटता, मग? रस्त्यात प्रवासात ट्रेनमधे लोक चढत, मध्यरात्री उठवत, म्हणत, 'सत्संग करायचा आहे.'

शारदाग्राम मधे मी रात्री झोपलो. साधारण रात्री दोन वाजता कुणी एक ग्रहस्थ चुपचाप माझ्या खोलीत शिरला. त्याने माझे पाय दाबायला सुरुवात केली. मी विचारलं, 'अरे भाई, तू हे काय करतो आहेस?' ते म्हणाला, 'सेवा करतोय.'

'मला झोपू दे. दिवसभर मी फार थकलो आहे.'

तो म्हणाला, 'तुमचं तुम्ही बघा, मी गेले चार दिवस तुमची सेवा करण्यासाठी तळमळतोय. ते प्रेमचंद! मला घुसू देत नव्हते.'

प्रेमचंद तिथे माझी काळजी घेत होते. तोपर्यंत प्रेमचंद, जे शेजारच्या खोलीत झोपले होते, त्यांनी त्यांचं नाव ऐकलं, तर उठून आले. तो म्हणाला, 'बघा, ते

आले. आता परत माझी... तुम्हाला बोलण्याची गरज काय होती? तुम्ही शांतपणे पडून राहिला असतात, मी सेवा करून निघून गेलो असतो.'

ट्रेनमधे लोक मध्यरात्री येत असत. म्हणत, 'तुमची सेवा करायची आहे. पाय चेपून द्यायचे आहेत,' त्यांचीही चूक नाही. त्यांचंही प्रेम होतं. त्या प्रेमाला व्यक्त कसं करणार? पण त्यांना हे समजत नव्हतं, की प्रेम व्यक्त करण्याच्या त्यांच्या पद्धतीमुळे सेवा होत नव्हती. कुसेवा होत होती.

लोकांच्या घरी रहायचो, तर जबरदस्ती मला खायला घालायचे. जे अन्न मला खायचं नसायचं. जबरदस्ती खावं लागायचं. मी त्यांना सांगायचोही की हे अपायकारक आहे. नाही ऐकलं त्यांनी. पंधरा वर्षांत माझ्या शरीराला अगदी खराब करून टाकलं. पण त्यांनी प्रेमानेच केलं होतं. त्यांनी कुठल्या शत्रुत्वानं केलं नव्हतं. त्यांच्या समजुतीच्या बाहेरच्या गोष्टी होत्या. मी त्यांना सांगितलं तरी ते मानत नसत. ते म्हणत, 'आता एक दिवस खाल्लंत तर काय फरक पडतो?' पण हा प्रश्न माझ्यासाठी रोजचा झाला होता. 'एवढं थोडं? अजून खाल्लंत तर काय फरक पडतो?'

सकाळी एका घरी चहा घ्यावा लागायचा, दुपारी दुसऱ्या घरी जेवण जेवावं लागायचं, तिसऱ्या घरी चहा प्यावा लागायचा, चौथ्या घरी संध्याकाळी जेवण जेवावं लागायचं. ज्यांच्या घरी एकदाच जेवायचो, ते आग्रह करकरून वाढायचे. जवळ जवळ असं व्हायचं की जोपर्यंत मी माझी नाराजी दाखवत नाही, तोपर्यंत ते मला सोडायचे नाहीत. जबरदस्ती!

ती पंधरा वर्षं एक व्यवस्था होती, गरजेची होती की मी जावं आणि लोकांपर्यंत संदेश पोहोचवावा. ह्या दरम्यान खूप लोकांशी माझे घरगुती संबंध प्रस्थापित झाले, प्रेमळ नाती बनली. आता ते इथे येतात आणि इथले नियम त्यांना जाचक ठरतात. त्यांना हे नियम स्वीकारावे लागतील आणि आता हे अजून काहीच नाहीये. ही तर नियमांची सुरुवात आहे, कारण हजारो लोक यायचे आहेत. आत्ता तुम्हाला तीन-चार दिवसांनंतरची वेळ मिळते, कधी महिन्यानंतरची मिळू शकते, तरीही ते स्वीकारावं लागेल. आणि इतकं प्रेम तर असायला हवं, की मी सर्वांच्या उपयोगी पडू शकेन.

आणि आता तर काम आहे. आता माझी अशी इच्छा आहे, 'ज्या व्यक्तीशी मी बोलतोय त्या व्यक्तीबरोबर पूर्ण तल्लीन होऊन बोलू शकेन. दहा मिनिटं बोलेन, पण संपूर्ण तल्लिनतेने. आता मी दहा तास नाही देऊ शकत, पण जी दहा मिनिटं देईन ती पूर्णपणे देईन, असं हवं. त्या दहा मिनिटांत मी तुमच्या आरपार जाऊ इच्छितो. दहा मिनिटांत मी सर्व तुमच्या समस्यांना आत्मसात करू इच्छितो. दहा मिनिटांत मी संपूर्ण आयुष्याची व्यवस्था देऊ इच्छितो.

तर गरजेचं आहे की इथे हजारो जण एकत्र मला भेटायला आले नाही पाहिजेत, नाही तर ते ऐकू देणार नाहीत, बोलू देणार नाहीत. नाही ते कुणाचं समजू देतील, ना समजावू देतील. ही सोय करायला हवी. आणि ही फक्त सुरुवात आहे. आता ह्या कुटुंबाचं नव रूप असेल, ते बरंच मोठं, मोठ्या प्रमाणात असणार आहे. तर तुम्हाला हळू हळू दुसऱ्यांवरही दया करावी लागेल. अट्टाहास सोडून द्यावा लागेल. अपेक्षा ठेवून चालणार नाही.

आणि मला माहीत आहे. जे माझ्यावर प्रेम करतात ते सोडून देतील; कालांतराने. चित्तरंजन किती काळ ही गोष्ट धरून बसणार होते! ही गोष्ट सोडून द्यायला हवी-सोडून दिली. आता पुन्हा नव्याने सुरुवात होऊ देऊ नका. जसं हे समजाल आणि नजर दृष्टिकोन बदलेल, तसा हा संपूर्ण आश्रम म्हणजे तुम्हाला तुमचं घर वाटेल. हे तुमचंच घर आहे.

आणि इथे इतकी माणसं काम करत आहेत, नेहमी लक्षात ठेवा, ती माझ्यासाठी काम करत आहेत. जर काही तुम्हाला त्रास देत आहेत असं वाटलं, तर ते माझ्यासाठी देत आहेत, हे लक्षात ठेवा. त्यांच्यावर नाराज होऊ नका आणि शत्रुत्वाची भावना ठेवू नका.

इथे जे काही होतं, ते माझ्या सांगण्यानुसार होतं. माझ्या माहितीशिवाय इथे काहीही घडत नाही. आणखीन एक गोष्ट, ती स्वाभाविक आहे की जसं प्रेम इथे तुम्हाला माझ्याकडून मिळतं, तसं प्रेम ऑफिसमधे जी व्यक्ती तुम्हाला भेटीची वेळ देते, तिच्याकडून नाही मिळू शकत. ती व्यक्ती म्हणजे मी नाहीये. हे तर बरोबर आहे की जसं प्रेम तुम्हाला माझ्याकडून मिळेल, तसं दारावर उभं राहणाऱ्या दारवानकडून मिळू शकत नाही. तो म्हणजे, मी नाही. हे तर बरोबर आहे, की त्याच्याकडून तशी अपेक्षा केलीत तर चुकीचं होईल. तुम्ही गरजेपेक्षा जास्त त्याच्याकडे मागत आहात. तो जेवढं करू शकतो, तेवढं करत आहे. पण एक गोष्ट त्याच्या डोक्यात अगदी पक्की आहे, त्याला ह्या गोष्टीचं ज्ञान आहे की माझी काय इच्छा आहे, कसं व्हावं, हे ज्ञान त्याला आहे त्याप्रमाणे तो वागतो. पण लोकं स्वतःच्या विचारांनी चालतात. छोट्या छोट्या गोष्टीत हट्टी बनतात. अहंकाराचे हे छोटे मार्ग आहेत. कुणी दहा मिनिटं दारावर उशिरा येतं, म्हणतं, मला आत जाऊ दे. आत जाऊ दिलं नाही तर त्याला दुःख होतं, त्रास होतो. आणि त्याला त्रास होणं अगदी स्वाभाविक आहे. जर मी त्याच्या घरी राहिलो आहे तर त्याला कठीण वाटणं स्वाभाविक आहे. तो ह्या भावनेने येतो की तो माझ्या अगदी जवळचा आहे आणि तसा तो जवळचा आहेही. पण अहंकार मधूनच डोकावतो आहे, तर माझ्या कारणाने अडवत आहे. जर काही अडथळा उभा केला जातोय तर त्याला मान्य करा आणि जसजसा स्वीकारण्याचा मान्यतेचा भाव येईल, तसतसे तुम्ही ह्या कुटुंबाचा एक

हिस्सा होत जाल. तेव्हा मी एकटा होतो, आता मोठं कुटुंब झालं आहे. हे कुटुंब लक्षात ठेवणं गरजेचं आहे. आणि माझी अशी इच्छा आहे की हे कुटुंब असावं, त्याशिवाय कामं होणार नाहीत.

आता समजा, एका संध्याकाळी माझ्या जवळ कुणी जर्मन असतो, कुणी फ्रेंच असतो, कुणी इटालियन असतो, कुणी बेल्जियम असतो, कुणी जपानी असतो, कुणी रशियन असतो. ह्या सर्वांच्या अनुवादाची व्यवस्था करावी लागते कारण अनुवाद नसेल तर माझं त्यांचं बोलणं अशक्य होईल. मी त्यांना काहीही सांगू शकणार नाही.

जेव्हा मी तुमच्याशी सरळ बोलतो, तेव्हा एक गोष्ट आहे, पण इथे एक अनुवादक मधे उभा राहतो. आता तुम्ही त्याला दोन पद्धतींनी बघू शकता. तुम्ही एक तर असं बघता की, 'हा माणूस मधे का आहे, हा अडथळा आणतो आहे, आम्ही सरळ का नाही बोलू? पण सरळ बोलणार कसं? हा माणूस अडथळा नाही आणत. हा माणूस सहकार्य करण्याचा प्रयत्न करत आहे. जरी मधे उभा असला तरी. तुम्ही जर सरळ माझ्याशी बोलताय तर एक गोष्ट होती. जे मी बोलेन, त्याचा अनुवाद कराल. अनुवाद करण्यात काही चूक होणारच. अनुवाद हा अनुवादच असणार, माझं बळ त्यातून हरवणार. माझं अस्तित्व त्यात कमी जाणवणार. मग हा काही आपल्याकडून जोडणार, काही कमी करणार, कारण शेवटी त्यालाही त्याच्या काही सीमा आहेत. पण तरीही लक्षात ठेवा त्याचं इथे असणं हे सहकार्य आहे.

तो जो दरवाज्यावर उभा आहे. ऑफिसात जो बसला आहे. हे सगळे जण सहकार्यासाठी आहेत. इतकं मोठं काम असेल आणि हे मोठं काम होणार आहे. आणि हे सोनेरी वस्त्र पृथ्वीच्या काना-कोपऱ्यापर्यंत पसरणार आहे. पहिल्यांदा एक आंतरराष्ट्रीय कुटुंब तयार होणार आहे. असं आत्तापर्यंत कधी झालं नव्हतं. तर इतकं मोठं कुटुंब असेल, तेवढी जबाबदारी वाढत जाते. तुमचीही चित्तरंजन जबाबदारी वाढते. ह्याला सहकार्य करा. अहंकाराला बाजूला सारा.

चांगलं झालं, अहंकार जरासा विरघळला, नजर थोडी बदलली.

झुकाई कदमों में जब से तेरे खुदी मैने
तो पाई जिंदगी में नई खुशी मैने ।
वह जो खुदी है, अहंकार है, वह जरा झुक जाए ।
झुकाई कदमों में जब से तेरे खुदी मैने
तो पाई जिंदगी में नई खुशी मैने
न लुत्फ जुर्रते इन्कार में रहा बाकी
तो फिरसे सीखे है आदाबे बंदगी मैने ।

ते जे नकारात आहे. नाही म्हणण्यात आहे...! अहंकार नेहमी 'नाही' म्हणण्याने

सुखावतो. अहंकार कधी होकार देऊ इच्छित नाही. अहंकार नेहमी नकार देतो आणि नकारावरच जगतो. 'नाही' हे अहंकाराचं खाद्य आहे. 'हो' म्हटलं की अहंकार मेला.

'हो' हे अहंकारासाठी विष आहे. 'नाही' हे अमृत आहे.

न लुत्फ जुर्रते इन्कार में रहा बाकी
तो फिर से सीखे आदाबे बंदगी मैने ।

माझ्यावर खूप लोकांनी निरनिराळ्या पद्धतीने प्रेम केलं. त्यांना सेवेचे, प्रणामाचे निरनिराळे रस्ते शोधावे लागतील कारण मी बदलतो आहे. व्यवस्था बदलते आहे. जर त्यांनी हट्ट केला की आम्हाला जुन्या पद्धतीनेच सेवा करायची आहे, तर त्यांचंच नुकसान होणार आहे. त्यांना सेवेची नवी पद्धत, नवी तऱ्हा शिकावी लागेल.

गमे जहां का असर दिल पे अब नहीं होता
बदल दिया है अब एहसासे जिंदगी मैने
दिखाई देते थे चारों तरफ मुझे अगयार
रखी थी मुफ्त में ले सबसे दुश्मनी मैने ।

सर्व ठिकाणी शत्रू दिसत होते.

दिखाई देते थे चारों तरफ मुझे अगयार
रखी थी मुफ्तमें ले सबसे दुश्मनी मैने

ज्यांच्यावर मी प्रेमाचा वर्षाव केला ते वाहून गेले, धुतले गेले, स्नान केलं, मग त्यांनी डोळे उघडून बघितलं, या इथे कुणी शत्रू नाही आहे. एक अपूर्व घटना घडली. ह्या अपूर्वतेमुळे दृष्टीही बदलली.

तेरी नजर से नो देखा तो सब हुए अपने
जहां में चारो तरफ पाई दोस्ती मैने

माझ्या नजरेतून बघा. माझी नजर तुमची नजर होऊन जाईल.

तेरी नजरसे देखा तो सब हुए अपने
जहां में चारों तरफ पाई दोस्ती मैंने
हंसी खुशी में गमे इष्क को न भूला मै
गमें जहां को सहा है हंसी-खुशी मैने
ये पा के वादा कि अपनाओगे मुझे आखिर
तुम्हारे दर्द नें होने न दी कमी मैने ।

हा माझ्याकडून भरवसा, हे माझ्याकडून वचन आहे की तुम्ही मिळवाल. तुम्हाला ते मिळेल जे मला मिळालं आहे. पण मधे मधे अडथळे उभे करू नका. त्यांना सोडून द्या. त्यांना कायमचा निरोप द्या. तुम्ही इथे मिटून जा, तरच माझ्या संगतीत येऊ शकाल. तुमचं मिटणं हाच एकमेव माझ्याबरोबर रहाण्याचा एकमात्र उपाय आहे.

तिसरा प्रश्न : मी तुमच्या जवळ आलो तर डोळे उघडले, पण तेव्हापासून लोक मला आंधळा म्हणू लागले. मी हळू हळू जागा होतोय आणि लोकं म्हणत आहेत की मी वाट चुकलोय. जे कधी माझ्यापाशी सल्ला मागायला यायचे, तेच आता मी न मागताही मला सल्ला द्यायला येऊ लागलेत. मी काय करू?

* तू अजून आंधळा हो. तू अजून वाट चूक. ती इतकी वाट चूक की तुला लक्षातही रहाणार नाही की कोण काय म्हणतंय. तू इतका आंधळा हो की तुला इतर लोक दिसणारच नाहीत. तू इतका बहिरा हो की इतर लोक काय बोलतात ते तुला ऐकू येणार नाही. आता जर वेडा झालाच आहेस तर त्यात कंजूषी कशासाठी! लोकं हसतील, तर हसू देत. तूही हस.

अगर तुम हंस दिये अहवाले-दिल पर, क्या ताज्जुब है
कि मै खुद भी बमुश्किल जब्त करता हूं हंसी अपनी ।
अगर तुम हंस दिये अहवाले-दिल पर, क्या ताज्जुब है!

जर लोक हसत असतील तर आश्चर्य करू नका, कधी कधी स्वत:ही हसा. कधी कधी स्वत:लाही पाहा. कुठे होतो, कुठे आलो. कसे होतो, कसे झालो.

भला माणूस होता. आता वेडा झाला, संन्यासी झाला. शुद्ध असणारा माणूस होता. तेव्हा लोक तुझा सल्ला घ्यायचे. ज्ञानी समजत होते. अज्ञानी झाला आता. आता लोक, तेच लोक सल्ला द्यायला येतात.

कि मै खुद भी बमुश्किल जब्त करता हूं हंसी अपनी
हुई है बारिशें संगे मलामत की बहुत लेकिन
जहे वज-ए-जुनूं कायम है शौरीदासरी अपनी ।

दगड तर खूप पडतील तुमच्या डोक्यावर.

हुई है बारिशें संगे मलामत की बहुत लेकिन

माझ्या बरोबर जोडले गेले आहात तर हा स्वस्त व्यापार नाही. दगड तर बरेच पडतील डोक्यावर. पण तुम्ही जर माझ्याशी जोडल्या गेल्याचा आनंद समजू शकता तर तुम्हाला ह्या दगडांनाही आनंदाने सहन करावं लागेल. तुम्हाला त्या शिव्याही फुलांसारख्या वाटतील. ते काटेही तुम्हाला टोचणार नाहीत. त्रासातही तुम्हाला एक गोडवा जाणवेल.

हुई है बारिशें संगे मलामत की बहुत लेकिन

जागोजागी दगडांचा वर्षाव होत आहे, जागोजागी शिव्यांची लाखोली वाहिली जात आहे. जागोजागी लोक अपमानित करत आहेत.

जहे वज-ए-जुनूं कायम है शोरीदासरी अपनी

पण तुम्ही तुमचं वेडेपण कायम ठेवा. तुम्ही तुमची दिवानगी कायम ठेवा. तुम्ही विचारता, 'मी काय करू' मी सांगतो 'दीवानगी मजबूत करा. इतकी मजबूत करा की सारी दुनिया जरी तुम्हाला मिटवायला आली तरी मिटवू शकणार नाही.

जहां वालों का क्या है वो तो दीवाना समझते है
मुझे कुछ अक्ल से अपने भी बेगाना समझते है
अजब अंदाज से मेरे सकूते लब पे हंसते है
जो सच्ची बात कहता हूं तो अफसाना समझते है
बहारे जावेदां इसमे जमाले दो जहां इसमे
मेरी दुनिया को फिर भी लोग दीवाना समझते है ।

बहारे जावेदां इसमे...

तुम्ही एका अशा वसंत ऋतूने भरत जात आहात, एक असा वसंत, जो शाश्वत आहे. नहारे जावेदां इसमे.. एक असा ऋतू मी तुम्हाला देतो आहे, जो कधी संपणार नाही. ज्यात फुलं फुलतात ती कोमेजून जाण्यासाठी नाही. ज्यात पालवी फुटते ती गळून जाण्यासाठी नाही.

बहारे जावेदां इसमें जमाले दो जहां इसमे

आणि दोन्ही लोक– लोक-परलोकचा रस यात आहे. सारे प्राण यात आहेत.

मेरी दुनिया को फिर भी लोग दीवाना समझते है ।

पण तरीही लोक तुम्हाला वेडंच समजणार. लोक तुम्हाला वेडं एवढ्यासाठी समजणार कारण लोक स्वत:ला वेडं समजू इच्छित नाहीत. अजून वेगळं काही कारण नाही. कारण ह्या दोन गोष्टीत एकच गोष्ट असू शकते. एक तर तुम्ही वेडे आहात, किंवा ते वेडे आहेत. स्वत:ला वेडं कोण म्हणून घेईल? आणि शिवाय त्यांचा जमाव मोठा आहे, ते बहुसंख्य आहेत. जर मतं घेतली तर तेच निर्णायक ठरतील. तुम्ही तर वेडेच व्हाल. ते स्वत:चा बचाव करत आहेत.

खरं तर असं आहे, माझं निरीक्षण असं आहे की लोक जेव्हा तुम्हाला वेडं म्हणतात त्याचं कारणं असं नी इतकंच की त्यांनाही उत्सुकता वाटत आहे, आकर्षण वाटत आहे. ते जेव्हा तुम्हाला सल्ला द्यायला येतात तेव्हा समजून जा की त्यांच्यात रस निर्माण होत आहे, जिज्ञासा येत आहे. ते घाबरत आहेत. ते तजवीज करत आहेत, मांडणी करत आहेत, की तुम्ही चुकीचे ठराल. त्यांना भीती वाटत्ये की तुम्ही जर बरोबर ठरलात तर? तसं झालं, तर त्यांचं काय होईल?

तुमचं बरोबर असणं त्यांच्यासाठी धोकादायक आहे. ते तजवीज करतील तुम्हाला चुकीचं ठरवण्याची. तर त्यांना करू देत. त्यांना बिचाऱ्यांना त्यांची सोय करू देत. त्यांना तसा हक्क आहे. कुणी स्वत:ची सुरक्षा करू इच्छितं, तर त्यांना करू देत. जेव्हा ते तुम्हाला वेडं म्हणतात, तेव्हा ते असं सांगत असतात की ते

बुद्धिमान आहेत. असं सरळ सांगत नाहीत, कारण अहंकार इतकी सोपी भाषा बोलू शकत नाही. अहंकार म्हणतो, तुम्ही वेडे आहात. पण खरं तर अहंकार असं सांगत असतो की, मी हुषार आहे. बस, एवढंच सांगू इच्छितो. तुमच्या वेडेपणाशी त्यांना काहीही देणं-घेणं नाही. तुम्ही ठार वेडे जरी झालात तरी त्यांना काय त्याचं?

तुम्ही विचार केलात, कल्पना केलीत, जर कुणी माणूस खरोखरचा वेडा झाला, तर त्याला कुणीही सल्ला द्यायला जात नाही. कारण त्याला काय सल्ला द्यायचा, जो खरोखरच वेडा आहे? पण जेव्हा कुणी संन्यासी होतं, वा धार्मिक होतं. वा परमात्म्याच्या उन्मादात जगू लागतो, किंवा जशी मीरा लोक लज्जा सोडून देते, तेव्हा लोकं सल्ला देतात, कारण अजून त्यांना माहीत असतं की तुम्ही वेडे नाही आहात. खरं तर त्यांना त्यांच्या बुद्धिमत्तेवर शंका येत असते की असं तर नाही, हा माणूस रस घेतोय आणि आपण तो हरवत आहोत? ह्याच्या नजरेत एक तेज दिसतं, एक झलक दिसते, तर ती वेडेपणाची असेल किंवा एखाद्या अनुभवाची! किंवा परमात्म्याचे थोडे थोडे किरण ह्यात उतरू लागले आहेत किंवा हे सज्जन आपलं डोकं हरवून बसले आहेत. दोन्हीमधून एकच गोष्ट होऊ शकते.

ह्या जगात एक तर वेडे तरी हसतात किंवा परमहंस तरी हसतात. बाकी तर सारे रडत असतात. जेव्हा कुणी मनुष्य हसतो तेव्हा शंका निर्माण होते की परमहंस की वेडा? आता कुणाला परमहंस मानायला फार त्रास होतो. लोकांना हे मान्य करायला फार जड जातं. युगं लोटतात. माणसं मरतात, तेव्हा कुठे मानतात. मान्य करता करता काळ लोटतो तेव्हा मानतात, एकदम, अचानक मान्य करता येत नाही. कारण दुसऱ्याला परमहंस मानायचं म्हणजे परत आपली मान वाकवायची, डोकं त्याच्या चरणांवर टेकवायचं. वेडे मानतात. प्रत्येक परमहंस प्रथम वेडा समजलो जातो. मी असं नाही म्हणत की प्रत्येक वेडा परमहंस असतो. पण प्रत्येक परमहंस प्रथम वेडा मानला जातो.

बहारे जावेदां इसमे जमाले दो जहां इसमें
मेरी दुनिया को लोग फिर भी दीवाना समझते है
शऊरे फिक्र की मै हर बुलंदी से गुजर आया
मुझे ये अकल वाले फिर भी दीवाना समझते है।

मी तुम्हाला, बुद्धी जिथपर्यंत घेऊन जाऊ शकते तिथपर्यंत नेत आहे आणि त्याच्या पल्याडही. माझं बोलणं, माझ्या गोष्टी, बुद्धीच्या ज्या कल्पना असतात त्याच्या विरोधात नाही आहेत, त्याच्या पुढे आहेत. मी बुद्धीच्या विरोधात नाहीये. मी बुद्धीचा संपूर्ण उपयोग करून घेऊ इच्छितो. बुद्धी सुद्धा परमात्म्याने दिलेली आहे. त्याचा संपूर्ण उपयोग करा. पण त्यातच अडकून राहू नका. बुद्धीच्या वरही प्रवास करून पार जाल तेव्हाच. बुद्धीचा उपयोग करा. बुद्धीची शिडी बनवा. पण बुद्धीला

शेवट समजू नका. अस्तित्व बुद्धीपेक्षा खूप मोठं आहे. बुद्धी त्याचा छोटासा अंश आहे.

शऊरे फिक्र की मै हर बुलंही से गुजर आया
मुझे ये अकलवाले फिर भी दीवाना समझते हैं
कभी का शामिले शोला हूं अहले महफिल क्यों
हयाते नौ को मेरी मर्गे परवाना समझते हैं
हुआ मुझको अबूरे वुसअते अक्लो खिरद हासिल
मगर सब मुझको दीवाने का दीवाना समझते हैं ।

ही तर मधुशाळा आहे. इथे मदिरा ओतली जाते. हे शब्द नाहीयेत. जे मी तुमच्याशी बोलतोय. ही मदिरा आहे. आणि हा कुठला सिद्धान्त नाहीये, जो मी तुम्हाला शिकवतोय. हे सत्य आहे.

मी तुम्हाला ज्ञानी बनवण्याचा प्रयत्न नाही करत आहे. मी तुमच्या बरोबर शिक्षक विद्यार्थ्यांशी जसा व्यवहार करतात, तसं करत नाहीये. मी तुमच्या बरोबर गुरू जसा शिष्याशी व्यवहार करतो, तसा वागतो.

ह्यात फरक काय आहे!

शिक्षक समजावतो, सूचना देतो, विद्यार्थी सूचना समजून घेतो. परीक्षा देतो. गुरू सूचना देत नाही. स्वत:चं हृदय शिंपडतो, शिष्य आपलं पात्र उघडून भरून घेतो. आणि परीक्षा कुठल्या विश्वविद्यालयात होत नाही. परीक्षा तर सरळ परमात्म्यासमोर होते. मग तर परीक्षा आयुष्यभर होतच राहते.

जर तुम्ही मला विचारताय, तर मी सांगेन, चांगलं आहे की लोक तुम्हाला वेडं समजतात. चला, काही तरी - तरी झालं. सुरुवात तर झाली. वाटचाल योग्य दिशेने सुरू झाली. जर पावलं अडखळू लागली तर समजून जा की योग्य पथावरून वाटचाल होत आहे. जेव्हा डोलायला लागाल, समजून जा की योग्य पथावरून वाटचाल होत आहे.

शेवटचा प्रश्न : तुम्ही म्हणता, की मीरा कृष्णाच्या वेळी ललिता नावाची गोपिका होती. ललिता ते मीरा पर्यंतचा प्रवास व्हायला साडेचार हजार वर्षांचा कालावधी लागला. भगवान, काय प्रेमाचा मार्ग इतका कठीण, जास्त कठीण आणि मोठा आहे!

* ना कठीण आहे, ना मोठा आहे. आणि साडेचार हजार वर्ष काही मोठं नाही. साडेचार हजार वर्ष म्हणजे काहीच नाहीत. ह्या अस्तित्वाच्या अनंताला बघा, त्यात साडेचार हजार वर्षांना काय अर्थ आहे? एक क्षण जणू काही.

हिंदूशास्त्र एक सृष्टी ते एक प्रलयापर्यंतचा ब्रह्माचा एक दिवस असं म्हणतं. चोवीस तास! जर चोवीस तास असा हिशोब केला तर कृष्ण आणि ललितामधे कितीसा फरक पडला? पापणीसुद्धा लवली नाही. क्षणही गेला नाही.

पण तुमची गोष्ट मला समजते. साडेचार हजार वर्षं तुम्हाला खूप वाटतात. सत्तर वर्षांच्या वयातून हिशोब करून विचार करत आहात. तुमचं माप लहान आहे आणि म्हणून खूप मोठा वाटतो.

अस्तित्वाचं माप खूप मोठं आहे. काहीही झालं नाही. साडेचार हजार वर्षांत जर परमात्मा मिळाला तर तो न चालताच मिळाला. न उठताच मिळाला. बसल्याजागी मिळाला.

लक्षात ठेवा की कितीही चालून झाल्यावर जर परमात्मा मिळाला तर तो लवकर मिळाला. कारण ही अनंत यात्रा आहे आणि कठीण असं काही खास नाही. कठीण आहे पण अगदी छोटंसं. ललितामधे काही अहंकार राहिला असणार. साडेचार हजार वर्षं लागली, जायला. नाहीतर ललिता त्याच वेळी राधा बनली असती. थोडी अडकली असेल. थोडी दूर राहिली असेल. थोडं अंतर राहिलं असेल. साडे चार हजार वर्षं लागली अंतर मिटवायला. पण तरीही फार वेळ लागला नाही. तुमच्यापैकी खूप जण कृष्णाच्या वेळी असाल. असं थोडी ना आहे की तुम्ही कुणी नवे आहात? इथे नवीन कुणीही नाही. इथे सर्व मोठ-मोठे प्राचीन लोक बसले आहेत.

जेव्हा मी तुमच्या भूतकाळात डोकावतो, तुम्हाला सांगत नाही, कारण तुम्ही घाबरून जाल. जेव्हा मी तुमची संपूर्ण कहाणी बघतो, तर तुम्ही किती दूर, किती जुने, किती जगलेले आहात आणि तरीही अजून जिथे होतात तिथेच. अजून ललिताही बनला नाही आहात, तर मीरा बनणं दूरच! ललिता तर व्हा. मग केव्हा तरी मीरा ही बनाल.

आणि प्रश्न हा नाहीये की किती वेळ ललिता आणि मीरामधे. एका क्षणातही गोष्ट घडू शकते. प्रश्न असा आहे की तुम्ही लवकर आपला अहंकार सोडायला तयार आहात?

आणि अहंकार, तर्क करण्यामधे, समजावण्यामधे अतिशय कुशल आहे. तो म्हणतो, 'आत्ता इतकी घाई करू नकोस. थोडं विचारपूर्वक वाग.'

आता बघा, चित्तरंजनची संन्यास घ्यायची तयारी चालू आहे. पण थोडं विचारचक्र अजूनही चालू आहे. थोडं थांबतोय. ललिता व्हायची संधी मिळत आहे, तर घालवत आहे. मग काही म्हणू नका. मग मागाहून काही बोलू नका.

ललितालाही खूप संधी मिळत गेली असणार त्यावेळी, चुकत गेली असणार, कधी छोट्या छोट्या गोष्टींनी अडथळे निर्माण केले असतील. कदाचित ह्या ही

गोष्टीचा अडथळा वाटत असेल की राधा कृष्णाच्या इतकी जवळ का, मी का नाही? कधी हीच गोष्ट त्रासदायक झाली असणार. कधी हीच गोष्ट त्रासदायक झाली असणार की कृष्ण राधाचा हात धरून ज्या धुंदीत, ज्या नशेने हात धरून नाचत असत, माझ्या हातात जेव्हा हात देतात तेव्हा जरा थंड वाटतो, तेवढी दाहकता जाणवत नाही.

पण कृष्णाच्या हातात तेवढी दाहकता होती. तो हात ना गार होता ना गरम. तो हात असा आहे. सदासर्वदा एक सारखा. तिथे एक सारखं प्रेम आहे, तुम्ही इतकं घ्याल, तितकं तुम्हाला मिळतं. ललिता. तेवढंच घेऊ शकली असेल. तेवढी जागा रिकामी नसेल, हात थंड वाटला. हात थंड लागले, तर ललिता संकुचित झाली असेल. आणि ह्या संकुचितपणामुळे हात अजूनच थंड वाटला असणार. अशाच काही छोट्या छोट्या गोष्टींनी अडकली असणार.

लहान सहान गोष्टीच अडकतात. परमात्मा आणि तुमच्या मधे मोठ्या गोष्टी अशा असतात तरी काय? होतात तरी काय अशा? माणूस लहान आहे, त्याच्या गोष्टीही लहान असतात. परमात्मा मोठा आहे. त्याच्या गोष्टीही मोठ्या असतात. परमात्मा अडथळे नाही घालत, म्हणून कुठलीही मोठी गोष्ट अडथळा आणू शकत नाही. छोट्या छोट्या गोष्टी आहेत.

> रहे फना पे कदम अब बढ़ा रहा हूं मैं
> तमाम उम्र की बिगड़ी बना रहा हूं मैं
> रविस रविस को सजाया था जिस गुलिस्तां की
> उसी के शाखो-शजर को जला रहा हूं मैं
> जो हार बनाया था हाथों से अपने खिस्त बा खिस्त
> उसी को खाक में अक्सर मिला रहा हूं मैं
> बडे ही शौक से जो आशियां बनाया था
> उसे खुद अपने ही हाथों जला रहा हूं मैं
> दुआएं मेरी चली है कबूल होने को
> कि खुद-ब-खुद तेरे कदमों मे आ रहा हूं मैं ।

अहंकाराची अडचण अशी आहे, की जे घर वीटा– एक वीट लावत बनवलं होतं, त्याला स्वत:नेच पाडून टाकायला लागतं.

> रहे फना पे कदम अब बढा रहा हूं मैं
> रहे फना पर - मिटण्याच्या मार्गावर
> आत्मघात आहे संन्यास! आत्मघात आहे भक्ती !
> रहे फना पे कदम अब बदा रहा हूं मैं
> तमाम उम्र की बिगडी बना रहा हूं मैं ।

आणि गंमत अशी आहे की अहंकार बनवायला जेवढा काळ लागला, तो आयुष्य बिघडवण्यातच गेला. त्या अहंकाराला, बिघडवलं तर बिघडवता येतं.

रविस रविस को सजाया था जिस गुलिस्तां की

ज्या बागेत एक एक रोपटं लावलं होतं, एक एक फूल सांभाळलं होतं, - उसी के शाखो शरज को जला रहा हूं मैं!

आणि मग ती वेळ येते. तेव्हा तिचंच एक एक पान, एक एक फूल, एक एक वृक्ष, एक एक फांदी आपल्याच हातांनी जाळून टाकावी लागते हीच अडचण आहे. अहंकार आम्हीच बनवला पण त्याला संपवताना आम्हालाच कठीण जातं.

जो हार बनाया था हाथों से अपने खिस्त बा खिस्त

वीटेवर वीट ठेवून, फुलावर फूल लावून जो हार बनवला होता

उसी को खाक में अक्सर मिला रहा हूं मैं

बडे ही शौक से जो आशियां बनाया था

ते जे अहंकाराचं घर बनवलं होतं, त्याला मी माझ्याच हातांनी जाळून टाकत आहे.

असं करावचं लागतं. हीच साधना आहे. बस, हीच! आणि ही ज्या दिवशी पूर्ण होईल, त्या दिवशी सिद्धी मिळेल.

दुआएं मेरी चली है कबूल होने को

कि खुद-ब-खुद तेरे कदमों में आ रहा हूं मैं ।

आज इतकंच!

राम नाम रस पी मना

प्रवचन चौथे

सूत्र

कोई कहियौ रे प्रभु आवन की, आवन की, मनभावन की ।
आप न आवै लिख नहिं भेजै, बांण पड़ी ललचावन की ।
ए दोइ नैन कह्यौ नहिं मानै, नदिया बहै जैसे सावन की ।
कहा करूं कछु बस नहिं मेरो, पांख नहिं उड़ जावन की ।
मीरा कहै प्रभु कब रे मिलोगे, चेरी भइ हूं तेरे दामन की ।

राम नाम रस पीजै मनुआं, राम नाम रस पीजै ।
तज कुसंग सतसंग बैठि नित, हरि चरणा सुण लीजै ।
काम क्रोध मद मोह लोभ कूं, चित्त से बहाय दीजै ।
मीरा के प्रभु गिरधर नागर, ताहि के रंग में भीजै ।

दरस बिन दूखन लागे नैन ।
जब के तुम बिछुडे प्रभु मोरे, कबहु न पायो चैन ।
सबद सुनत मेरी छतिया कांपै, मीठे-मीठे बैन ।
विरह कथा कांसू कहूं सजनी, बह गई करवत ऐन ।
कल न पड़त तल हरि मग जोवत, भई छमासी रैन ।
मीरा के प्रभु कब रे मिलोगे, दुख-मेटन, सुख-दैन ।

लाख हुशियार बना कर खालिक
इक मखमूर बना देता है
इख्तयाराते जहां सौंप के सब कुछ
कितना मजबूर बना देता है
दौलते दर्दे दो आलम दे कर
दिले रंजूर बना देता है
फिर इनायत ये कि दर्दे दिल को
इक नासूर बना देता है
बालो पर करके सपुर्दे शोला
हमांतन नूर बना देता है
बेबसर आंख को तेरा जलवा
मतलाये नूर बना देता है ।

लाखो लोकांना परमात्मा बनवतो. त्याची मोठी कृपा आहे, की त्याला एक 'मस्त'ही बनवतो. त्या लाखो हुषार जणांचं आयुष्य वाळवंटासारखं बनतं. त्या एका मस्तमुळे थोडी हिरवळ येते.

मीरा त्या थोड्याशा 'मस्त' पैकी एक आहे. जी लाखातून एखादीच व्यक्ती अशी होते. मीरा एक हिरवळ आहे. तिच्याजवळ याल तर शीतलता मिळवाल. त्यात बुडून गेलात तर मोती मिळतील. तिथे मोठी हिरवळ आहे, तिथे वसंत ऋतू आहे.

मीरा एक असा वसंत आहे, जिथे पानगळ होत नाही. तिथे फक्त गीतं लागतात. आणि जरी अश्रू दिसले, तरी ते आनंदाचेच दिसतात. आणि काही मागितलं, तर

परमात्म्याशिवाय दुसरं काहीही मिळणार नाही. जे धुंद झालेत, मस्त झालेत तेच परमात्म्याला मागू शकतात. हुषार तर अजून काही काही मागतात. धन मागतात, पद मागतात, हुषार तर कचराच मागतात. हुषारी म्हणजे कचरा आहे. इथे फार कमी भाग्यवान आहेत, जे हुषार नाहीयेत. जे भोळे भाबडे, सरळ मनाचे आहेत. ह्या जीवनात जे काही विराट आहे, ते ह्यांच्याच अंगणात बरसतं, जे भोळे भाबडे आहेत.

हुषार माणसांपासून सावधान राहा. हुषारीमुळेच तुम्ही बुडला आहात, 'हुषारी' मुळेच तुमच्या पायांत बेड्या, साखळ्या अडकवल्या आहेत. हुषारीनेच तुमच्या गळ्याभोवती फास लावला आहे. आणि तुम्ही विचार करता की हुषारीमुळे तुम्ही ह्यातून सुटाल. तुम्ही विचार करता. आपल्या बुद्धीने रस्ता काढू. आपल्याच समजुतीतून ह्यावर उपाय शोधून काढू.

तुमची बुद्धीच तुमचा तुरुंग आहे. ह्यातून तुम्ही उपाय कसा करणार? जो कुणी ह्या कारागृहातून सटकला आहे. तो मस्तीच्या दारातून सटकला आहे. त्या मस्तीला म्हणा, 'समाधी', 'भाव!', 'हाल'. त्या समाधीला जे तुम्हाला नाव द्यायचं असेल ते! पण जो कुणी ह्या कारागृहातून सटकला आहे, तो धुंद होऊन सटकला आहे.

मस्तीचा अर्थ नीट समजून घेतलात तर मीराचा अर्थ लक्षात येईल. मस्तीचा अर्थ आहे – मी केल्याने काहीही झालं नाही! समजूत. बुद्धिमत्तेचा अर्थ आहे मी सर्व काही करीन. मला कुणाच्या मदतीची गरज नाही. मीच पर्याय आहे. जर आजपर्यंत करू शकलो नसेन तर केवळ एवढ्याचमुळे, की मी माझी संपूर्ण बुद्धी वापरात आणली नाही. जे आजपर्यंत झालं नाही, उद्या करेन. आजपर्यंत जर हरलो आहे, काही काळजी नाही. ह्या हरण्यामुळेच माझी बुद्धिमत्ता वाढीस लागली. उद्या जिंकेन!

बुद्धी म्हणजे शेवटी मीच जिंकणार. बुद्धी हा एक प्रकारचा अहंकार आहे की मला कुणाच्या आधाराची गरज नाही. मला परमात्म्याची गरज नाही. मला कुणा सद्‌गुरूची गरज नाही.

त्याच अहंकारात माणूस गुंतलेला आहे. आणि हे जाळं रोज वाढतच आहे. जीझस म्हणतात, 'जे लहान मुलांप्रमाणे असतात, तेच केवळ माझ्या प्रभूच्या राज्यात प्रवेश करू शकतात.

छोट्या मुलांप्रमाणे! लहान मुलांकडे काय आहे? जिझस, त्यांचं इतकं कौतुक का करतात! लहान मुलांजवळ बुद्धी नाहीये. काय आहे, हे सांगता येणं कठीण आहे. लहान मुलांजवळ काही आहे, जे नाहीये आणि जे तुमच्या जवळ गरजेपेक्षा जास्त आहे. बुद्धी तुमच्या जवळ गरजेपेक्षा जास्त आहे. लहान मुलाजवळ बुद्धी नाहीये. त्याचे डोळे शास्त्र, सिद्धान्तानी शून्य आहेत आणि म्हणून आश्चर्याने चकाकत आहेत. आणि जिथे आश्चर्य आहे, तिथे परमात्म्याचं दर्शन आहे.

जितके, जसजसे तुम्ही बुद्धिमान होत जाता, तितकं आश्चर्य मरत जातं. मग

तुम्हाला कुठलीही गोष्ट आश्चर्यचकित करत नाही, मग कुठलीही गोष्ट रहस्यपूर्ण वाटत नाही. मग कोकिळेचा आवाज ऐकूनही, तो तुम्हाला ऐकू येत नाही. मग तुम्हाला झाडांवर फुलणारी फुलं सामान्य वाटतात. तुम्हाला माहीत असतं, हे गुलाबाचं फूल आहे, की चमेली, की हे चंपा! काय खाऊ माहीत असतं?

इंग्रजीचे महान कवी टैनीसन सांगतात, जर मी एका फुलाला संपूर्ण समजून घेऊ शकलो, संपूर्ण, अगदी पूर्णपणे, तर ह्या अस्तित्वात अजून समजण्यासारखं काही बाकी उरत नाही.' एका फुलात सर्व काही सामावलेलं आहे. सर्व चंद्र- चांदण्या, भूतकाळ, वर्तमान, भविष्य! एका फुलात सारं सौंदर्य लपलं आहे. सारं सत्य! एका फुलात सारं अस्तित्व झळकतंय. एका छोट्याशा फुलाला जरी संपूर्ण समजू शकलात, तर तुम्हाला संपूर्ण अस्तित्व कळेल, कळायला हवं. आणि संपूर्ण अस्तित्वाला कधी कुणी समजू शकलंय? पूर्ण अस्तित्वाला कुणी नाही समजू शकलंय, नाही कुणी समजू शकणार.

हे संपूर्ण अस्तित्व असं नाहीये, जसं वर्तमानपत्रात कोडं छापलेलं असतं, की मिनिटांत सोडवलं आणि फेकून दिलं. अस्तित्व हे असं कोडं आहे, जे कायम कोडंच रहाणार, आधीही होतं, नंतरही रहाणार. कोडं असणं हा अस्तित्वाचा स्वभाव आहे. ही काही अचानक घडवलेली घटना नाहीये. हे निरंतर कोडं आहे. आणि ह्याला काही उपायही नाही. आणि बुद्धिवंत उपाय शोधण्याच्या प्रयत्नांत राहतो. बुद्धिवंत उपाय तयार करण्याच्या खटपटीत राहतो. तो गणित, तर्क ह्यांचं जाळं पसरवतो आणि विचार करतो, 'ह्या जाळ्यात रहस्याचा मासा अडकला जाईल. रहस्याचा मासा अडकू शकतच नाही. रहस्याचा मासा केवळ आश्चर्याने भरलेल्या हृदयात अडकू शकतो. आश्चर्य हेच त्याच्यासाठी जाळं आहे.

लहान मुलाच्या डोळ्यांत आश्चर्य आहे. आणि लहान मुलाच्या डोळ्यांत आशा आहे. ती आशा तुमच्याकडे नाही. हरवली आहे. जसंजसं तुमचं वय वाढत जातं, तसतशी निराशा येत जाते. हळू हळू नैराश्याची धूळ साठत जाते.

जीवनात निराशा का येते? निराशा येण्याचं तेच कारण आहे, की मी सर्व काही ठीक करेन, हा अहंकार आणि पुन्हा पुन्हा तुम्हाला अनुभव येतो, की ठीक तर काही होत नाही आणि अहंकार सुटत नाही. असं पण नाही म्हणत की माझ्याकडून ठीक होत नाहीये, हे प्रभू तूच मार्ग काढ! हे तुमच्या अहंकाराविरुद्ध आहे. हे तुम्ही कसं म्हणाल? हे तर कमजोर लोकं म्हणतात. तुम्ही तर मोठे शक्तिशाली आहात, तुम्ही असं कसं म्हणणार? तुम्ही हत्यारं कशी टाकणार! तुम्ही तर प्रभूवर आक्रमण करण्यासाठी निघाला आहात. तुम्ही तर त्यालाही जिंकण्याची इच्छा धरून चालला आहात.

तुम्ही प्रयत्न करता. प्रत्येक प्रयत्न पराजित करतो. तुम्ही पळत राहता आणि पळता पळता खड्ड्यातच पडता. तर हळूहळू निराशा येते. किती काळ आशा ठेवणार?

चुकीच्या दिशेने चालणारा, आज नाही तर उद्या निराशच होणार. जर बरोबर मार्गाने जाल तरच आशा फलद्रूप होते. आज जरी सत्य मिळालं नाही, पण मिळणार केव्हा ना केव्हा हे जरी समजलं तरी आशा टिकून राहते. सूर्य दूर आहे, काही काळजी नाही, पण डोळ्यांना दिसतो तरी! पण जर सूर्याकडे पाठ करून चालणार असाल तर तो मग डोळ्यांना दिसतही नाही. मग दूरतेचा प्रश्नच नाही. दूर आहे की जवळ. हा प्रश्न नाही. आणि तुम्ही चालतच जाता, काळोखाच्या दिशेने.

जीझस जेव्हा सांगतात, 'लहान मुलाप्रमाणे जे आहेत, ते धन्य होत!' का? कारण अजून त्यांची आशा कायम आहे. अजून त्यांनी नैराश्येच्या मार्गाने वाटचाल केलेली नाही. अजून अहंकार धरलाच नाही. म्हणून हरलेही नाहीत.

हे सूत्र जरूर लक्षात ठेवा. जो जिंकायला चालला आहे, तो हरणार. जो जिंकण्यासाठी चालला आहे तो खात्रीने हरणार. आणि हरेल म्हणून निराश होईल. उदास होईल. छातीवर दगड ठेवल्यासारखं होईल. हिम्मत हरवेल. साहस रहाणार नाही. जीवनातली आस्था नष्ट होईल. जीवन म्हणजे शत्रू वाटेल. जगणं हे जर शत्रू वाटलं तर आस्था कुठून वाटेल? जगणं मित्र तर वाटणार नाही!

तुम्ही जे काही करता, जीवन ते संपवून टाकतं. तुम्ही जे काही बनवता, जीवन ते नष्ट करतं. तुम्ही ज्या दिशेने जाता, जीवन तिथे अपयश देतं. तर मग जीवन मित्र कसं होऊ शकणार? आणि मग जीवन मित्र नाही. तिथे क्रोध निर्माण होतो. हिंसा निर्माण होते. की आम्ही बनवू तर शकत नाही. मग उध्वस्त करतो. काही करू शकत नाही तर नष्ट करू!

मनुष्य आपली असहाय्यता स्वीकारत नाही, पण नष्ट करण्यामागे लागतो. कमीत कमी नष्ट तर करू शकतो.

मानसशास्त्रज्ञांचं म्हणणं आहे की जगात जी मोठमोठी हत्यारं झाली, शोध लावला गेला, ते मोठमोठे महात्मा होऊ शकले असते. त्यांच्यात आणि महात्मांत इतकाच फरक आहे की महात्मा सृजनशीलतेच्या दिशेने गेले आणि अपराधी पापी लोक विध्वंसाच्या दिशेने गेले. विध्वंसाची दिशा निवडली गेली कारण एवढंच की काहीच बनवू शकले नाहीत. म्हणून नष्टतेच्या मागे लागले. काही तरी, तरी करू! एक मनुष्य बनवणं कठीण आहे. कठीण का? अशक्य आहे. पण आम्ही हजारो माणसं मारू शकतो. हे ठीक, पण स्वत:चं कर्तृत्व तरी दाखवा.

चंगेजखान आणि तैमूर लंग आणि ॲडॉल्फ हिटलर हेच दाखवतात. ते ह्याच स्वभावाची घोषणा करतात की, 'माझा अहंकार काही बनवू शकला नाही, पण संपवू तर शकतो! मग, हेच ठीक. हेच करू. पण अहंकार सोडणार नाही.'

जो इथे जिंकण्यासाठी चालतोय तो हरणार. जिंकण्याच्या आशेतच पराजय लपलेला आहे. जिंकण्याची आकांक्षा हे बी पराजयाच्या वृक्षाचं आहे! जो जिंकण्यासाठी

वाटचाल करत नाहीये, तो जिंकणार. जो राहायला तयार आहे, तो जिंकणार. तोच मस्तीचा, धुंदीचा, साफल्याचा मार्ग आहे. तो म्हणतो, 'प्रभू, माझा पराजय कर.! तो म्हणतो, 'मला बुडून जाऊ दे! तो म्हणतो, ' मला संपव!'

हे 'मस्त' मनुष्यच म्हणू शकतो. बुद्धिमान असं कसं म्हणेल! बुद्धिमान तर ह्या गोष्टीला वेडेपणा समजेल की, 'मला संपव.' 'मला बुडून जाऊ दे.' 'माझा पराजय होऊ दे!' 'हे असं कसं?' बुद्धिमान तर परमात्म्याची मदत, आसराही मागतो की, 'मी कसा जिंकू?' ह्यातच तो आसरा मागतो. मी अजून शक्तिशाली कसा होऊ? बुद्धिवान म्हणतो, 'माझी शक्ती अजून वाढव.' 'मस्त' म्हणतो, 'माझी शक्ती मला नकोच. तू घेऊन जा. माझ्यात काही माझं राहू देऊ नकोस. मला रिकामं करून टाक. कारण मी रिकामा झालो. तरच तुला मिळवू शकेन. माझ्यात थोडी जरी शक्ती राहिली, तरी मी चुकीचं वागेन. माझ्याकडून चुका होतील. माझं असणं, हेच चूक आहे. तू मला पुसून टाक.

लाख हुशियार बनाकर खालिक, एक मखमूर बना देता है ।

मखमूर, मस्त, दीवाने, वेडे, खूप कमी आहेत. पण ह्याच थोड्यांमुळे जीवनात थोडं तेज, थोडी प्रफुल्लता आहे. जरा तुम्ही विचार करा. की मीरा नसेल, कबीर नसेल, कबीराच्या ऐवजी एक कुबेर झाला, तर जीवनात जो थोडा फार अर्थ आहे, कुठे कुठे जो किरण दिसतोय, तोही दिसणार नाही. ह्या काळोख्या रात्रीत एखादा तारा झगमगताना दिसतो. तोही झगमगणार नाही. ह्या काट्यांमधे कधी कधी जे एखादं फूल उमलतं तेही उमलणार नाही.

जे थोडे फार वेडे आहेत. जीझसने म्हटलंय, 'ह्यांच्याचमुळे जीवनात मीठ आहे. स्वाद आहे. 'दीज आर दी सॉल्ट ऑफ दी अर्थ!' हे फार सुरेख वचन आहे. 'हे पृथ्वीचं मीठ आहेत.' ह्यांच्याचमुळे जीवन तेजोमय झालं आहे. ह्या थोड्याशा लोकांमुळेच आशा आहे. पण ह्या थोड्याशा लोकांचं सूत्र फार सरळ आहे. असं झालं असतं तर किती बरं झालं असतं, की ह्या बुद्धिमानांना जरा एका किनारी ठेवा, मग समजून घ्याल, तर सूत्र फार सरळ आहे. ह्यांचं सूत्र एवढंच आहे की, आम्ही फार लहान आहोत आणि हे अस्तित्व विशाल आहे. 'आम्ही ह्या विशालतेशी लढून कसे जिंकणार! हे तर असं आहे की एक थेंब सागराचा मुकाबला करतो आहे. एक किरण सूर्याशी सामना करत आहे. एक पान झाडाशी झगडतंय. हे बुद्धिमान तर वेडे आहेत. हे बुद्धिमान, बुद्धिमान नाहीयेत.

हे तर असे आहेत की छोटीशी लाट नदीशी भांडत्ये. कशी जिंकणार! जिंकण्याची काही शक्यताच नाही. पहिलं पाऊलच चुकीच्या दिशेने पडलं.

लाट जिंकू शकते, नदीशी! तुम्हीही जिंकू शकता. परमात्म्याशी! पण परमात्मा मय व्हायचं असेल तर तुम्हाला संपूर्णपणे मिटून जावं लागेल, तरच तुम्ही त्याच्या

संगतीने राहू शकता. तुमचा थोडासा अहंभाव जर आतून तसाच राहिला, तर तेवढं अंतर राहील. तेवढी दूरता निर्माण होईल.

परमात्मा दूर नाहीये. तुम्ही परमात्म्यापासून दूर आहात. तुम्ही तुमच्या घमेंडीमुळे मरत आहात. आणि मनुष्य ह्या घमेंडीमुळे न जाणो किती विधी, किती पद्धती, किती रिवाज शोधून काढतो... धर्माच्या नावाखाली. उपास करेल, व्रत करेल, उन्हांत उभा राहील, शरीरावर कोडे मारेल, काट्यांवर झोपेल आणि अजून काय काय मूर्खासारख्या तऱ्हा करेल! हे मूर्खपण आहेत आणि ही रुग्णावस्था आहे. ह्यांची तुम्ही पूजा करत आला आहात. पण हे मनाने विक्षिप्त लोक आहेत. हे शांतचित्त मनुष्य नाहीयेत. ही परत तीच लढाई चालू आहे. आता नव्या पद्धतीने लढली जात आहे. पहिल्यांदा हे रुपये कमवत लढत होते, आता हे पुण्य कमवून लढत आहेत. पण हे परमात्म्याला मिळवायला तयार आहेत. ते म्हणतात की ठीक आहे. तप करून जर होत असेल तर तप करून, पण जिंकणारच. मान चिरून देऊ, शरीराचे तुकडे करून देऊ, पण जिंकूच. सर्व काही डावावर लावायला तयार आहे. फक्त 'मी' सोडून. तो 'मी' पहिल्यांदा संपत्तीने मरत होता. आता 'तप' करून मरत आहे. आधीही हे सिंहासनावर विराजमान होते, ते सिंहासन सोन्याचं होतं, आता ह्यांनी तपाचं सिंहासन म्हणजेच पुण्याचं सिंहासन तयार केलं आहे. व्रत, त्याग, तपश्चर्या ह्यांचं सिंहासन तयार केलं आहे. पण ह्या सिंहासनावर ते अजूनही बसून राहिलेले आहेत.

भक्त म्हणतो, 'सिंहासनावरून उतरा. हे सिंहासन त्याचं आहे. अंशीचं आहे, अंश चं नाही. सागराचं आहे. थेंबाचं नाही. विराट विशालतेचं आहे. क्षुद्राचं नाही. उतरा सिंहासनावरून. जागा रिकामी करा. आणि तुम्ही जागा रिकामी केल्याबरोबर तो तुम्हाला भरून टाकतो. गोष्ट इतकी जवळ आहे.

म्हणून जिझस म्हणतात, 'लहान मुलासारखं मखनूर बनो, मस्त बनो!'

लहान मुलाची मस्ती बघितली? आणि अकारण ती असते, ती खरी मस्ती! तुम्ही जेव्हा निवडणूक जिंकता, तेव्हा तुम्ही बँन्ड बाजा वाजवत नशा मस्ती व्यक्त करता, ही ती धुंदी नाहीये कारण ह्याला कारण आहे, निमित्त आहे. जिथे निमित्त आहे, ती धुंदी, नशा नव्हे. तुम्हाला संपत्ती मिळाली, लॉटरी लागली. तुम्ही अगदी धुंद आहात. पार्टी देत आहात, घरात संगीताच्या लहरी उमटत आहेत. लोक नाचत आहेत. पण ही ती धुंदी नव्हे, ह्यामागे निमित्त आहे. लॉटरी लागली नसती तर? तर तुम्ही धुंद होऊ शकला नसता. निवडणूक जिंकला नसता तर, तुम्ही धुंद होऊ शकला नसता. ही धुंदी बाहेरची आहे. त्याला आधार आहे, कारण आहे, ही धुंदी त्यांच्या आतून येत प्रकटलेली नाही. मखमूर, ह्यांना म्हणतात, ज्यांची धुंदी, नशा त्यांच्या आतून येते. जो मदिरा तर पितो, पण ती आतली, बाहेरची नाही, त्यांची

धुंदी अकारण आहे.

लहान मुलांची धुंदी अकारण असते. लहान मुलांची धुंदी त्यांच्या आतून येत असते. ते आपल्या ह्या धुंदीमुळे पळत असतं. तुम्ही धुंद होण्यासाठी पळता. लहान मूल नाचतं, उड्या मारतं, हे ह्या कारणामुळे नाही की त्याला काही लॉटरी वगैरे लागल्येय, की ते निवडणूक जिंकलंय, की पंतप्रधान झालंय, असं काही नाही. नाचतं, उड्या मारतं कारण ही धुंदी, नशा, मस्ती आतून आहे. ह्या धुंदीला तर छलकावं लागेल. ही धुंदी नाच- नृत्य करत आहे.

तुम्ही हैराणही होता की काय कारण आहे? का एवढा आनंद आहे? कारण असायलाच हवं, हे काही गरजेचं नाही. आनंद स्वाभाविक आहे. जसा लहान मुलाचा आनंद स्वाभाविक आहे.

कल्पना करा. मूल दु:खी होतं, जेव्हा तसंच काही कारण असतं आणि आनंदी होतं. अकारण! एक मूल आपल्या पाळण्यात अगदी आनंदी आहे. आपला अंगठा चोखतंय, आता ही काय चोखायची वस्तू आहे? पण मस्त आहे. आनंदात आहे. गदगद खुष आहे. मग रडू लागलं. रडू लागलं ते 'भूक' ह्या कारणाने. जेव्हा आनंदात होतं, तेव्हा त्याचं काहीही कारण नव्हतं. मूल दु:खी होतं ते सकारण! आणि आनंदी होतं, अकारण!

विचार करा, मूल दु:खी होतं ते सकारण आणि आनंदित होतं, ते अकारण! इथे मी अनेक व्यक्तींना रोज बघतो, रोज एका मागोमाग एक रांगेत मला भेटत असतात. त्यांची मन:स्थिती ह्या मुलाच्या मन:स्थितीच्या अगदी उलट असते. सुखासाठी कारणं शोधतात आणि दु:खी अकारण असतात. सगळे अतिशय दु:खी आहेत. पण ह्या दु:खाचं कारण काही सापडत नाही. त्यांना जरा खोदून खोदून विचारलं, तरी ते म्हणतात, 'आम्हालाही कळत नाही. काय कारण आहे! पण दु:ख आहे ही गोष्ट नक्की! आयुष्यात काहीही माहीत नसतं. सगळं पोकळ आहे. हे तर आयुष्याचं गणितच उलटं करून टाकतात. हे तर तुम्ही शीर्षासन करता!

ह्या प्रक्रियेला बदलायला हवं. म्हणून जर तुम्ही अकारण हसलात, तर लोकं चमकून बघतील, वाटेल की वेडबीड तर नाही ना लागलं! विनाकारण हसत सुटलात? म्हणून कुणी अकारण हसलं तर लोक वेडं समजतात.

ह्या आश्रमात रहाणारी 'सत्या' आहे. ती गेले तीन महिने सतत हसतच राहिल्ये. अगदी अकारण! तीन महिने कुणी असं हसू शकत नाही. कारण तर काहीच नाही. आणि असलं तरी एवढा काळ टिकतही नाही. लॉटरी लागली, संपलं, निवडणूक जिंकली, संपलं! दहा-पंधरा दिवसांनी त्रास सुरू. ज्यांनी मत दिलं तेच छातीवर येऊन उभे राहतात, की 'आश्वासनं दिलीत, त्याचं पुढे काय झालं सांगा. जी वचनं दिली होतीत, ती पूर्ण करा.' बाहेरून येणारी कारणं, काही काळ चालू शकतात.

पण सत्या तीन महिन्यांपासून हसते. प्रथम तर ती स्वत: घाबरली होती. की हे काय होतंय! कारण रात्री झोपेतून जरी जाग आली, तरी हसणं चालू.

तिचा नवरासुद्धा इथे आहे. तोही माझ्याजवळ आला. पळत पळतच आला. विचारू लागला की 'हे चाललंय तरी काय? ही वेडी तर नाही ना झाली? कारण पलंगावर पडल्या पडल्या ती अशी काही हसते, कारणही नाही काही, काही घडलेलंही नाही, अशी हसते, अगदी खळखळून! आणि मग थांबतच नाही. आणि तिला जर विचारलं, 'का हसतेस?' तर अजूनच हसायला लागते. तिला विचारू तर तेही धोकादायक वाटतं आणि तिचं काम असायचं ते असो, पण आता हे असंच चालू राहिलं तर मी वेडा होईन, कारण सकाळी उठून बसत्ये. हसत्ये. दुपारी बसत्ये, हसत्ये, काही कारणच दिसत नाही.'

मी तिला विचारलं, 'तुला काय झालंय?' ती म्हणाली, 'काही सांगू शकत नाही, काय झालंय. बास. आतून काही तरी गुदगुल्या झाल्यासारखं होतं, अगदी आतून, जसं कुणी गुदगुल्या करतंय, मग थांबवता येणं कठीण जातं. मग हसत राहते आणि जेव्हा दुसऱ्यांना त्रासलेलं बघते, तेव्हा अजून हसू येतं की हे तर काही वेगळंच! मग माझ्याच हसण्यावर अजून हसू येतं, की मी वेडी तर होत नाहीये ना? मग ह्याला काही शेवटच नाही. झोप कमी झाल्ये पण म्हणून थकवा आलेला नाही.'

'आणि आयुष्यभरात कधी हसले नव्हते. कारण असूनही हसले नव्हते.' हसणं हे तिच्या सवयीचं नव्हतं. म्हणून नवरा अजूनच हैराण झाला होता की ती ह्या स्वरूपाचं कधी हसली नव्हती. गंभीर, कायम गंभीर. जेव्हा माझ्याकडे यायची, तेव्हाही गंभीर असायची, सतत रडायची, तीन महिन्यांपूर्वीचं सांगतोय हे. सतत काही ना काही तक्रार, सतत जगात काही ना काही चुकीचं होतंय असंच! तिला शांतता नाही, चैन नाही, पण इथे तीन महिन्यांत परिस्थिती अगदी बदलून गेली. मी तिला म्हणायचो 'सत्या थांब, थोडी वाट बघ! थोडी अजून प्रतिक्षा कर!'

आता म्हणते, 'कसंही करून माझं हे हसणं थांबवा.'

असंच हेमालाही झालं होतं, आता ती आपलं हसणं दाबून ठेवते, पण जेव्हा येते तेव्हा तिला तिचं हसणं थांबवणं कठीण जातं. तीन दिवस सतत हसत राहिली होती. न झोपता, न खाता पिता, लोकं तर वेडंच म्हणतील. आणि अशा हसण्याचा गुणधर्मच वेगळा आहे. त्याची ताजगी, ताजेपणच वेगळं असतं. हे हसणं अगदी दुरून येतं. जसा परमात्मा तुमच्या आत हसतो. ते हसणं तुमचं नसतं, पण तुमच्या मधून मात्र जरूर येतं, तुमचं नसतं.

मस्ती, धुंदीचा अर्थ असतो. आनंद हा 'स्वभाव'. दु:खी स्वभाव नाही. आनंद सतत असायला हवा. दु:ख कधी कधी असलं तर चालतं. जेवणात चटणी सारखं. पण तुम्ही चटणीचंच जेवण बनवलंत. तुम्ही त्याचंच जेवण करत आहात, म्हणून

मुळात तुमच्या जीवनात मोठी कुरूपता निर्माण झाली आहे. अंधार झाला आहे. अमावस्या आली आहे.

लाख हुशियार बनाकर खालिक
एक मखमूर बना देता है ।

एक 'मस्त' मनुष्य जन्मतो, लाखात असा एखादाच विरळा! मीरा ह्या 'विरळा' लोकांमधली एक आहे. ही सर्व गीतं तिच्या धुंदीची गीतं आहेत. ही आतली गुदगुली आहे. जी तिला पेलत नाहीये. जी बाहेर वहात आहे. मीराला तुम्ही रडताना जरी बघितलंत तरी तिचे अश्रू तुमच्या अश्रूसारखे समजू नका. हे अश्रू परत आनंदाचे अश्रू आहेत. हे अश्रू परम आल्हादाचे अश्रू आहेत. मीराला तुम्ही परमात्म्याबद्दल तक्रार करताना जरी ऐकलंत तरी असं समजू नका की ती तक्रार करत्ये. ती तर प्रेमाची तक्रार आहे. हे प्रेमाचे मान- भाव आहेत. रुसणं वगैरे. ती जी परमात्म्याला प्रार्थना करत राहते, 'अजून ये, अजून ये, अजून ये, अजून... हे फक्त इतकंच सांगतं की प्रेम कधी तृप्त होत नाही.

प्रेम कधी तृप्त होतही नाही. प्रेमाला जितकी तृप्तता मिळते, प्रेम तितकं विशाल होत जातं. जितकं मिळतं तितकं आणि मग मिळण्याची शक्यता स्वच्छ होत जाते. जितकं मिळत जातं, तितकं जास्त मिळू शकतं, असा विश्वास वाढत जातो. मग परमात्म्याकडून तोपर्यंत कुणी तृप्त होऊ शकत नाही जोपर्यंत त्याच्यात लीन होऊन जात नाही. म्हणजे विरह आहे. पण विरहाचा अर्थ असा नाही की मीराला परमात्मा मिळाला नाही. विरहाचा अर्थ असा आहे की मिळाला आहे आणि मिळाल्यामुळेच उपद्रव सुरू झाला आहे. मिळाला आहे आणि उपद्रव जागृत आहे.

तर जगात दोन तऱ्हेचे विरह आहेत. एक तर ते, ज्यांना परमात्मा मिळाला नाहीये. त्यांचा विरह तितकासा खोलवर नसतो. कारण जो मिळालाच नाहीये, त्याचा विरह वाटणार तरी कसा? कधीमधी रडलात तरी तुम्हाला कळेल की हे रडणंसुद्धा उधारीचं आहे. ज्याला कधी बघितलं नाही, त्याच्यावर प्रेम कसं काय बसणार? ज्याच्याशी कधी ओळखच झाली नाही, त्याची आठवण कशी येणार? स्मरण कसं होणार? ज्याने कधी तुमचा हात हातात घेतला नाही, त्याच्या स्पर्शाचा तुम्हाला अनुभव येणार नाही. तर त्याच्या आलिंगनाच्या अपेक्षेमधे सच्चाई किती असू शकते?

तर भक्तांच्या बाबतीत लक्षात ठेवा, त्यांच्या विरहाचा अर्थ तुम्ही असा समजू नका की त्यांना परमात्मा मिळाला नाही म्हणून ते रडत आहेत. मी तुम्हाला सावध करू इच्छितो. ते रडत आहेत केवळ ह्यामुळे की 'मिळाला.' असा सुंदर स्वाद घेतला आहे की त्या स्वादामुळे संसाराचा स्वाद एकदम फिका पडला. अडचण वाटू लागली आता. स्वाद घेतलेला आहे. त्यामुळे आधी ज्या गोष्टींमधे रस होता, तो

आता निघून गेला.

इथे एक फरक लक्षात घ्या. ज्याला तुम्ही त्यागी म्हणता, तो सर्वप्रथम संसारात त्याचा असलेला रस सोडून देतो. निवृत्त झाल्यासारखा. विचार करतो, 'संसारातून मनाने बाहेर पडलो तर परमात्म्यापाशी मन लागेल,' सोडू म्हटलं तरी सुटत नाही. मग आतल्या आतच द्वंद्व सुरू होतं. पळून जावं, असा प्रयत्न राहतो. इथे तिथे पळत राहतो. डोळे बंद करून घेतो. व्यायाम, प्राणायाम करतो. सर्व तऱ्हेचे उपाय करतो. संसारातून पलायन करतो आणि दूर हिमालयात जाऊन राहतो. वाटतं की ना संसार रहाणार, ना त्यात रस निर्माण होणार. पण काहीही होत नाही. त्याने काही फरक पडत नाही. कारण आत्तापर्यंत संसाराचा जो अनुभव, जो आस्वाद घेतलाय तो पाठलाग करणार. आणि प्रत्यक्षात, खरं तर असं आहे की हिमालयात पाठलाग जास्त होणार, त्यापेक्षा संसारात कमी. संसारात निदान उपाय तरी आहे, तसा हिमालयात नाही. हिमालयात फक्त आंधळी वासना पिछा करत राहील. आत वासनेचं एक वादळच घोंघावत राहील! आठवणी येत राहतील स्वादाच्या, ज्या उपभोगल्या. ती स्त्री सर्वसाधारण होती जिला तुम्ही सोडून आलात, पण हिमालयातल्या गुहेत बसल्यावर अप्सरा वाटू लागली. तुमची भुकेजलेली वासना तिला रंग देईन, रूप देईल. तिला साज-शृंगारेल!

पळून जाऊन काहीही होत नाही. पण सर्वसामान्य हेच गणित, हाच हिशोब असतो माणसाचा की ज्या परिस्थितीत वासना जागृत होतात, तिथून पळ काढा. 'न रहेगा बांस, न बजेगी बांसुरी!' असं.

ही बासरी मात्र अशी आहे की जी बांबूच्या व्यतिरिक्तही वाजू शकते. ही बासरी तुमच्या आत आहे. त्याचा बांबूचा असण्या-नसण्याशी काहीही संबंध नाही. कारण वासना तुमच्या मनात आहे. बाहेरची परिस्थिती वासनेला फक्त ऊद्युक्त करते. तुम्ही पळून गेलात तरी त्याने काही फरक पडणार नाही. आत जे आहे, ते आत आहेच. ते तुमच्या संगतीने येणारच.

भक्ताची प्रक्रिया दुसरी आहे. भक्त आधी परमात्म्यामधे रस निर्माण करून घेतो, मग आपोआप संसारात विरस होतो. भक्तीची ही प्रक्रिया विधायक आहे. त्यागीची प्रक्रिया नकारात्मक आहे. जर निवड करायचीच असेल तर 'भक्त' ही निवड करा. त्याचा मार्ग साधा सरळ आहे. तो म्हणतो, 'प्रथम परमात्म्यामधे रस निर्माण करा.'

तर, प्रथम तर भक्त रडत असतो. त्या रडण्यात काही दम नसतो. ताकद नसते. त्या रडण्यात फक्त आयुष्यातलं दुःख असतं. त्या अश्रूंमधे 'ह्या जीवनात काहीही अर्थ नाही.' ह्याचा विषाद असतो. पण हळू हळू जस जसा भक्तातला हा विषाद वाढत जातो. विरह वाढत जातो. एक वेळ येते 'क्रांतीची.'

जसं पाण्याला आपण गरम करतो. शंभर डिग्रीवर वाफ व्हायला लागते, तसंच

विषादही वाढत जातो, त्याचीही एक विशिष्ट पातळी आहे, एक डिग्री, एक खास जागा, प्रत्येकाची ही जागा वेगवेगळी असते. मनुष्य हा पाण्यासारखा नाहीये की सर्व मनुष्य शंभर डिग्रीवर भक्त होतील. प्रत्येकाचं तापमान वेगवेगळं असतं. कारण प्रत्येकजण वेगवेगळा प्रवास करून आलेला असतो. जन्मा-जन्मांचे वेगवेगळे संस्कार आहेत. प्रत्येक मनुष्य त्याच्या त्याच्यातच एक वेगळं विश्व आहे. त्याच्यासारखा दुसरा मनुष्य नाही. त्यामुळे केव्हा घडेल, हे सांगणं कठीण आहे. पण जर विषादातच राहील, अजून राहील, तर एक दिवस नक्की होईल. आणि सर्वांचं वेगवेगळ्या वेळेला, वेगवेगळ्या अंशावर! त्यासाठी भविष्यवाणीसुद्धा उपयुक्त नाही. पण होतं, हे निश्चित. रडता-रडता एक दिवस तुम्हाला समजतं की रडणं बदललं आहे. आत्तापर्यंत विषादामधे रडत होतात. आता हर्ष, आनंदाने रडत आहात, सुखाचे अश्रू वाहू लागले आहेत. हा क्रांतीचा क्षण! तुम्हाला अचानक समजतं, गुणधर्म बदलून गेला आहे. आता आत तुम्ही परमात्मा मिळत नाहीये म्हणून रडत नाही ह्यासाठी रडत आहात की त्याची झलक मिळाली. आता ही झलक अजून मिळावी. एक सारखी मिळावी. रोज रोज मिळावी, आता हर क्षणी मिळावी, आता क्षणभरही डोळ्यांपासून दूर होऊ नये.

ही त्याच आनंदात गायली गेलेली भजनं आहेत,

'कोई कहियौ रे प्रभु आवन की ।'

मीरा म्हणते, कुणी मला निरोप, माहिती द्या, की कधी येणार आहे? केव्हापर्यंत येणार आहे? म्हणजे मी तयारी करून ठेवेन.

ही गोष्ट अशी नाहीये की मीराला प्रभूची ओळख नाही. तिने प्रभूला जाणलं आहे. त्याचं 'येणं' बघितलं आहे. त्याची बासरी ऐकली आहे. त्याच्या पदरवांचं तिला स्मरण आहे. पण ती असं म्हणते की, 'मी त्याच्या विरहाने इतकी विस्कळीत झाले आहे, मी इतकी रडतेय, मी जमिनीवर हतबल होऊन पडत्ये, माझे डोळे अश्रूंनी भरलेले आहेत, मला अजून काही दिसतच नाही, माझं मन त्याच जुन्या आठवणींनी भरलेलं आहे, त्याची तस्वीर माझ्या आत आहे. असं होऊ दे की तो प्रत्यक्षात माझ्यासमोर येऊन उभा राहिला आहे आणि मी मात्र ह्या तस्विरीतच गुंतून पडल्येय.'

स्वामी रामतीर्थ म्हणत, 'एक प्रेमी दूर देशी निघून गेला. तो आपल्या प्रेयसीला पत्रं पाठवत असे. आत्ता येतोय, आत्ता येतो... ! पण प्रश्न वाढत गेले, काम वाढत गेलं. प्रेयसी थकली. शेवटी एक दिवस ती प्रवास करून त्या दूरच्या त्याच्या गावी पोहोचली. जेव्हा पोहोचली, तेव्हा त्याच्या दारात संध्याकाळचा दिवा लागला होता. तो दिवा पेटवून टेबलावर वाकून काही लिहीत होता, तर ती दारातच बसली. त्याच्या कामात व्यत्यय यायला नको, त्याचं लिखाण पूर्ण होवो. आणि तो ह्याच प्रेयसीला पत्रं लिहीत होता. प्रेयसी दारात बसल्ये, प्रेमी पत्रं लिहितोय, ह्याच

प्रेयसीला! ह्या विचारांनी की ती कुठेतरी दूर आहे, जिथे तो तिला सोडून आलाय. प्रेमीच्या डोळ्यांतून अश्रू वाहत आहेत. आणि जिच्यासाठी तो रडतोय, ती दारात बसल्ये. जिच्यासाठी रडतोय, तिला आलिंगन देण्यासाठी क्षणाचाही विलंब व्हावा, अशी आवश्यकता नाही. पण त्याला रडताना बघून प्रेयसी कासावीस झाली की हा इतका दु:खी आहे, तर त्याला अडवू नये. त्याला ह्या दु:खातून स्वत:ला बाहेर पडू द्यावं. त्याला जे काही लिहायचं आहे, लिहू दे.

आणि तो प्रेयसीला पत्रं लिहितोय, मोठ-मोठाली, जसे प्रेमी लिहितात. लिहिण्यासारखं काही नसतं, तरीही लिहीत राहतात. त्या पत्राला शेवट नसतोच. नाईलाजास्तव शेवट करावा लागतो. कारण लिफाफ्याला काही मर्यादा असते. लिहीत जातात, लिहीतच जातात. तसं लिहिण्यासारखं काही नसतंही आणि खूप काही असतं. तो लिहीतच जातोय, पानंच्या पानं! अर्ध्या रात्रीपर्यंत तो लिहीतच राहिला. त्याने एकदा नजर वर केली तर त्याला विश्वास वाटला नाही. विश्वास वाटेल तरी कसा! शेकडो मैल दूर सोडून आलाय आणि ही खेडेगावातली मुलगी ह्या मोठ्या महानगरात आल्ये, त्याला शोधत शोधत...! हा प्रश्नच उभा राहू शकत नाही, तो घाबरला. त्याला वाटलं काही तरी चुकतंय, काही तरी भास होतोय. कदाचित मी इतका वेळ पत्र लिहीत होतो, सारखा हिची आठवण काढत होतो, हिचाच चेहरा बघत होतो, म्हणून कदाचित हिची प्रतिमा माझ्यात खोलवर उमटली. कदाचित मी आत्मसंमोहित झालो आहे.

म्हणून त्याने चमकून बघितलं. त्याला विश्वास वाटेना. त्याने तिचं स्वागत केलं नाही. त्याने असंही विचारलं नाही की, 'तू कधी आलीस?' तो घाबरा घुबरा झाला, की हे काय होतंय! त्याच्या प्रेयसीने विचारलं, 'तू घाबरला का आहेस?' तर तो म्हणाला, 'अरे, तू बोलतेस सुद्धा?' ती म्हणाली, 'मी इथे आहे आणि खूप तास झाले. बसून आहे.' तेव्हा तो शुद्धीत आला. मग धावत जाऊन त्याने मिठी मारली. मग खूप रडू लागला आणि म्हणू लागला, 'ही पण कमाल झाली. मी तुलाच पत्र लिहीत होतो आणि तू जिवंत, प्रत्यक्षात इथे हजर होतीस. तू इथे प्रत्यक्ष साकारलेली आणि मी कल्पनेमधे गुंतून राहिलो.'

मीरा हेच सांगते, मीरा म्हणते, 'कोई कहियौ रे प्रभु आवन की!' मी अशी गुंतून राहिलेली नको. मी अशी मनातल्या मनात कल्पनांचं जाळं घेऊन बसलेली नको. मी माझ्या स्वप्नांत अशी बुडून राहिलेली नको. आता मला माझी शुद्ध नाहीये. कुणी मला सांगा, 'प्रभू आलेत, परत आलेत' कुणी मला जागं करा. आता माझी अवस्था एखाद्या मदिरापान केलेल्या व्यक्तीसारखी आहे. कुणी मला घरापर्यंत पोहोचवा. कुणी मला सांभाळून घ्या आणि प्रभू दाराशी उभे असतील तर मला जागं करा आणि सांगा की ते आले आहेत, आता तू रडू नकोस. आता तू का रडते आहेस!

'कोई कहियौ रे प्रभु आवन की, आवन की मन भावन की ।'

त्यांना माझं मन भावलं आहे. त्यांनी मला, माझ्या मनाला जिंकलं आहे. त्यांनी मला मिटवून टाकलं आहे. त्यांनी मला त्यांचं निवासस्थान बनवलं आहे. पण तरीही ते कधी असतात. कधी नसतात. कधी ते मिळतात, तर कधी मी त्यांना हरवते. हे हरवणं, सापडणं हा खेळ चालूच राहतो.

प्रेमाची इच्छा असते, सतत, चोवीस तास, ज्याच्यावर, जिच्यावर प्रेम आहे, त्याच्याजवळ राहू. ज्याच्यावर प्रेम आहे, ती व्यक्ती प्रेमीजवळ रहावी. एका क्षणाचाही विरह सहन होत नाही. प्रेमाची इच्छा असते की तादात्म्य पावावं.

भक्त भगवानामधे लीन होऊन जाऊ इच्छितो आणि भगवानाला स्वत:मधे लीन करवून घेऊ इच्छितो. दुही नको असते, हे दोन असणं नको असतं. एकपण हवं असतं.

'आप न आवै लिख नहिं भेजै, बांण पडी ललचावन की ।'

मीरा म्हणते, 'ह्यातही मोठी मजा आहे. स्वत:तर येत नाही, एवढंही करत नाही की पत्रं तरी पाठवाल. चिठ्ठीही नाही. आणि तुम्हाला खूप सवय झाली आहे मला आशा लावण्याची! तुम्ही मला दूर दूर ठेवून मोहात तर पाडत राहता. तुम्ही मला हाक मारता, दुरून चंद्र-ताऱ्यांमधून. आणि तुमच्या हाकेने मी इतकी भरून जाते की मला वाटतं तुम्ही प्रसन्न होत आहात. इथे मी तडफडत राहते आणि तिथे तुम्ही आनंदित होत आहात.

चोट पर चोट खाये जाते हैं
और हम मुस्कराये जाते हैं
दाग दिल के जलाये जाते हैं
तीरगी यूं मिटाये जाते हैं
दर्द पर दर्द गम पे गम दे कर
राजे उल्फत सिखाये जाते हैं
बख्श कर बेबसी ओ मजबूरी
इख्तयार आजमाये जाते हैं
खार फैला के बागे हस्ती में
गुन्चाओ गुल खिलाये जाते हैं
बिजलियां गिर रही है हम पे इधर
वो उधर मुस्कराये जाते हैं ।

दर्द पर दर्द गम पे गम देकर
राजे उल्फत सिखाये जाते हैं

असलं कसलं हे प्रेम तुम्ही शिकवता! दु:खावर दु:ख, वेदनेवर वेदना... देऊन!

पण हाच रस्ता आहे. प्रेम वेदनेतूनच उमलतं. वेदनेतच प्रेमाचा कस लागतो. उजळतं, वेदनेतच सर्व विरून जातं, जे जे चुकीचं असतं. वेदनेच्या ज्वाळांमधून तावून सुलाखूनच प्रेमाचं सोनं शुद्ध होतं. अगदी स्वच्छ, शुद्ध!

दर्द पर दर्द गम पर गम देकर
राजे उल्फत सिखाये जाते हैं
बख्श कर बेबसी ओ मजबूरी
इख्तयार आजमाये जाते हैं ।

आणि एकीकडे तर दिली आहे असहाय्यता, तशी अवस्था, पराधीनता आणि विवशता आणि दुसरीकडे परीक्षा घेतली जाते. इथे असहाय्यता आणि परिक्षेचे मोठे मापदंड आहेत, ज्यातून जाणं अशक्यप्राय वाटतं. 'खार फैला के बागे हस्ती में!' आणि सर्व बागेत काटे लावले आहेत. 'गुच्चाओ गुल खिलाये जाते है !' आणि ह्याच काट्यांत फुलं फुलतात, ह्याच वेदनांमधे प्रेमींना जगायचं आहे.

लक्षात ठेवा. पैशानं मिळणारं सुख ह्या दु:खापेक्षा अतिशय वाईट आहे. प्रेमात वाट्याला येणारं दु:ख, पैशांनी मिळणाऱ्या सुखापेक्षा उत्तम आहे. शेवटी प्रेमासाठी ज्याने त्रास सहन केला आहे तो भाग्यशाली आहे, कारण जेवढा त्रास, वेदना सहन कराल तेवढं प्रेमाचं पात्र बनत राहील. जेवढा त्रास सहन कराल, तेवढी शुद्धता येत जाईल, झळाळी येईल. वेदनेला जितकं भावनेने झेलाल, तितके परमात्म्याजवळ जाल.

सुखात माणसं भरकटतात. तथाकथित सुखात माणसं गुंतून जातात. क्षुद्र वासना आणि क्षुद्र वासनांनी मिळणाऱ्या सुखांनी माणसं उथळ होतात.

तुम्ही कधी कुणी श्रीमंत आणि गहिरा माणूस बघितला आहे? ज्याच्या जवळ सर्व काही असतं, तो नेहमी आतून रिकामा असतो. आत काहीही नसतं. खरं तर बाहेर एवढ्यासाठी सर्व गोळा केलं जातं की आतलं रिकामपण दिसू नये.

जेव्हा तुम्ही श्रीमंताच्या घरी जाता, तेव्हा त्या श्रीमंत माणसाला बघत नाही, त्याचं घर बघता, त्याचं दुकान बघता, त्याची समाजातली, बाजारातली प्रतिष्ठा बघता, त्या माणसाला सोडून देता. गरीब माणसाला, माणसालाच बघावं लागतं. त्यांच्या जवळ अजून बघण्यासारखं काहीही नसतं. तो उभा आहे. नग्न, त्यालाच बघावं लागतं.

नेहमी हे असं होतं, जी माणसं साधारण सुखात जगतात, ती उथळ बनतात. रोटरी क्लब, लायन्स क्लब, इथे तुम्हाला अशी माणसं भेटतील. उथळ! टाय वगैरे लावून, कोट, बूट, शर्ट सर्व अगदी ठाकठीक! पण हे सर्व वरवरचं! आत काहीही नाही. आत्म्यासारखी वस्तू खूप कठीण आहे. त्याला शोधायचं तर कुठे दुसरीकडे शोधावं लागेल. फकिरांमधे शोधावं लागेल. साधुसंतांमधे शोधावं लागेल. त्याला

शोधायचं तर त्यांच्यात शोधायचं ज्यांनी व्यर्थ गोष्टीमधे आपला वेळ वाया घालवलेला नाही. कारण शेवटी काळ तर सीमित आहे. सुविधा सीमित आहेत. शक्ती सीमित आहे. हवं तर जागे व्हा. हवं तर संपत्ती गोळा करा. उर्जा तर तीच आहे. मग हवं तर बाहेरची संपत्ती मिळवा, हवं तर आतली संपत्ती मिळवा. काळ तर एवढाच आहे. जेव्हा कुणी बाहेरचं धन गोळा करत आहे. तेव्हा कुणी आतलं धन गोळा करत आहे. आतलं धन हेच खरं धन आहे कारण मृत्यू हे हिरावून घेऊ शकत नाही. बाहेरचं धन तर हिरावून घेतलं जाणार. थोड्या काळासाठी चमक येईल. लोकांच्या डोळ्यांना तुम्ही चमकायला भाग पाडाल. थोड्या काळासाठी लोकांच्या मनात तुम्ही तुमच्यासाठी हेवा निर्माण कराल. पण खूप काळासाठी नाही. लवकरच तुम्ही मातीत पडलेले असाल आणि धुळीनं तोंड माखलं असेल. आणि तुमच्या आत तसंही काहीच नव्हतं.

मृत्यूच्या वेळी काय घेऊन जाल? तुम्ही ज्याला मोठी गोष्ट मानता, म्हणजे तुमची कमाई, त्यातून तुम्ही काय घेऊन जाऊ शकणार?

एका श्रीमंत माणसाच्या संदर्भात मी असं ऐकलंय, की कुणा फकिराने त्याला सांगितलं, की, 'ह्या पैशांत असा गुंतून राहू नकोस. मरताना काय घेऊन जाणार ह्यातलं?' तो म्हणाला, 'सोडा सर्व काळजी, दुसरे घेऊन गेले नसतील, पण मी तर घेऊन जाणार.' तर फकिराला आश्चर्य वाटलं. असं कधी कुणी म्हटलं नव्हतं. तो म्हणाला, 'तू कसं काय घेऊन जाणार?' तुम्ही बघा, अगदी योगायोगाची गोष्ट आहे. तो माणूस दोन वर्षानंतर मृत्यू पावला. तर फकीर त्याच्या दारात जाऊन उभा राहिला, की बघू या, कसं काय घेऊन जातोय. त्याने सोय करून ठेवली होती, त्याने नोकरांना सांगून ठेवलं होतं, की जेव्हा मी मरेन तेव्हा मला होडीत बसवून ती सर्व संपत्ती त्या बोटीवर ठेवा. तेच त्याचं मृत्युपत्र होतं. वकील आणि न्यायालयातली माणसं समोर हजर राहतील, सर्व होडीवर ठेवा, माझं प्रेतही आणि नदीच्या मध्यभागी होडी नेऊन बुडवून टाका.'

पण तरीही तुम्ही काय घेऊन जाणार? ती जर होडी बुडाली, त्यात 'तुम्ही' तर आता नाही आहात. घेऊन जाणारा आत आहेच कुठे! तो तर आधीच उडून गेला. आता तुम्ही नाहीच आहात आणि तुमची संपत्ती तिथे गंगेत पडून राहणार. तिला तुम्ही कसे काय घेऊन जाणार! घेऊन जायचा काही मार्गच नाही. एक छोटीशी सुई सुद्धा घेऊन जाऊ शकत नाही. मोठ-मोठाल्या गोष्टी तर सोडूनच द्या. काहीही घेऊन जाऊ शकत नाही. जे तुमच्या आत शुद्धतम् आहे, तेच तुमच्या बरोबर जाणार आहे.

तर, एक तर बाहेरच्या संपत्तीत गुंतून रहा आणि आतली हरवून टाका. बाहेरून श्रीमंत व्हा, आतून दरिद्री व्हा. नाहीतर आतली श्रीमंती मिळवा. आतून श्रीमंत व्हा. आतून जो श्रीमंत, तो खरा श्रीमंत.

सौभाग्य आहे त्यांचं, ज्यांना प्रेमाची वेदना मिळते. कारण ते हळू हळू आतून श्रीमंत होत जातात. प्रेम खूप कापतं! जसा मूर्तिकार दगडाला कापत जातो. छिन्नी, हातोडा घेऊन, दगडावर घाव घालत राहतो, दगड कापत राहतो, फोडत राहतो, दगड नक्कीच रडत असणार. आणि दगड विचारही करत असणार, की 'ज्या दगडांची मूर्ती बनवत नाहीत ते दगडही भाग्यवान!' पण ही तर वरवरची गोष्ट आहे. ज्या दिवशी मूर्ती पूर्ण होईल, त्या दिवशी कळेल की ज्या दगडांत मूर्ती साकारली, तिथे काही तरी घडलं!

असं झालं, पश्चिमेचा मोठा शिल्पकार मायकल एंजिलो, एक दिवस संगमरवर, दगड विकणाऱ्या दुकानात गेला. तो दगड विकत घेऊ इच्छित होता. मूर्ती बनवण्यासाठी. त्याला कुठलाही दगड आढळला नाही. एक दगड रस्त्याच्या त्या बाजूला पडला होता. दुकानाच्या विरुद्ध बाजूला, रस्त्याच्या कडेला, तो बऱ्याच दिवसांपासून तिथे पडलेला होता. मायकला एंजिलो म्हणाला, 'हा दगड कुणाचा आहे?' त्या दुकानदाराने सांगितलं. 'माझाच आहे. पण तो इतका बेडौल आहे की कुणी घेतच नाही. वर्षं झाली. हा इथेच पडला आहे. जागाही अडून राहिलीय त्यामुळे. म्हणून मी त्याला फेकून दिला. हा जर तुम्हाला आवडला असेल तर फुकट घेऊन जा. निदान आमची जागा तरी मोकळी होईल. मायकल एंजिलो तो दगड घेऊन गेला. त्याने त्यावर तीन वर्षं मेहनत घेतली आणि त्याने त्यात मेरी आणि जिझसना उतरवलं. काही दिवसांपूर्वी तुम्ही वर्तमानपत्रात वाचलं असेल की एका वेड्या माणसाने वैकिन चर्च मधली जिझसची मूर्ती तोडली.. ती हीच मूर्ती होती. ती जगातली सर्वांत सुंदर मूर्ती होती. मेरी, जिझसची आई बसलेली आहे, तिच्या डोळ्यांमधून अश्रू ठिबकत आहेत. कारण मुलाला सुळावर चढवलं आहे. जिझसना सुळावरून उतरवलं आहे, ती त्यांच्या प्रेताला कवटाळून बसली आहे. ती अपूर्व मूर्ती होती.

तीन वर्षानंतर जेव्हा दुकानदाराने, त्याने फुकट दिलेल्या संगमरवरातून निर्माण झालेली मूर्ती बघितली, तेव्हा त्याचा विश्वास बसला नाही की ही मूर्ती त्या दगडातून साकारली गेली आहे. 'त्या दगडातून ही मूर्ती असूच शकत नाही, तू मला धोका देतो आहेस. त्या दगडात ही मूर्ती नव्हतीच, तुला कशी काय दिसली? तो बेडौल, सुमार दगड, जो कुणीही विकत घेत नव्हतं. न जाणो किती शिल्पकारांनी नाकारला होता त्याला, तुला त्यात असं काय दिसलं?'

मायकल एंजिलो म्हणाला, 'त्यात माझा काहीच हात नाही. जेव्हा मी तिथून निघालो तेव्हा मदर मेरी आणि जिझसने मला हाक मारली, की बघ, आम्ही इथे लपले आहोत. आम्हाला मुक्त कर.' ही गोष्ट फार गोड आहे. मायकल एंजिलो म्हणतो की, मूर्ती मी नाही बनवली. ते तर, मूर्तीमधे जे लपले होते त्यांनी मला

आवाज दिला. मी तर काहीच केलं नाही. जे नको असलेले दगड ह्या मूर्तीच्या चहुबाजूंनी जोडले-चिकटले गेले होते. त्यांना कापून बाजूला केलं फक्त! मूर्ती तर होतीच, ती प्रकट झाली.

प्रेम ही असंच उजळतं, प्रकटतं. जसा मूर्तिकार हातोडा छिन्नी घेऊन दगड कापत जातो. त्रास, वेदना खूप होतात. पण वेदनेत धन्यता आहे. कारण हळू हळू तुमची मूर्ती साकार होत जाते. भक्त ईश्वराच्या वेदनांमधे जितका जळत राहतो तितका तो ईश्वराच्या जवळ जातो. आणि एक दिवस अशी वेळ येते की भक्त विलीन होऊन जातो, केवळ ईश्वरच उरतो. भक्त तर बेढब, बेडौल दगड, जेव्हा मूर्ती साकारते तेव्हा फक्त ईश्वर उरतो.

तुम्ही सर्वजण असे दगड आहात, ज्यांच्या मागे ईश्वर लपलेला आहे. जेव्हा मी तुम्हाला संन्यास देतो, तेव्हा ह्याच आशेने देतो, ज्या आशेने मायकल एंजिलो तो दगड उचलून घेऊन गेला होता. तुमच्या आत जो लपलेला आहे. तो मला आवाज देतो, त्याच्याच आशेने! शक्यता आहे काही घडण्याची, घाव घालायला हवा, हे निश्चित.

खार फैल के बाग हस्ती में
गुंचाओ गुल खिलाये जाते हैं
बिजलियां गिर रही है हम पे इधर
वो उधर मुस्कराये जाते हैं ।

आणि ह्या गोष्टीच्या असंख्य वेदना भक्ताला होतात की, आम्ही इथे अडचणीत सापडलो आहोत. आणि तो तिथे उभं राहून हसत आहे. आकाशात, ढगांवर स्वार होऊन, चंद्र-ताऱ्यांमधे बसून. तू तिथे बसून हसतो आहेस आणि इथे आम्ही वेदनांनी जळत आहोत.

पण परमात्मा हसतो, जेव्हा कुणी प्रेमाने जळत राहतं. कारण परमात्म्याला भविष्य माहीत आहे. तुम्हाला भविष्य माहीत नाही. जेव्हा एखादी बी फुटते. तेव्हा त्या बी ला काय माहीत की वृक्ष तयार होणार आहे आणि हजारो फुलं फुलणार आहेत आणि पक्षी ह्यावर घरटी करणार आहेत आणि यात्री, वाटसरू ह्याच्या सावलीत विश्राम करणार आहेत. बी जेव्हा फुटतं, तेव्हा बी ला हे कसं कळणार? हे तर माळ्याला माहीत आहे, जो कडेला बसला आहे आणि हसतो आहे आणि त्याला माहितेय की फुटणार, लवकर फुटणार!

हे तर गुरूला माहीत असतं की शिष्य जेव्हा तुटत असतो, नष्ट होत असतो, तेव्हा अपूर्व घटना घडत असते. शिष्य तर तडफडत असतो, त्रासतो, तो विचार करतो की हा मी कुठल्या झंझटात सापडलो. आधी होतो, तोच ठीक होतो. जसं होतं, तसं ठीकच होतं. ना कुठलं मोठं ध्येय होतं, ना आकांक्षा होती. मोठ्या

आकांक्षा बाळगल्या की मोठा त्रास होतो. आणि परमात्मा ही सर्वांत मोठी आकांक्षा! म्हणून परमात्म्याच्या बरोबरीने मोठा त्रासही संगतीने येतो. जे हा त्रास सहन करू शकतात, तेच केवळ हा प्रवास करू शकतात.

'कोई कहियौ रे प्रभु आवन की, आवन की मनभावन की
आप न आवै लिख नहिं भेजै, बांण पडी ललचावन की ।'

भक्ताला असं वाटतं की इतक्या जवळ उभे आहेत, तर येत का नाही? हा दुरावा का बाळगताय? मिटवून का नाही टाकत? माझ्या हातात तर नाहीये, पण तुमच्या हातात तर आहे. मी तुमच्यापर्यंत पोहोचू शकत नसेन, पण तुम्ही तरी माझ्यापर्यंत पोहोचू शकता ना! आणि दूर उभं राहून हसत आहात, जखमेवर मीठ चोळल्यासारखं.

'आप न आवै लिख नही भेजै ।'

जरा माझं सांत्वन झालं असतं, तर काही निरोप पाठवला असतात! नुसतं इतकं तरी सांगायचं होतंत, की येईन, उद्या येईन, परवा येईन. काही तरी दिलासा, आश्वासन तरी द्यायचं होतंत. आश्वासनही देत नाही आहात. की केव्हा येणार! याल की न याल, ह्याचीही खात्री नाही. असं दूर उभं राहून नुसतं हसत रहाणार आहात?

पण ही प्रक्रिया आहे. जोपर्यंत तुम्ही पूर्णपणे तयार होत नाही, परमात्मा झलक देत राहील, म्हणजे तुम्ही विसरणार नाही. आणि परमात्मा जवळ येणार नाही, कारण जोपर्यंत तुम्ही तयार झालेले नाही आहात, तो जवळ येणार कसा? झलक देत राहील मात्र, म्हणजे तुम्ही पळून जाणार नाही, विसरणार नाही. बोलावत राहील. हाक मारत राहील. त्याच्या हाताची खूण. तुम्हाला त्याच्या दिशेने बोलावत, ओढतही राहील. चुंबकाप्रमाणे तुम्ही त्याच्या दिशेने ओढले जालही आणि त्याच बरोबर भेटणं एकदम होणार नाही.

या मीलन आणि विरहाच्या मधे भक्त डोलत राहतो. मीराने या दोन्हीच्या मध्ये खूप डुबक्या मारल्या आहेत.

'ए दोई नैन कह्यौ नहिं मानै ।'

मीरा म्हणते, की, 'मी माझ्या दोन्ही डोळ्यांना समजावते की सोडून द्या. जाऊ दे, डोळे बंद करून घ्या, विसरूनच जा ह्या गोष्टीला. सर्व चांगलं होतं. राज-महाल होता, पद-प्रतिष्ठा होती, तेही सर्व गेलं. ज्याच्यासाठी घर सोडलं, तो तर लगेचच हातात हात तर देत नाहीये. ज्याच्यासाठी संसार सोडला, तो तर अजून दूरच आहे. सर्व सोडून दिलं. जे जे सोडू शकत होते. काहीही बाकी ठेवलं नाही. तरीही हा दुरावा का आहे? आता हा दुरावा मनाला टोचत राहतोय.

हां, जर मीराने सर्व काही सोडून दिलं नसतं, तर तिच्या मनात असा विचार आला असता की, 'मी काही अजून राखून ठेवलं आहे म्हणून हा दुरावा आहे. पण

सर्व काही सोडलं, तरीही दुरावा!

'ए दोई नैन कह्यौ नहिं मानै ।'

मीरा म्हणते, मी माझ्या डोळ्यांना समजावते की सोडून द्या, ही कुठल्या असंभव अशा वासनेत सापडली आहे. ही कसली असली असंभव मागणी मी माझ्या जीवनात उत्पन्न केली? ही ईश्वराला शोधण्याची मनोकामना, हे झंझट मी माझ्या मागे का लावून घेतलंय? प्रेमातच पडायचं होतं, तर खूप जण होते. पडले असते कुणाच्याही प्रेमात, ह्या कृष्णाच्या प्रेमात का पडले? जे सहजी मिळाले असते, अशांच्या प्रेमात पडले असते. जे मिळणं खूप कठीण आहे, त्याच्या प्रेमात का पडले? समजावते स्वत:ला. डोळे मान्य करत नाहीत. पापणीही लवत नाही. डोळे क्षणभरही मिटत नाहीत. डोळे तर टक लावून बघत राहतात.

'ए दोई नैन कल्पौ नहिं मानै', समजावते की रडून काही होणार आहे का? तो कठोर आहे. रडून काय होणार? त्याचं हृदय दगडासारखं आहे. नाही तर कधीचाच आला असता. रडून काय होणार? पण हे आहेत, की रडतच राहतात आणि तिथे तू आहेस जो नुसता उभा राहून हसतो आहे.

'ए कोई नैन कह्यौ नहिं मानै, नदिया बहै जैसे सावन की ।'

आणि हे अश्रू आहेत, जे वहातच राहतात. ह्यांच्यावर माझं काहीच नियंत्रण नाही. आता ही गोष्ट माझ्या हातातली नाही. आता मी लाचार आहे. आता माझं माझ्यावर काहीही नियंत्रण नाही.

हा अहंकार जेव्हा नियंत्रण सोडून देतो, तेव्हा अशी वेळ येते. जोपर्यंत अहंकार असतो, आपण नियंत्रित असतो, आपल्या आत एक व्यवस्था असते. अहंकाराने तशी तजवीज करून ठेवलेली असते, एक पद्धत बनलेली असते. अहंकार गेल्याबरोबर ही अराजकता फुटते. तुटते. जुनी तजवीज तर जाते आणि नवी तजवीज, व्यवस्था येते, जेव्हा परमात्मा उतरतो, अहंकार सुटता सुटता, तुटता तुटता सैरभैर होतो, त्याचे तुकडे, भाग होतात. सांभाळण्याचं तत्व, पद्धतच उरत नाही. अहंकाराचं जुनं केंद्र उध्वस्त झालं. तो जुना खिळा तर खिळखिळा होऊन पडला आणि परमात्म्याचा खिळा अजून गवसलेला नाही. हे जे मधलं अंतर आहे, ते अतिशय वेदनामय आहे. हीच आस्थेची परीक्षा आहे. हीच श्रद्धेची पारख आहे. जर श्रद्धा असेल तरच कुणी टिकू शकेल, नाही तर परतून जाईल. ही तर परीक्षा आहे की तुमच्या आत आस्था आहे.

'कहां करूं कछु बस नहिं मेरो, पांख नहीं उड़ जावन की ।'

मीरा म्हणते, पंख असते तर मी उडत आले असते. तू पंखही दिले नाहीस. आकाशात असतास तर मला पंख दिले असतेस. दूर असतास तर मला शक्ती दिली असतीस. मला पंख दिले नाहीस, तर मग ही आकांक्षा का दिलीस आकाशाला

स्पर्श करण्याची! चंद्र-ताऱ्यांना हातात घ्यायची अभिलाषा, लोभ, मोह का दिलास!

हा भक्ताचा परमात्म्याशी असलेला झगडा आहे, भांडण आहे. खूप भांडणं आहेत भक्ताची. भक्ताला भांडण करण्याचा अधिकारही आहे. दुसऱ्यांना तर काही अधिकारही नाही.

'कहां करू कछु बस नहीं मेरो ।'

मी गेले. माझा ताबाही गेला. पंख नही उड जावन की।' आणि माझ्याजवळ पंखही नाहीत उडून जायला. तू तिथे का उभा आहेस, तुझ्याजवळ तर पंख आहेत. तू तर येऊही शकतोस. मी असहाय्य, तू तर असहाय्य नाहीयेस. मी निर्बल, तू तर निर्बल नाहीयेस. मी पापी, तू तर करुणावान, महान करुणादायी आहेस. माझ्या हजारो चुका आहेत, पण तू क्षमा करू शकतोस. तू तर येऊ शकतोस!

'मीरा कहे प्रभु कब रे मिलोगे चेरी भई हूं तेरे दामन की ।'

तुझा पदर, शेला तर पकडला आहे. तू तर अजून माझ्या पकडीत आलेला नाहीस, पण तुझा शेला तर मुठीत, हातात आला आहे. ही गोष्ट फार गोड आहे. तुझी तर दासी मी आहेच. ती गोष्ट सोडच, पण तुझ्या ह्या शेल्याचीही दासी आहे, 'चेरी भई हूं तेरे दामन की।' हे जे छोटंसं टोक तुझ्या शेल्याचं हातात आलं आहे, माझ्या मुठीत आलं आहे, त्याचीही मी गुलाम झाले आहे. भाग्यवान आहे मी, की हा शेला माझ्या हातात आला आहे, माझा हात त्यावर आहे.

शेला-टोक भक्तांच्या हातात निश्चितच येतं. परमात्मा मिळायला वेळ लागतो, पण जर शेला मिळालाय तर परमात्माही नक्की मिळतो. शेला मिळालाय तर उशीर लागू शकतो. पण तो मिळण्याची शक्यता वाढीस लागते, आता असंभावना नाही.

काय अर्थ आहे, परमात्म्याचा शेला मिळण्याचा? तोच, जी झलक कधी कधी मिळते, कधी कधी एखाद्या शांत क्षणी एकदम सर्व जग रूपांतरित होतं, व्यापून जातं, प्रभू ईश्वराने! झाडं दिसत नाहीत, तोच दिसतो. तारे दिसत नाहीत, तोच दिसतो. लोकं दिसत नाहीत, तोच दिसतो. असे चमत्कारिक क्षण भक्ताच्या आयुष्यात येतात, जेव्हा तो आपले डोळे चोळतो. बघतो. हे काय होतंय! लोकं हरवली, ईश्वर आहे. वृक्ष हरवले, ईश्वर आहे. तोच त्या वृक्षांच्या हिरवाईत आहे. तोच जलधारांमधून वहात आहे. तोच आकाशात ढग होऊन उडत आहे. अशा छोट्या छोट्या खिडक्या उघडतात आणि एका क्षणात सर्व रूपांतरित होऊन जातं. आपण दुसऱ्याच जगात प्रवेश करतो. आपण एक दुसऱ्यात यथार्थ प्रवेश करतो. असं होतं, असा, हाच पल्ला आहे. पण पुन्हा पुन्हा पडतो. पुन्हा स्वत:च्या जगात.

असं, जसं कुणी एक मोठी झेप घेतं आणि क्षणात आकाशात उडू लागतं आणि मग जमिनीवर कोसळतं. ह्या जमिनीत आमचे पाय किती काळापासून गाडले गेले आहेत. त्या पृथ्वीशी आपलं नातं अगदी पुरातन आहे. जन्मो-न्-जन्म! परमात्म्याशी

नातं मात्र नवीन आहे. हा नवीन संबंध आहे. ही पृथ्वीची ओढ जुनी आहे. ती आम्हाला सतत ओढत राहते, परत परत.

तुम्ही नेहमी असं बघितलं असेल, तुमच्या जीवनांतही अशा संधी येतात. कदाचित इतक्या ठळकपणे येत नसतील जशा मीराच्या जीवनात आल्या. इतक्या ठळकपणे येणारही नाही. कारण तुम्ही तेवढे धुंद नाही आहात. पण अशा संधी मात्र जरूर येत राहतात. इतकं अभागी कुणीही नाही ह्या पृथ्वीवर, ज्याच्या जीवनात क्षण भरासाठी का होईना किरण चमकून जात नाही. कोणत्या परिस्थितीत चमकेल, हे सांगणं कठीण आहे. पण असा मनुष्य मी बघितलेला नाही, ज्याच्या आयुष्यात किरण चमकलेलाच नाही. भले तो स्वत: ह्यावर विश्वास ठेवू शकत नसेल, कारण त्या किरणाची संगती नसते आतमधे. त्याला स्वत:लाच शंका असते, की त्याने काही कल्पना केली असेल, की एखादं स्वप्न बघितलं असेल, की हे असं होऊच कसं शकतं! त्याची अशी धारणा असू शकते, जी प्रतिकूल वाटेल, जिथे तो प्रतिकूल असेल. ह्या त्याच्या धारणेत परमात्म्याला जागाच नसते, परमात्मा हा शब्दही नसतो. नाही तर त्याची धारणा अशी असेल की ह्या तऱ्हेच्या गोष्टी म्हणजे केवळ कल्पनांचा बंगला, कल्पनेचं जाळं. तर घटना घडेल, पण त्याला ते कल्पनांचं जाळं वाटेल.

अमेरिकेतल्या एका विश्वविद्यालयाने शोध घेतला ह्या गोष्टीचा की किती लोकांचा कधी कधी असा धार्मिक अनुभव येतो. तर आश्चर्याची गोष्ट आहे की पाच माणसांत कमीत कमी एकाला तरी असा अनुभव येतो. ही तर मोठी संख्या आहे. पाच माणसांत एक मनुष्य! वीस प्रतिशत माणसांना ही कधी कधी झलक मिळते. जेव्हा मी हा सर्व्हे वाचत होतो. तेव्हा माझ्या मनातही काही गोष्टी होत्या. ही जी माणसं आहेत, जी सांगतात की 'हो' आम्हाला काही अनुभव येतात, त्यात अशीच माणसं आहेत, ज्यांची परमेश्वरावर आस्था आहे. ते जे इतर, ज्यांनी सांगितलं, आम्हाला अनुभव येत नाही, अशी खूप शक्यता आहे की अनुभव त्यांनाही येतो, पण त्यांची परमेश्वरावर आस्था नाही, ते परमेश्वर हा शब्दप्रयोग करू शकत नाहीत, ह्यात ती ही माणसं सहभागी आहेत आणि अमेरिकेसारखा देश जिथे गोष्टी सर्व टेक्नीकली आणि शास्त्रीय आणि तर्काने भरलेल्या आहेत, जिथे लोकांनी त्यांचं हृदय बंद केलं आहे. जे धडधडत नाही. जिथे भावना, स्पंदनं ह्या गोष्टींना टाकून लोकं जगतात, फक्त डोक्याने जगतात, तिथे जर वीस टक्के लोक असं सांगतात की ईश्वराची झलक त्यांना कधी कधी मिळते, तर किती आदिवासींना मिळत असेल? दूर जंगलात बसलेल्या किती लोकांना मिळत असेल. मोठी संख्या असेल.

माझ्या हिशोबाने पन्नास टक्के लोकांना सहज मिळत असेल. हे प्रमाण असतं प्रत्येक गोष्टीचं. जसं जगात अर्धे पुरुष असतात, अर्ध्या स्त्रिया असतात, तसंच

पन्नास लोक ज्यांना ही झलक मिळते. पन्नास लोक गैरहजर राहतात, झलक न मिळालेले. हे प्रमाण आहे. हे दोघं एकमेकांना सांभाळून घेतात. ज्यांना परमात्म्याची झलक मिळते, ते दुनियेला उजाडत नाहीत, कारण ती जी पन्नास टक्के माणसं आहेत, ती दुनियेला सावरतात, रोजचे, दैनंदिन व्यवहार करतात. त्यांच्याचमुळे दुकानं, बाजार चालू राहतात.

मी ऐकलंय, एक कोळशाचं दुकान होतं, दोन भागीदार होते. एक दिवस त्यातला एक साधुसंगतीत गेला आणि प्रभावित झाला. आणि त्याने दीक्षा घेतली. जेव्हा तो परतून आला तेव्हा आपल्या ह्या साथीदाराला म्हणाला, की अद्‌भुत आनंद मिळाला, आता तूही दीक्षा घे, पण साथीदार कधीच बोलला नाही, त्याने ऐकलंही नाही. दिवस गेला, दोन दिवस गेले. जेव्हा स्वत:ला एक आनंद मिळतो. तेव्हा निश्चितच हा आनंद तो आपल्या जवळच्या व्यक्तीबरोबर अनुभवू इच्छितो. तुम्ही जेव्हा माझ्याकडे येता, तुमची सुद्धा अशी इच्छा होते की तुमच्या पत्नीनेही यावं, पतीने यावं, मुलांनी यावं... तो खूप प्रयत्न करत होता की, 'चल तूही, एकदा फक्त ऐक. काही तरी अद्‌भुत घडतंय.'

पण तो साथीदार म्हणाला, 'हे बघ, तू आता जास्त माझ्या मागे लागू नकोस. जर मीही धार्मिक झालो तर कोळसे कोण... कोळसे विकणार कोण? तोल-मोल कोण करणार? तू जेव्हापासून साधुसत्संग मधे पडला आहेस, तू ही सर्व कामं विसरून गेला आहेस. हे दुकान चालवायचं नाहीये का?

तर हे जग आहे, इथे दुकानं आहेत. इथे प्रत्येक गोष्टीत अर्ध अर्ध आहे. इथे जर अर्धी माणसं हृदयांतून जगतात, तर अर्धी माणसं डोक्याने जगतात. हे संतुलन जपतं. नाहीतर सर्व असंतुलित होईल. सर्व उजाड होईल.

मी जे बघितलंय, पन्नास टक्के लोकांना सहज अनुभव होतो, जरी ते आपल्या अनुभवांना संग्रहित करत नाहीत आणि भीतीने कुणाला सांगतही नाहीत, की लोकं म्हणतील, 'वेडा झालाय.'

काल सुमित्राचा प्रश्न होता. सुमित्रा काठमांडूहून आली आहे. तिने विचारलं आहे, की 'मी जीवनात इतकी प्रसन्न कधीही नव्हते. हे सात दिवस माझ्या जीवनातले अपार आनंदित असे दिवस होते. मी जीवनात कधी हसले नव्हते, ह्या सात दिवसांत हसते आहे, प्रसन्न आहे, अगदी गदगदून हसते आहे. आज मला भीती वाटते, की मी परतून जाईन, तेव्हा हे सर्व हरवून तर बसणार नाही!'

ही 'हरवण्याची' भीती का वाटते? ही भीती ह्या कारणासाठी उद्‌भवते, जी माणसं सुमित्राला एका पद्धतीने ओळखतात...! इथे तर ठीक आहे, इथे तर धुंद होणाऱ्यांचा एक कळप आहे. इथे जर तुम्ही हसला नाहीत, रडला नाहीत तर लोकं म्हणतात, काही तरी गडबड आहे, काय झालंय? पण तिथे काठमांडूला परत गेली,

तर तिथे दुसऱ्या पद्धतीची माणसं आहेत, ही त्यांना हेही सांगू शकणार नाही की तिथे सात दिवस मी अगदी आनंदात होते. ते म्हणतील, 'तुमचं डोकं तर ठिकाणावर आहे ना? आनंद! होत असेल कधी काळी, आता नाही होत. ह्या कलियुगात कसला आलाय आनंद! तो तर सत्ययुगात होता. कुणा जैन व्यक्तीला सांगितलं की आनंद... तो म्हणेल, वेडे झालात काय? पहिल्यांदा होत होता. आता पंचमकाळ चालू आहे, आता इथे आनंद कुठे? काळोखी रात्र आहे. आनंद कुठे?

ती सांगेल, काही झलक मिळाली. कुणी विश्वास ठेवणार नाही. कुणी विश्वास ठेवत नाही, म्हणून सांगूही शकणार नाही. सांगू शकणार नाही आणि प्रकटही करू शकणार नाही. दाबून ठेवेल. थोड्या दिवसांसाठी जी गोष्ट घडली, ती केवळ एक आठवण म्हणून राहील. मग कालांतराने ती आठवणही धूसर होत जाईल. वर्ष- दोन वर्षांनी विचार करू लागेल. 'असं स्वस्थ झालं होतं!' खरंच झालं होतं, की मी कल्पना केली होती? कारण जर खरं असतं तर टिकलं असतं. टिकलं का नाही? मनाचा भाव असणार. कदाचित संमोहित झाले असेन. इतकी लोकं प्रसन्न होती, आनंदित होती, नाचत होती, त्यांच्यात मीही वाहून गेले.' नाहीतर तुमच्या आत जे इथे होतं, ते कुठेही झालं असतं. ते तर कुठेही होईल. काठमांडूत काहीही अडचण नाहीये. कुठेच काही अडचण नाहीये. पण अडचण केवळ ह्याच गोष्टीची आहे की आम्ही आमच्या गोष्टी प्रकट करत नाही, करू शकत नाही.

तुम्ही कधी विचार केलात की तुम्हाला ईश्वराचा अनुभव आलाय, तुम्ही बायकोला जाऊन सांगाल की मी ईश्वराला अनुभवलं, ती लगेचच पोलिसांना फोन करेल, सांगेल, माझ्या नवऱ्याचं काही तरी बिनसलंय, पोलिसांना पाठवा. नाहीतर डॉक्टरांना कळवेल, ताबडतोब या. नाहीतर नातेवाईकांना बोलवेल. ह्यांना बांधा, ह्यांना काहीतरी झालंय, ह्यांना झोपेच्या गोळ्या द्या, शॉक द्या, ह्यांना काही झालंय!

असं झालं, 'माझे एक मित्र इथे संन्यास घेऊन काशीला गेले. काही दिवसांनी त्यांचा निरोप आला की, मी हॉस्पिटलमधे आहे. ही मजेची गोष्ट आहे! मी आनंदात आहे, म्हणून हॉस्पिटलमधे पडलोय. घरातल्या लोकांनी बळजबरीने इथे भरती केलंय की माझं डोकं ठिकाणावर नाही. मी त्यांना सांगतोय की मी अनुभवतोय, तर ते म्हणतात, गप्प बसा, तुम्ही बोलूच नका, तुम्ही शांत पडून राहा. मी त्यांना सांगतोय की ह्या शांतीमुळेच आनंदात आहे. ते मला नाचूनही देत नाहीत, गाऊही देत नाहीत. डॉक्टर आहेत, ते सांगतात, तुम्ही ही भगवी वस्त्रं वापरू नका, ह्याचमुळे अडचणीत सापडलात.'

त्या मित्राने लिहिलंय, 'मला वाटतं की हे सगळे वेडे आहेत, पण त्यांना वाटतं की मी वेडा आहे. मी आयुष्यात इतका आनंदी कधीही नव्हतो, तेव्हा ह्यांनी मला हॉस्पिटलमधे भरती केलं नाही. माझी मुलं रडतात, म्हणतात, तुम्ही बरे व्हा आणि

मला हसू येतं. की मी इतका चांगला आधी कधीही नव्हतो, जितका आत्ता आहे. ऑफिसातून मला सुट्टी मिळाल्ये. ते म्हणतात, 'तुम्ही दोन-तीन महिने आराम करा. कारण प्रसन्नतेने मी माझ्या टेबलावर जाऊन बसतो, तर त्यांना हे पटत नाही. त्यांना तोच जुना माणूस हवा आहे, जो फरफटत येतोय, डोक्यावर ओझं असल्यासारखा. मरत- मरत. त्यांना तोच– तसाच माणूस पाहायचा आहे. तर आता मी काय करू!'

मी त्यांना सांगितलं, 'तुम्ही इथे या.' ते येऊन गेले, मी त्यांना समजावलं की तुम्हाला जे झालंय, ते अगदी योग्य झालंय, पण काशी सारख्या खतरनाक जागेत! काठमांडूपेक्षा काशी जास्त खतरनाक आहे. इथे 'काठावरचे उल्लू' जास्त आहेत. काशी... नाही! तुम्ही काशीत आहात, तेव्हा विचारपूर्वक वागा. जेव्हा एकांतात असाल, हसून घ्या. नाचून घ्या, एकटे असाल तर मंदिरात! नाहीतर गंगेत, पाण्यात उड्या मारल्या, पाणी उडवलं, वाळूत उड्या मारल्या. पण ऑफिसात तुम्ही एवढे नाचत-गात प्रसन्न राहू लागलात, लोकं सहन करू शकणार नाहीत. आणि त्यांची पण एक अवस्था आहे. व्यवस्था आहे. त्यांना वाटतं हे स्वाभाविक नाही. दुःख असणं, हे स्वाभाविक, पण हा आनंद अस्वाभाविक! काही तरी चुकतंय, गडबड आहे. आणि अशांची संख्या जास्त आहे, हॉस्पिटल पण त्यांचंच आहे, डॉक्टरही त्यांचेच आहेत. सर्व त्यांचंच जाळं आहे. तुम्ही तिथे अगदी एकटे आहात, विचारपूर्वकच वागावं लागेल.'

हेच मी सुमित्राला सांगतोय. हा आनंद तर होत राहील, त्यात काही अडथळा नाही. दारं-खिडक्या लावून आनंदित होत, मी काठमांडूतही तितकाच असेन, इतका आत्ता इथे आहे. जराही फरक पडणार नाही. पण हे अगदी लगेचच, अचानक प्रकट करू नकोस. आधी नीट बघ. जाणवून घे, समोरचाही तुझ्याचसारखा आहे, ही खात्री पटली की मगच प्रकट कर. पण आधी खात्री करून घे, समोरची व्यक्ती कशी आहे? अशा लोकांपैकी तर नाही ना, ज्यांना भगवान 'हुषार' बनवतो! जर त्यापैकी असेल, तर काही बोलू नकोस. नाहीतर ती व्यक्ती तुला अडचणीत आणेल, कारण अशा माणसांची संख्या जास्त आहे. तुझी धुंदी, तुझा आनंद स्वतःमधेच ठेव. एकांतात प्रकट करत जा. झाडांशी गप्पा मार, चंद्र ताऱ्यांशी गप्पा मार. डोंगर दऱ्यांना सांग. त्यांच्याजवळ हृदय आहे आणि माणसांपेक्षा जास्त आहे, अजूनही ती हृदयं धडकतात.

चश्मे साकी की तरजमानी से
जिंदगी भर गई मआनी से ।

एकदा झलक मिळाली की आयुष्यात, जीवनात अतिशय आनंद भरून राहतो.

चश्मे साकी की तरजमानी से

त्या प्रिय अशा ईश्वराची एक झलक मिळावी... जिंदगी भर गई मआनी से।

जहल में बस रहा है जोमे शऊर
अलअमां ऐसी नुस्तादानी से ।

जेव्हा भक्ताला कळतं, की 'माझ्या नकळत, परमात्म्याने मला त्याची झलक दिली,' मग तो हैराण होतो की लोकं का उगीचच ज्ञानाच्या मागे लागले आहेत, कशासाठी 'शास्त्र' मानत डोकं फोडत आहेत?

जहल में बस रहा है जोमे शऊर ।

आणि ज्या लोकांना ज्ञानाची घमेंड आहे. त्यांना हे माहीतच नाहीये की अज्ञानी माणसांना परमात्मा मिळतो. जी माणसं सरळ आहेत, साधीसुधी आहेत, त्यांना परमात्मा मिळतो. ज्ञान- शून्य ला मिळतं. कारण ज्ञान हे सुद्धा अहंकाराचा दागिना आहे.

अलअमां ऐसी नुस्तादानी से ।

हे प्रभू, मला अशा ज्ञानापासून वाचव, ज्यामुळे बंधनं पडतात. आणि 'मस्त' धुंद माणसांना मिळतो परमात्मा!

सब फसूने जमाल कायम है
इश्क की अपनी पासबानी से

हे सारं जग एकाच अक्षावर फिरत आहे, प्रेमाच्या, प्रितीच्या - ज्ञानाच्या नाही.

चांद तारों ने नूर पाया है
एक तबस्मम की जोफसानी से।

एकच चमक आहे, प्रेमाची, ज्यामुळे चंद्र ताऱ्यांचं तेज आहे, वृक्षांवर फुलं आहेत. मनुष्यांच्या डोळ्यांत अर्थ आहे, पायांत नृत्य आहे, कंठात गीत आहे.

जल्वाये दोस्त? रंगे हुस्ने यकीं
हिज्र पैदा है बदगुमानी से ।

फक्त अहंकाराव्यतिरिक्त, अजून कुठेच नरक नाहीये. आणि जिथे अहंकार गेला, तिथे परम सौंदर्याची बरसात होते, स्वर्गाची बरसात होते.

हमने पाई मुसर्रते अब दी
अपने ही सोजे जावेदानी से

आणि खूप सारा आनंद तुमच्या आत भरून राहिलेला आहे आणि तुम्ही त्याचा शोध कुठे घेत आहात? परमात्मा तुमच्या आतून तुम्हाला बोलावतो आहे. तुमच्यात आणि परमात्म्यामधे अंतर नाहीये, की तुम्ही आत आहात आणि परमात्मा तिथे दूर उभा आहे. दूरत्व असं आहे की तुम्ही तिथे दूर उभे आहात आणि परमात्मा आतून बोलावतो आहे. कारण ज्या दिवशी तुम्ही परमात्म्या जवळ जाल, त्याक्षणी तुम्हाला जाणवेल की तुम्ही तुमच्या जवळ आलात. ज्या दिवशी तुम्ही परमात्म्याला मिळवाल, त्या दिवशी तुम्हाला समजेल की तुम्ही स्वत:ला पहिल्यांदा मिळवलंत.

हासिले जिंदगी है वो आंसू
जो गिरे फर्ते शादमानी से
पाई मर्गे खुदी से सच्ची खुशी
नगमे उठे है नोहाखानी से ।

खरा आनंद मिळाला एका गोष्टीतून... पाई मर्गे खुदी से सच्ची खुशी... जेव्हा स्वत:च मेली, जेव्हा अहंकाराचा नाश झाला, जेव्हा मी नाही राहिलो.

पाई मर्गे खुदी से सच्ची खुशी
नगमे उठे है नोहाखानी से

आणि त्या अहंकाराचं जे विसर्जन झालं, अश्रू ओघळले, रडू आलं, तो एक दिवस गीतांत सरतो. हे अश्रूच आहेत... जी मीरासाठी भजनं झाली, तिच्या अश्रूंतून ओघळतो, तो आनंदच आहे, जो भजनांत रूपांतरित झाला.

मुझको कहना हो राज की गर बात
काम लेता हूं बेजबानी से ।

जे गुपित आहे ते हळुवारच सांगितलं जातं. आणि ह्या हळुवार गोष्टींना सांगण्याचा सर्वांत जवळचा मार्ग म्हणजे काव्य होय. काव्य कमीत कमी बोलतं आणि जास्तीत जास्त सांगतं. गद्य आणि पद्य, ह्या दोहोंत हाच तर फरक आहे. पद्य संक्षिप्त असतं. सारांश असतं. आणि पद्य मौनाच्या अगदी जवळ आहे, सावली सारखं.

ही भजनं वाचा, अभ्यास करा. ह्या भजनांतल्या दोन ओळींमधली जी रिकामी जागा आहे, ती हरवू नका. शब्दांना समजून तरी घ्या, दोन शब्दांच्या मधला जो अंतराळ आहे, ते मंदिराचं दार आहे.

नदिया बहे जैसे सावन की ।
कहां करू कछु बस नही मेरो, पांख नही उड़ जावन की
मीरा कहै प्रभु कब रे मिलोगे चेरी भई हूं तेरे दामन की ।

तुझा पदर तर हातात आला, आता तू मला कधी भेटणार! झलक तर मिळू लागली, आलिंगन केव्हा मिळणार! झलक तर मिळू लागली. पण आपण एकमेकांत लीन केव्हा होणार! हे अंतर आता सहन होत नाही.

'राम नाम रस पीजै मनुआं, राम नाम रस पीजै ।'

रस तर एकच आहे, अमृत तर एकच आहे, पिण्यायोग्य मदिराही एकच आहे. ती आहे 'राम'! काल कुणी विचारलं होतं, 'मीरा कृष्णातच रमली आहे, रामाचं नाव इतकं घेत नाही. ज्यात रमाल, तोच राम! 'राम' ह्याचा अजून वेगळा अर्थ काय असणार! ज्यात रमलो– तोच राम! कृष्ण मीराचे राम आहेत. प्रत्येकाला स्वत:चा राम शोधावा लागतो. उधारीचा राम नका घेऊ. उधारीचा राम उपयोगी पडत नाही.

स्वत: राम शोधा. निश्चितच तुमचं प्रेम, 'तुमचं प्रेम' होईल.

मीराला कृष्ण आवडला, भावला. आणि छान झालं की मीराने कृष्णाची निवड केली. जर रामाची निवड केली असती तर तुलसीदाससारखी झाली असती, कोरडी! आणि दकियानसारखी झाली असती. राम चरित्रवान आहेत, मोठे! पण रसधारा नाहीये त्यांच्यात. चरित्र कोरं-कोरडं आहे. मर्यादा पुरुषोत्तम म्हणजे राम, पण खूप वाळवंटासारखे आहेत. कृष्णाची बाग फार सुंदर आहे. तिने ह्या कृष्णाची निवड केली आणि ही गाणी, गीतं तयार झाली. कृष्णाला निवडलं आणि धुंदी निर्माण झाली.

पण तरीही मी असं म्हणत नाहीये, की तुम्ही रामाची निवड करू नका. ही आपली आपली पसंती आहे. कुणाकुणाला वाळवंट खूप आवडतं. तर वाळवंटातही परमात्मा आहेच. तेही परमात्मा असण्याचा एक दाखला आहे. फक्त वृक्षांतच आहे, असं नाही. वाळवंटातही आहे.

पण माझ्या दृष्टिकोनातून मीराने कृष्णाची निवड केली हे खूप छान केलं. नाही तर सुंदर गीतांना आपण मुकलो असतो. ही गीतं निर्माणच झाली नसती.

तुलसीदासांची काव्य तर आहेत, पण त्यात आत्मा नाहीये. परंपरागत आहेत, उथळ आहेत. त्यात क्रांती नाहीये. ना कबीरांची क्रांती आहे, ना मीरेचा भाव आहे. दोन्ही नाहीये. म्हणून लोकांना तुलसीदास पटले. तुलसीदासांचं रामचरितमानस तर घरांघरांतून वाचलं जाऊ लागलं. पोहोचलं. लोकांना पटलं, भावलं. तुलसीदास लोकांच्या मुखी बसले. जे सर्वसाधारण जनता मानते, ते त्यांनी सुंदर तऱ्हेने मांडलं. ह्यात काही नवीन नाही. जे तुलसीदासाने सांगितलं, त्यात 'मौल्य' नाही.

मला खूप वेळा लोक विचारतात की, 'तुम्ही तुलसीदासांवर का नाही बोलत?' कधीही बोलणार नाही. तुलसीदासांशी माझी अजिबात मैत्री नाही. तुलसीदांसामधे मला 'पोहोचलेली व्यक्ती' दिसत नाही. पंडीत, पुरोहित, समाज-धारणा इ. संबंधित व्यक्ती दिसते. वसंत दिसत नाही. तरंग-तल्लीनता दिसत नाही. क्रांतीची ज्वाळा नाही, ना प्रेमाची झेप– काहीही नाही.

कबीरांवर बोलतो, त्यात क्रांतीच्या ज्वाळा दिसतात. त्यांच्याशी माझ्या हृदयाच्या तारा जोडल्या गेल्या आहेत. मीरावर बोलतो. तिथे प्रेमाची झेप आहे. आणि हा त्या त्या व्यक्तींचा स्वत:चा अनुभव आहे.

तुलसीदास पंडितासारखं लिहितात. सिद्ध नाहीयेत, बुद्ध नाहीयेत. बुद्ध आणि सिद्ध ह्यांचे दोनच प्रकार असतात. तिथे एक तर प्रेमाची बरसात होईल, नाहीतर क्रांतीच्या ज्वाळा, धग राहील. बास, हे दोनच, असंच असू शकतं! परंपरागत, 'लकीर के फकीर' दकियानूस, समाजाने मान्यता दिलेले समर्थक, पोषक! हे ठीक आहे. हे त्यांचं त्यांचं काम आहे, करत राहू दे. बाकी ह्यांच्यासाठी परमात्म्याचा

दरवाजा उघडा नाही.

कबीर जर लोकांच्या हृदयात विराजमान झाले तर जास्त लाभ होईल, मीरा पोहोचेल तर जास्त लाभ होईल.

'राम नाम रस पीजै मनुआं ।'

तर रामाच्या नावाचा मीरा कधी कधी उपयोग करते. 'राम' ह्या शब्दाला जपा, त्याचा विचार करा. कारण खूप पद्धतीने त्याचा उपयोग केला गेला आहे. दशरथाचा मुलगा राम, त्याच्याशी मीराला कर्तव्य नाहीये. 'ह्याचा अर्थ आहे. ज्यात मन रमलं. तर ख्रिश्चनांसाठी जिझस राम आहे आणि जैन लोकांसाठी महावीर राम आहे आणि बौद्धासाठी बुद्ध राम आहे. जेव्हा मीरा रामाच्या गोष्टी करत्ये, तेव्हाही ती कृष्णाच्याच गोष्टी करते. त्याच्यात तिचं मन रमलं! ती रामाबद्दल बोलत नाहीये, दशरथपुत्र रामाचा आणि तिचा काहीही संबंध नाहीये.

'राम नाम रस पीजै मनुआं ।'

राम हा तर परमात्म्याचं प्रतिक आहे. राम फार छान नाव आहे. त्याला तुम्ही ऐतिहासिक नावाशी जोडून छोटं करू नका. हे खूप मोठं नाव आहे. त्याचा अर्थ- अल्ला, भगवान, ईश्वर! आणि ह्याचा हाच अर्थ, ज्यात तुमचं प्रेम आहे, तोच तुमच्यासाठी राम!

'राम नाम रस पीजै मनुआं, राम नाम रस पीजै
तज कुसंग सत्संग बैठि नित हरि चरचा सुण लीजै ।'

मीरा म्हणते, 'एकच काम केलंत तर सर्व होऊन जाईल. तज कुसंग..! कोण आहे कुसंग? कुसंग तोच आहे, जिथे संसाराच्या गोष्टी चालू आहेत आणि जिथे संसारात उत्तेजनावर्धक उपाय चालू आहेत. कुसंगचा हाच अर्थ आहे. जिथे मारेकरी बसलेत, असा कुसंगचा अर्थ नाहीये. कुसंगचा अर्थ असाच आहे की जिथे लोकं बसल्येत आणि चर्चा चालू आहे की अजून संपत्ती कशी मिळवता येईल, चर्चा चालू आहे, की निवडणुकीत हरलो तर पुढल्या खेपेला कसे काय जिंकू, ह्या खेपेला दिल्ली दूर राहिली, पण पुढल्या खेपेला ती जवळ कशी येईल. की ह्या खेपेला दिल्ली तर गाठली. पुढच्या खेपेलाही कशी गाठता येईल, अशा तऱ्हेच्या चर्चा जिथे चर्चिल्या जातात.

कुसंगचा अर्थ असा होतो, जिथे संसाराच्या क्षुद्र गोष्टींवर बोललं जातं, धन- पद- प्रतिष्ठा! कुसंगचा अर्थ असा होतो, जिथे लोकं क्षुद्रांनाच विचारतात, तुम्ही बघितलंत, लोकं रोटरी क्लबमधे विचारतात, 'अरे, हा कोट कधी घेतला, कुठून शिवला, कोणत्या शिंप्याने शिवला?' ह्या काही गोष्टी आहेत? ह्या काय विचारायच्या गोष्टी आहेत? की ही साडी कुठून घेतली?' तर लोकं हेच करत आहेत. कपडालत्ता घालून पोहोचलेत, दाग-दागिने घालून पोहोचलेत आणि हे क्लब वगैरे ह्याच

कामासाठी आहेत. जिथे प्रत्येक जण स्वत:चं प्रदर्शन करतो, एक दुसऱ्यांना दाखवतो, बघा. माझ्या जवळ काय काय आहे आणि मग त्या शर्यतीत पळत राहतात, घरी परततात, चर्चा करत, अलाणा-फलाणा , अमूक-तमूक एअरकंडिशन्ड गाडीतून आला. आता आपण मेलो!

मी एक दिवस मुल्ला नसरुद्दीनच्या बरोबर त्याच्या गाडीतून त्याच्या घरापर्यंत गेलो. उन्हाळ्याचे दिवस होते, भयंकर कडक ऊन होतं. मी त्याला दोन तीनदा म्हणालो, 'गुदमरायला होतंय, काचा उघडत का नाहीयेस?' तो म्हणाला,'राहू देत. उगाच माझी बदनामी का करता? सगळ्या आजूबाजूच्या लोकांना समजेल की माझी गाडी एअरंकडिशन्ड नाहीये. मेलो तरी चालेल. त्रास सहन करेन, पण ह्या आजूबाजूच्या लोकांना हे कळू देणार नाही की माझी गाडी एअरकंडिशन्ड नाहीये.'

आता काच कशी उघडणार! हवा येऊ शकते, पण तिलाही आणता येणार नाही. कुसंगचा अर्थ आहे, जिथे क्षुद्र चर्चा चालू आहे. जिथे लोकं तेवढंच बोलतात, जेवढं सकाळी वर्तमानपत्रांत वाचलेलं असतं. हा कुसंग आहे. जिथे लोकं चर्चा करतात, 'कुठला चित्रपट चालू आहे, किती चालतोय, चांगला आहे की नाही, कुठला चित्रपट वाईट आहे' हा कुसंग आहे.

सत्संगचा अर्थ काय आहे? हरि चर्चा सुण लीजै' जिथे परमात्म्याला आठवलं जातं. जिथे लोकं बसून त्याचे गुण गातात. जिथे त्याची गीतं ऐकतात, जिथे काही काळासाठी त्याच्या प्रेमाकरता आपलं हृदय उघडतात.

जमा सब हुस्ने कायनात करो
इश्के जल्वा तलब की बात करो।

काही त्याच्या गोष्टी असाव्यात! त्या प्रियच्या गोष्टी व्हाव्यात! त्याच्या तेजोवलयाच्या गोष्टी व्हाव्यात. त्याच्या सौंदर्याची चर्चा व्हावी.

जमा सब हुस्ने कायनात करो

आणि त्याचं सौंदर्य असं आहे की तुम्ही संपूर्ण विश्वाचं सौंदर्य जरी एकत्र केलंत तरी ते कमी पडेल.

इश्के जल्वा तलब की बात करो
शाहिदे नौ से इश्क ताजा करो
उस नये प्रीतम की बात करो ।'

ह्या दुनियेत तुम्ही खूप प्रेमी बघितलेत, प्रीतम बघितलेत, सर्व कचरा ठरले. तर मीरा म्हणते ना, 'की, 'तुझ्या देशात साधू नाहीयेत, जी लोकं राहतात, ती सर्व कचरा! 'तेरी दुनिया में राणा बस कचरा ही, कुडा लोग रहते है और वहां साधु नही है!' तुझ्या दुनियेत राणा, सगळा कचरा आहे, तशीच लोकं आहेत, तिथे साधू नाहीये. म्हणून माझं मन तिथे रमत नाही. माझं मन तुझ्या देशात रमत नाही. तुझा

देश सुंदर आहे, पण त्यात आत्मा नाही.

शाहिदे नौ से इश्क ताजा करो
अज सरे नौ तकुल्फात करो ।

पुन्हा नवीन सुरुवातीने परमात्म्याशी प्रेम जुळतं. नव्या प्रेमाच्या गोष्टी होतात. नव्या प्रेमाचे अंकुर फुटतात. नवं धान्य कापणीसाठी तयार होतं.

खेल के अब जहान से गुजरो,

आता या! आयुष्याचा खेळ खूप बघितला. आता काही वेगळ्या अनुभवातून जाऊ या. काही वेगळा, गहिरा अनुभव, सुरुवातीला हे अनुभव कडूही असतील, मग मात्र फार गोड होत जातात.

संसार आणि परमात्म्याच्या भाषेसंबंधी एक लक्षात ठेवा. संसारातले अनुभव सुरुवातीला गोड असतात, नंतर कडवट होत जातात. परमात्म्याचे अनुभव सुरुवातीला कडू असतात आणि नंतर गोड होत जातात.

ये हकीकत तो रोज मिटती है
इसको नजरे तवाहुम्मात करो ।

ह्या काय क्षुद्र आणि कवडीमोलाच्या चर्चा चालू आहेत वर्तमान पत्रांच्या? ह्या काय गोष्टी चालू आहेत धन- संपत्ती, पैसा- पद प्रतिष्ठेच्या?

यह हकीकत तो रोज मिटती है
इसको नजरे तवाहुम्मात करो ।

सोडून द्या ह्या गोष्टी, नजरेआड करून टाका!

जिंदगी कर रही है मानी तलब
इश्क को मकसदे हयात करो ।

आणि जीवन समोर उभं ठाकून विचारत आहे की तुझ्या जीवनाचा अर्थ काय आहे? हाच का, की किती संपत्ती तिजोरीत ठेवली आहेस? मानी तलब- परमात्मा विचारेल, 'तुझ्या जीवनाचा अर्थ काय? अर्थ आहे कुठे? तुझं गीत कुठे आहे? ज्यांना गाणं गायला पाठवलं होतं, ते गाऊ शकले की नाही!

पण वेळ कुठे मिळाला! तुम्ही म्हणाल, 'वर्तमानपत्रं वाचत राहिलो. आधी लोकं भगवत्गीता वाचत असत सकाळी, आता वर्तमानपत्रं वाचतात. भगवत्गीता वाचणं फार छान होतं. कदाचित एखाद्या क्षणी, एखादी गोष्ट आघात करून जाते त्यातली. आधी लोकं कुराण वाचत, आता वर्तमानपत्रं वाचतात. कुराण वाचणं फार छान होतं. तो नाद सुंदर होता. तो आघात काही जागृत करतो. तुमच्या झोपलेल्या वीणेला थिरकावतो, त्यात कंप निर्माण करतो.

जिंदगी कर रही है मानी तलब
इश्क को मकसदे हयात करो

देखो तुम खूद हो मतलाए अनवार
रोजे रोशन अंधेरी रात को ।

तुमच्या आत मोठा प्रकाश आहे, त्याला जागं करा. जिथे ह्या अशा गोष्टी होतात, तिथे सत्संग! जिथे तुम्हाला वारंवार आठवणीत आणवून दिलं जातं की तुमच्या आत प्रकाश आहे, तुम्ही दिवा आहात, विझून का गेला आहात? तुमची क्षमता सूर्य होण्याची आहे, पण कमीत कमी दिवा तरी रहा. तुमच्या आत सुगंध दरवळतोय आणि तुम्ही शोधताय कुठे! 'कस्तूरी कुंडल बसै!' आणि तुम्ही कुठे कुठे भटकत आहात आणि कस्तुरी तुमच्या नाभीत आहे, तिथूनच सुगंध येतोय, जिथे ह्या गोष्टी चर्चिल्या जातात, तिथे सत्संग आहे. जिथे ह्या गोष्टी, गोष्टी म्हणून होत नाहीत तर जिथे ह्या घटना हळू हळू घडतात, तिथे सत्संग आहे, तीच आहे हरिचर्चा!

'काम, क्रोध, मद, मोह, लोभ कूं चित्त से बहाय दीजै ।
मीरा के प्रभु गिरधर नागर ताहि के रंग में भीजै ।'

जिथे ईश्वराच्या रंगात रंगून जाता, तिथे सत्संग! तिथे जा. त्या रसात डुंबून जा. त्यात रसमय झालात तरच वाढाल. संसारात डुंबलात तर हरवून जाल.

दरस बिन दूखन लागे नैन ।

आणि मीरा म्हणते, 'आता तर डोळेही दुखायला लागले, पापणी लवत नाही, बघत राहते, एक टक दाराकडे, की कधी येईल, कधी येईल, कधी येईल... माहीत नाही. कधी येशील! दिवसा की रात्री. सकाळी की संध्याकाळी.

'दरस बिन दूखन लागे नैन,
जब के तुम बिछुडे प्रभु मोरे कबहु न पायो चैन ।'

ती जी झलक मिळाली आहे, खूप कठीण झालंय!

जब के तुम बिछुडे प्रभु मोरे कबहु न पायो चैन ।

जेव्हापासून तुला बघितलं, जेव्हापासून तुला थोडा स्पर्श केला, तुझा स्वाद घेतला, जेव्हा तुझा परिसस्पर्श झाला, कधीही मग चैन पडलं नाही. मग शांतता मिळाली नाही. मग रडू लागल्ये, हाका मारत राहिल्ये.

'सबद सुने मेरी छतिया कांपै, मीठे मीठे बैन ।'

ते जे तुझे गोड शब्द ऐकले होते, तो नाद मला कंपित करतो, माझ्या छातीत कंपनं होतात.

'विरह कथा कांसू कहूं सजनी ।'

आणि मीरा म्हणते, 'कुणाला सांगू ह्या माझ्या प्रासंगिक वेदना? कुणीही समजू शकणार नाही. हे तोच समजू शकतो, जो ह्या वेदनेत स्वतःही जळतोय.

'विरह कथा कांसू कहूं सजनी ।'

हे माझी सखी, मी कुणाला जाऊन सांगू, ह्या माझ्या प्राणांतिक वेदना, हा त्रास, ही धगधगती आग, ही तृष्णा, कुणीही हे समजू शकणार नाही.

'...बह गई करवत ऐन ।'

तो जो परमात्म्याचा स्पर्श काय झाला, जसं काही करवतीने हृदय कापलं गेलं, अशी अवस्था झाली माझी. मी तुकडा -तुकडा झाले.

'कल न पडत तल हरि मग जोवत ।'

बस, फक्त वाट बघत आहे, जराही खंड पडत नाही, रस्त्यावर डोळे लावून बसल्ये. डोळे दाराला लावून बसले आहे.

भई छमासी रैन ।

आणि दु:खाचे हे क्षण, विरहाचे हे क्षण मोठे झाले आहेत. एक एक रात्र सहा सहा महिन्यांइतकी मोठी झाल्यासारखी वाटत्ये.

दुनिया की हकीकत से हरगिज इन्कार नहीं मुझको लेकिन
हर दम के बिगडने-बनने से तसकीन नहीं आराम नहीं
अब दीदाओ दिल मुतलाशी हैं इस हाजरो नाजरहस्ती के
जिसका न कोई आगाज कहीं और कोई कही अंजाम नहीं
जो दूर हो तो एक एक घडी सदियों के बराबर होती है,
जो पास हो तो कुछ अपने लिये ये सुबह नही ये शाम नही ।

प्रेमी जर जवळ असेल, सर्वसाधारण आयुष्यातही जर प्रेमी जवळ असेल तर काळ मिटून जातो. खूप वेळ, हा काळ मिटून राहत नाही कारण साधारण प्रेमी कसा काय काळ मिटू देणार! पण परमात्म्याचा अनुभव एकदा का सुरू झाला की वेळेचं भान राहत नाही. जितका काळ भक्त परमात्मामय होतो, तेवढा काळ तो वेळेचं भान विसरलेला असतो, संसारात नसतो. आणि जो काळ तो परमात्मामय नसतो, तो काळ त्याचा तडपण्यात जातो, जसा मासा पाण्याबाहेर असेल तर तडफडतो आणि वेदनेचे हे क्षण लांबत जातात, मोठे होत जातात.

'कल न पडत तल हरि मग जोवत भई छमासी रैन
मीरा के प्रभु कब रे मिलोगे दुख मेटन सुख दैन ।'

मीरा म्हणते, 'बस एकच हाक. एकच हाक श्वासा-श्वासात, रोमा रोमात, एकच आकांक्षा, कधी भेटणार! आता कधी भेटणं होणार!'' भक्ताची हीच प्रार्थना आहे आणि ही प्रार्थना एक ना एक दिवस पूर्ण होते. भक्त हाका मारतच राहतो. आणि एक असा क्षण येतो की फक्त हाक राहते, भक्त राहत नाही. तृष्णा राहते, तृष्णा असणारा उरत नाही. आणि ज्या क्षणी फक्त तृष्णाच राहते, त्या क्षणी पूर्तता होते. त्याच क्षणी क्रांती घडते. त्या क्षणी संसारावर पडदा पडतो आणि पडदा उठतो,तो परमात्म्याचा!

'कोई कहियौ रे प्रभु आवन की ।'

मीरा म्हणते, 'मला तर काही शुद्ध नाही. मी तर रडत्ये, दुःखात हरवल्ये, जर ते आले, त्यांच्या वरचा पडदा उघडला गेला, तर मला तसा निरोप द्या.

दुनिया ही बदल जाती है मेरी जब उनकी इनायत होती है
मिटजाते है दिल के गम सारे राहत ही राहत होती है
आते है नजर सब अपने ही यां कोई गैर नही होता
सब दिल की कदूरत मिटती है उल्फत ही उल्फत होती है
कुछ ऐसा अपनी आंखो में बस जाता है नूरे हुस्न-ए-अजल
हर वक्त निगाहों में रक्सां एक मोहनी सूरत होती है
दुख है तो यही मस्ती अपनी कायम नहीं होने पायी है
एहसासे दुई जब होता है बेहद ही कुल्फत होती है ।

ज्या दिवसापासून परमात्म्याची पहिली झलक मिळते, त्या दिवसापासून खरा त्रास सुरू होतो. खरा काटा टोचतो.

दुख है तो यही मस्ती अपनी कायम नहीं होने पायी है ।

धुंदी येते-जाते, कायम स्वरूपात राहत नाही.

एहसासे दुई जब होता है बेहद ही कुल्फत होती है ।

आणि जेव्हा केव्हा हे जाणवतं की आपण अजून परमात्म्यापासून दूर आहोत, जर त्याच्यात असतो– कारण एकदा त्याच्यात असणं अनुभवलेलं आहे, तर खूप दुःख होतं. मोठी बेचैनी येते.

कुछ ऐसा अपनी आखों में बस जाता है नूर हुस्ने अजल

एकदा त्या सुंदर सौंदर्याला बघितलं. अपार सौंदर्याला बघितलं, जे कायमसाठी डोळ्यांत साठवलं गेलं.

हर वक्त निगाहों में रक्सां इक मोहनी सूरत होती है ।

मग ती मनमोहक सुरत, तो मनमोहक चेहरा डोळ्यांत नाचू लागतो.

आणि कृष्णाहून सुंदर चेहरा कुठे शोधणार? मीराने योग्य प्रेमी निवडला. कृष्णाची योग्य प्रतिमा निवडली आणि मीरा त्यात समरस होता होता एक दिवस त्या मूर्तीतच विलीन झाली.

भक्तीत तुम्हाला जर रस वाटत असेल तर, जसा मीराने कृष्णाचा पदर धरला. तसा तुम्ही मीराचा पदर धरा. जे मीराला झालं, ते तुम्हालाही होऊ शकतं. पण लक्षात ठेवा, भक्ती तुम्हाला सोपी, सहज, आपसूक होत असेल, तरच! जे सहजी होत नाहीये. अशाची निवड करू नका. दोनच मार्ग आहेत, ध्यान आणि प्रेम. प्रेम सहज होत असेल तर मीराचा रस्ता धरा आणि जर ध्यान सहज होत असेल तर बुद्धाचा रस्ता धरा. बस, जगात दोनच धर्म आहेत, कारण दोन तऱ्हेचीच माणसं

आहेत. आणि सर्वांत महत्त्वाची गोष्ट आहे, 'निर्णय' की तुमच्यासाठी योग्य रस्ता कुठला? अजून दुसऱ्या कुठल्याही गोष्टीकडे लक्ष देऊ नका, फक्त तुमचा रस इथेच लक्ष द्या.

माझ्याजवळ काही दिवसांपूर्वी एक सज्जन आले, म्हणाले, की, 'मला रस तर नाचण्यात आणि भजनांत येतो. पण ते माझ्या प्रतिष्ठेत बसत नाही, म्हणून मला ध्यान शिकायचं आहे.'

आता हे गृहस्थ अडचणीत येतील. हा असा प्रयत्न करत आहेत, ज्यामुळे ते भरकटतील, त्रासतील, पोहोचू शकणार नाहीत. अजून कुठल्या कारणांनी विचार करू नका, एकच गोष्ट आवश्यक आहे विचार करण्यासाठी, 'जे तुमच्या हृदयाला भावेल, तुमचं हृदय ज्यात रमेल, ज्यामुळे तुमच्या हृदयांत फुलं फुलतील. जे ऐकून तुमच्या आत कंप निर्माण होईल. रोमांचित व्हाल, बस. तुमच्यासाठी हेच आहे. मग सर्व चिंता सोडून त्याच रस्त्याने चालत राहा. इथे हरवण्यासारखं काहीही नाहीये, पण मिळवण्यासारखं आहे. परमात्मा! त्यामुळे काय हरवेल, ह्याची चिंताच करू नका. त्याचवर लक्ष ठेवा जे मिळणार आहे, तो अमोल राम-रतन-धन !

आज इतकंच !

फुलं उमलतात

प्रवचन पाचवे

प्रश्न-सार

● परंपरेमधे ही फुलं उमलतात आणि परंपरेमुळेही फुलं फुलतात. ही व्यवस्था किंवा परंपरा तर संपणार नाही, म्हणून कधी कधी त्यात प्राण घालावे लागतात...?

● माझं मन ना संपत्तीत लागतं, ना यशात मन लागतं, पण मला हेही समजत नाही की माझं मन कशात लागतं – लागेल?

● मी जे मिळवतो आहे, ते माझ्या प्रियजनांनाही देऊ इच्छितो, पण कुणी घ्यायला तयारच नाहीत?

● तुमच्यासारखा महान दाता असतानाही, माझं भिक्षापात्र भरत का नाही?

पहिला प्रश्न : परंपरेमधेही फुलं फुलतात आणि परंपरेमुळेही फुलं फुलतात. व्यवस्था म्हणा किंवा परंपरा, ती तर संपणार नाही. म्हणून कधी कधी त्यात प्राण घालावे लागतात. आणि तुलसीदासने हेच केलं होतं, महाजन जे काही करतात, त्याने परंपरेला सुरुवात होते?

* परंपरेमधे ना कधी फुलं फुलतात, ना कधी फुलतील. परंपरेमुळे कुठल्याही गोष्टीचा कधीही जन्म होऊ शकत नाही. तरी, जेव्हा फुलं फुलतात तेव्हा परंपरा बनते. हा फरक नीट लक्षात घ्या. जेव्हा फुलं फुलतील, तेव्हा परंपरा बनेल. जेव्हा कुणी चालेल तेव्हा पायांचे ठसे उमटतील. जेव्हा कुणी काही बोलेल तेव्हा शास्त्रं तयार होतील. जेव्हा कुणी सत्य अनुभवेल तेव्हा संघ तयार होतील. जेव्हा कुठे परमात्मा घडेल तेव्हा लोकं मधमाश्यांप्रमाणे त्याचा मध घेण्यासाठी त्याच्याकडे धाव घेतील.

पण परंपरेमुळे सत्याचा जन्म होत नाही. परंपरा तर मृतावस्थेतील रेष आहे. जेव्हा कुणी जन्माला येतं, त्यानंतर मृत्यूही पावतं, शव फक्त उरतं. पण त्या प्रेतातून जन्म होत नाही. जन्म तर मृत्यूत रूपांतरित होतो. हे लक्षात ठेवा.

बुद्ध जन्मले. जे म्हणाले, ते अपूर्व होतं. ऐकून लोक मोहित झाले. ऐकून लोक प्रभावित झाले. ऐकून लोक उचंबळून आले. बुद्धाला बघून त्याच्या बरोबर चालण्याची आकांक्षा जागृत झाली, अभिलाषा जागृत झाली, लोकांनी साथ दिली, चालू लागले. बुद्ध मृत्यू पावले, जी लोकं त्यांच्या संगतीने चालत होती, चालतच राहिली. त्या गर्दीनंतर, अजून गर्दी, अजून लोकं, अजून लोकं! कारण जे बुद्धाजवळ आले होते, ते सर्व त्यांची मुलं होऊन राहिले. मुलांची मुलं झाली, परंपरा बनली. पण जी लोकं

बुद्धाजवळ आली होती, ती बुद्धाला बघून आली होती. बुद्धाच्या जादूने त्यांना खेचून आणलं होतं. ते जे सत्य बुद्धात जागृत झालं होतं, त्याने त्यांना आकर्षित केलं होतं. ती बुद्धाच्या नजरेतली चमक, त्याने लोकं भारावून गेले. पण त्यांची मुलं, ते तेवढ्याचसाठी मानतील कारण कुटुंब मानतं. आता ती गोष्ट राहिली नाही. आता ह्या परंपरेमधे ही जी जड रेषा राहिली आहे, त्यात कधी फुलं फुलणार नाहीत आणि जर एखादं फूल फुललं तर परंपरा त्याचा विरोध करेल.

खूप गोष्टी समजून घेण्यासारख्या आहेत.

पहिली गोष्ट, जेव्हा कुणाला सत्याचा अनुभव येतो, शब्दांतून सांगता क्षणी नव्वद टक्के तर हरवून जातो. दहा टक्के महामुष्कीलीने टिकतो. शब्दांत सांगता क्षणी सत्य हरवून जाऊ लागतं. सत्याची सावली पडते शब्दांत! असं की जसं, सकाळी सूर्योदय झाला आणि कुणी त्याचं छायाचित्रं घेतलं, छायाचित्रं, निव्वळ एक प्रतिक मात्र! छायाचित्रांतला सूर्य– सूर्य नाहीये. सूर्याचं केवळ एक चिन्ह आहे. जसं तुम्ही संगीत ऐकता आणि मग त्याला लिपीबद्ध करून कागदावर उतरवता, तोच राग, तेच गीत, पण कागदावर ते लिपीबद्ध संगीत आहे, ते संगीत नाही त्याने तुम्ही नृत्य करणार नाही.

असं समजा की कुणी संगीतज्ञ बासरी वाजवत होता आणि साप डोलू लागला. आता ह्या सापासमोर तुम्ही तो लिपीबद्ध कागद ठेवा, ज्यावर संगीत आहे. ह्याने तुम्ही धोका देऊ शकणार नाही. फक्त माणसांना धोका होतो, हा साप फसणार नाही. तो त्याचं डोकं हलवणार नाही. तुमच्या ह्या लिपीबद्ध कागदाचा त्याच्यावर काहीही परिणाम होणार नाही आणि मी असंही म्हणत नाहीये की लिपीबद्ध करण्याचा काहीही उपयोग नाही. मी असंही म्हणत नाहीये की सकाळी उगवत्या सूर्याचं छायाचित्र घेऊ नका. पण त्या छायाचित्राला उगवता सूर्य समजू नका.

तर जेव्हा कुणी जागं होईल, जागृत होईल. स्वाभाविक आहे शब्दांत सांगेल, ह्या शिवाय सांगण्याचा काही दुसरा पर्याय नाही. शब्दांत सांगितलं गेलं आणि ती गोष्ट छायाचित्रांत रूपांतरित झाली.

मी तुम्हाला काही सांगितलं, जेव्हा मी सांगत होतो, तेव्हा ते सत्य होतं, तुमच्या पर्यंत पोहोचे पोहोचपर्यंत हरवून गेलं. बस. एक छायाचित्रं झालं, ज्यात काही प्राण नाही. पण जर तुम्ही मला शांततेने ऐकलं असेल, तर कदाचित ह्या शब्दांतून गुंफलेली माझी अनुभूती थोडीशी तुमच्यापर्यंत पोहोचेल. जर सहानुभूतीने ऐकलं असेल तर कदाचित ही गुंफण तुमच्यापर्यंत पोहोचेल. ही तर पहिली गोष्ट, तुमच्यापाशी नाहीयेच. मग ही मुलं आपल्या मुलांना कसं काय देऊ शकणार! हे कठीण होत जाईल. हे प्रत्येक क्षणी कठीण होत जाईल.

एक तर सत्याचा अनुभव करणारा जेव्हा बोलतो, तेव्हा खूप सारं हरवलं जातं.

मग ऐकणारा जेव्हा ऐकतो, तेव्हा अजून काही हरवतं. कारण तुम्ही ऐकाल, त्यात स्वत:चंही घालाल, काही कमी होऊन जाईल. काही बाही ऐकाल.

ज्या मित्राने प्रश्न विचारला आहे, त्यांनीही काहीच्या बाही ऐकलं. त्यांनीही आपल्या कमतरतेने बेचैन होऊन विचारलं आहे. तुलसीदासशी प्रेम असेल, जसं सामान्यत: हिंदूंचं असतं. तर मनात बेचैनी झाली असेल. त्या बेचैनीत जे काही ऐकलं गेलं, चुकलं, त्या बेचैनीत तुलसीदास महत्त्वपूर्ण झाले. मी जे सांगत होतो, ते गैर झालं, महत्त्वपूर्ण राहिलं नाही. ह्या बेचैनीत जुनं हिंदू मन विवाद करू लागलं.

संस्कार जुने आहेत, भूतकाळातून येतात. मी जे सांगतोय ते नवीन आहे. नवं नेहमी गत काळातून येणाऱ्या प्रवाहाच्या विरुद्ध असतं. धाडसी लोकं नव्याच्या बरोबरीने चालू शकतात. कमजोर माणसं, दुबळी माणसं जुन्याच्या संगतीत राहतात, कारण जुन्याची प्रतिष्ठा आहे, जुन्याची पत आहे आणि किती जन्मांपासून ऐकत आहोत, मग हे पूर्ण जीवन तर त्यानेच भरलेलं आहे. पांडित्य अडचण बनून राहतं.

तुम्हाला समजलं नाही, मी काय सांगतोय ते! तुम्ही समजू शकणारही नाही. जोपर्यंत तुम्ही पक्षपाती आहात. तुलसीदासला तुम्ही भेटला नाही आहात. माझ्या समोर तुम्ही प्रत्यक्ष आहात. तुलसीदास साधू होते की नाही, ही फक्त तुमची धारणा असेल. होते की नाही ह्याबद्दल तुम्ही निर्णय घेऊ शकणार नाही. तुम्हाला अजून सत्याचा अनुभवही नाही की तुम्ही मोजमाप करू शकाल की तुलसीदासना सत्याचा अनुभव झाला होता की झाला नव्हता. तुमच्याजवळ हे मोजमाप करण्याचा काय उपाय आहे? तुमच्या जवळ काहीही उपाय नाही.

आणि मी असं म्हणत नाहीये की तुलसीदास महाकवी नव्हते. ना तर मीरा अशी कवियत्री आहे, ना कबीर तसा कवी आहे. तुलसीदास महाकवी होते. पण मी म्हणतोय, 'मीराने जाणलं आणि तुलसीदासने नाही जाणलं. कवितेत माधुर्य गोडवा आहे. त्यांची कविता श्रेष्ठतम आहे. जसे शेक्सपिअर त्या तोलाचे!

मीरा किंवा कबीराच्या कवितेत काय आहे? अशिक्षित! असंस्कृत! पण तरीही मी सांगू इच्छितो, कबीराने, 'जाणून' सांगितलं. तुलसीदासने 'मानून' सांगितलं. तुलसीदास परंपरा सांभाळणारा आहे. जे चालत आलंय, जसं चालत आलंय, त्याला तसंच स्वीकारलं आहे. पारिपोषक आहेत.

फरक समजून घ्या.

जेव्हा जिझसने काही सांगितलं, जेव्हा सत्य सांगितलं जातं तेव्हा नवी परंपरा तयार होते. तुलसीदासने नव्या परंपरेला जन्म दिला नाही. जुन्या परंपरेला मजबूत केलं. कबीराने नवीन परंपरा तयार केली. नानकाने नवीन परंपरा बनवली. बुद्धापासून नवीन परंपरा बनेल. जेव्हा सत्याचा भाव असेल, तेव्हा नवी परंपरा बनेल. तसंही, मी तुम्हाला सांगतोय की ही परंपराही तितकीच खोटी ठरत जाईल, जितकी जुनी

परंपरा होती. कारण ही सुद्धा परंपरा जुनी झाली की खोटी ठरेल. मी तुम्हाला हे सांगतोय, ह्याचीही परंपरा बनेल. परंपरा बनता बनतानाच खोटी होत जाते.

तुमची अडचण ही आहे की, तुम्हाला असं वाटतं की जे मी सांगतोय, ते जर पुस्तकात लिहिलं गेलं. अगदी हेच. असंच्या असं लिहिलं गेलं, तर खोटं कसं काय होईल?' तरीही खोटं होईल. कारण सत्य ही अनुभवण्याची गोष्ट आहे. अनुभवात सत्य असतं, शब्दांत नाही. सत्य सांगण्यामधे असतं, सांगून झालेल्या गोष्टीत नाही. मी तुम्हाला जे सांगतोय, असंच्या असं तुम्ही जाऊन सांगा अगदी असंच, ह्यात कण मात्रही बदल करू नका. तरीही 'सत्य' होणार नाही. कारण सत्य, जे मी सांगत होतो, ते माझ्या अनुभवांशी निगडीत होतं. तुम्ही जे सांगत आहात, ते ऐकीव सांगत आहात. तुम्ही जे सांगत आहात, ते उधार घेतलेलं आहे.

तुलसीदास उधार आहेत. तुलसीमधे काहीही क्रांतीकारक नाही. 'लकीर के फकीर'! म्हणून लोकांना पटले. कारण लोकंही 'लकीर के फकीर' आहेत. क्रांतीकारी इतके स्वीकारले जात नाहीत. क्रांती तर झगमगणारी, तिरीमिरी देणारी आहे.

तर जगात दोन तऱ्हेचे महात्मा आहेत. एक, ज्यांच्यामुळे क्रांतीचा जन्म होतो. ज्यांच्यापासून प्रारंभ होतो एका ज्योतीचा, कुठली एक ज्योत प्रज्वलित होते. आणि दुसरे, जे जुन्या ज्योतींच्या प्रतिष्ठेचा आधार घेऊन प्रतिष्ठित होतात. दुसरे जे आहेत त्यांना मी खोटे संत म्हणतो. आणि मी जराही सारवा-सारव करू इच्छित नाही. जे बघतो, ते तसंच तुम्हाला सांगतो. तुम्ही जरा तुमचा पक्षपाती विचार बाजूला ठेवून विचार करा.

तुलसीदास वर्ण व्यवस्थेचे पक्षपाती आहेत. बुद्ध नाही, कबीर नाही, नानक नाही, तुलसीदास- सर्व सडलेलं, गळलेलं, जसं आहे, जुनं असलं पाहिजे, तर ती बाजू घेणार. जराही तोडण्याची, कापण्याची हिम्मत धैर्य नाहीये. परंपरेचे पोषक आहेत. म्हणून हिंदू मनांना भावले. भावले पाहिजे. कबीर नाही भावला. कबीर हिंदूंच्या मनात घर करू शकला नाही. कबीर राहू दे, पण बुद्धही नाही करू शकला. बुद्धासारखा माणूस अगदी क्वचित, मोठ्या मुष्कीलीने कधी तरी पृथ्वीवर जन्म घेतो, हिंदू त्यालाही मुकले. त्यालाही त्यांनी घराबाहेर ठेवलं.

पण हे असं कायम होत आलंय. यहुदींनी जिझसपेक्षा मोठं मूल पैदा केलं नाही आणि त्यालाच घराबाहेर हाकलवलं. छोटे-मोठे धर्मगुरू मान्य केले पण जिझसला मान्यता नाही दिली. मान्यता, स्वीकार त्यांचाच आहे, ज्यांनी पुरातन चाली-रितींचं समर्थन केलं. ज्यांनी पुरातनचं समर्थन नाही केलं, ते स्वीकारले गेले नाहीत. कारण ते तुमची मुळं उखडून टाकतात. ते तुमचे जुने, पुरातन महाल पाडून टाकतात. ते नव्या पहाटेच्या गोष्टी करतात. ह्या नव्या पहाटेपर्यंत ज्यांच्यात धैर्य आहे, अशीच लोकं जाऊ शकतात.

तर कबीर म्हणतात, 'असं आसरा देणारं घर आपलं आहे, जे आपल्याबरोबर चालतं.'

तुलसी तुमच्या जुन्या घरालाच सारवून देतात, रंग बदलून देतात, जुनं घर, तेच सजवून देतात, की इथेच मजेत राहा. हे तर फार सुंदर घर आहे. हे तर किती एक महापुरुषांनी बांधलंय, ह्याला सोडून कुठे जाता?

आणि कबीर सांगतात, 'हे आपलं आपल्या बरोबर चालणार...'

हे कुठल्या घराची गोष्ट करत आहेत! हे जे संस्कार, संस्कृती, सभ्यता, धर्मपुरातन ह्यांचं घर आहे, ते जाळून टाका, तरच तुम्ही पुढे जाऊ शकाल. नाहीतर ही धूळ तुमच्या आरशावर साठून राहील.

साधू, मी त्यांना म्हणतो, जो नवं निर्माण करतो. तो जगात पुन्हा परमात्मा घेऊन येतो. बाकी सगळे नेते आहेत, साधुसंत कुणीही नाही. त्यांच्यात स्वत:ची कला असू शकते; कुशलता असू शकते. ह्यात मला त्यांच्या कला कुशलतेत शंका नाही ! जर 'काव्य' म्हणून विचार केला तर तुलसीदास खूप मोठे कवी आहेत. पण जर अनुभवाच्या दृष्टिकोनांतून विचार केला तर अनुभव मात्र काहीही नाही. कुठल्याच तऱ्हेचा अनुभव नाही. अनुभव असता तर हिंदूंनी शत्रुत्व केलं असतं. ती परीक्षा होती. अनुभव असता तर हिंदूंनी त्याग केला असता, ती परीक्षा केली. अनुभव असता तर हिंदू शत्रूसारखे पाठी लागले असते. पण हिंदूंनी त्यांना डोक्यावर चढवून ठेवलं. ते हिंदूंच्या मुळांशी बांधील होते, सहयोगी होते.

जेव्हा सत्य होईल तेव्हा क्रांतिकारी होईल. विद्रोही असेल, बगावत करणारा असेल. असणारच. कारण तुम्ही असल्याच जगात आहात. जेव्हा सत्य येईल, तुमच्याशी भिडेल. सत्य तुम्हाला दोन हात करेल. तेव्हाच तुमचं रूपांतर होईल.

म्हणून परंपरेत कधी फुलं फुलत नाहीत, कधीही फुलणार नाहीत. आणि जी फुलं फुलली आहेत त्यांचा परंपरेशी काहीही संबंध नाही, ती आपल्या आपण फुलली आहेत. कुणा परंपरेमुळे नाही फुललेली, तुम्ही असं नाही म्हणू शकत की जिझस हा बुद्धी परंपरेचं फूल आहे. नाही. बुद्धी परंपरा तर स्वीकारतच नाही. म्हणूनच तर खिश्चन निर्माण झाले. हे फूल त्या परंपरेचं नाहीये.

माझ्या दृष्टिकोनातून कुणीही व्यक्ती धर्माच्या अनुभवांसाठी उपलब्ध होते, तर ती व्यक्ती परमात्म्याचा नवा आविर्भाव असते. एक नवा तरंग! त्याचा गतकाळाशी काहीही संबंध नाही. ती गतकाळाची पुनरुक्ती नाही. ती गतकाळाची पुनरावृत्ती नाही. तसं तर त्याने गतकाळात सत्य अनुभवलेलं असतं, तेच सत्य त्याने अनुभवलं. तरीही मी तुम्हाला सांगतो, ही पुनरावृत्ती नाही. त्याचं काहीही देणं-घेणं नाही. बुद्ध नसते तरीही मी असतो आणि असाच असतो. बुद्ध झाले, तरीही असाच आहे. मी बुद्धाची पुनरुक्ती नाहीये. कृष्ण नसते तरीही बुद्ध असते. कृष्णांच्या असण्या-नसण्यावरून बुद्धांच्या असण्यात काहीही फरक पडला नसता. बुद्ध काही कृष्णाचे नवे संस्कारस्वरूप नाहीत. तरीही बुद्धांनी तेच जाणलं, जे कृष्णांनी जाणलं होतं.

हेही लक्षात ठेवा. जे कृष्णाने जाणलं, जे बुद्धाने जाणलं, तेच कबीराने जाणलं. जे कबीराने जाणलं, तेच मीराने जाणलं. हे 'जाणणं' ह्यात जराही फरक नाही. कारण सत्य तर एकच आहे. जे कुणी जाणेल ते त्यालाच जाणेल. सत्य तर समयातीत आहे. त्याचा काळ-वेळाशी काहीही संबंध नाही. सत्य ना नवं आहे, ना जुनं, सत्य तर शाश्वत आहे. सदा एकसर आहे. जेव्हा केव्हा कुणी जाणेल, त्यालाच जाणेल. पण ना बुद्धाने कृष्णाच्या नजरेतून जाणलं, ना कबीराने बुद्धाच्या नजरेनं जाणलं. परंपरेचा काहीही संबंध नाही. कबीराने आपले डोळे उघडले, बुद्धाने आपले डोळे उघडले. दोघांनी आपले डोळे उघडून बघितलं.

तुलसीदासकडे स्वत:ची नजर नाहीये. तुलसीदासकडे परंपरेची नजर आहे, परंपरेची नजर म्हणजे आंधळेपणा. परंपरेच्या नजरेचा आम्ही तेव्हाच उपयोग करतो, जेव्हा आमच्या जवळ आमची नजर नसते. जेव्हा आपल्या जवळ आपली नजर असते, तेव्हा आपण आपल्या नजरेने बघतो. आपण का कुणाच्या इतरांच्या नजरेने बघायचं?

तुलसीदासनी असं बघितलं, जसे हिंदू बघू इच्छितात. कबीराने असं बघितलं, जसं ते बघू शकत होते. फरक लक्षात घ्या. मन्सूरने असं बघितलं, जसं मन्सूरने बघितलं पाहिजे. असं नाही जसं मुहम्मद बघत होते. जरी जे बघितलं ते तेच आहे. जे मुहम्मदने बघितलं, पण बघितलं स्वत:च्या पद्धतीने. आपला स्वत:चा दृष्टिकोन आहे, व्यक्तित्व आहे, स्वत:चं हस्ताक्षर आहे.

कबीर जे सांगतात, त्यात बुद्धाची साक्ष नाहीये. असं नाहीये की बुद्धाने सांगितलं म्हणून हे योग्य आहे. कबीर म्हणतात, 'मी बघितलं, म्हणून ठीक आहे, मी बघितलं त्या तऱ्हेने बुद्धही ठीक आहेत. पण बुद्धाने बघितलं म्हणून मी ठीक- बरोबर होऊ शकत नाही.' हा फरक लक्षात ठेवा. हा फरक वास्तविकतेला धरून आहे.

कुणी म्हणतं मी बरोबर आहे, कारण 'मनु-स्मृति' मधे असंच लिहिलं आहे. कुणी म्हणतं मी बरोबर आहे, कारण तसं कुराणात लिहिलं आहे, कुणी म्हणतं मी बरोबर आहे, कारण असं वेदांत, त्यांच्या उच्चारांतही असंच आहे. ही परंपरा आहे. कुणी म्हणतं, मी बरोबर आहे. कारण मी जाणलं. आणि वेदही बरोबर असणार जसे मी जाणले, तसं वेदांत लिहिलं आहे. पण शेवटी निर्णायक मीच आहे. वेद निर्णायक नाहीत. वेदांच्यामुळे मी बरोबर नाहीये. माझ्यामुळे वेद बरोबर असले तर असतील, चूक असले तर चूक असतील.

माझ्यापाशी कुणी आलं. मी नागपुरात पाहुणा होतो. एक बुद्ध भिक्षुक– प्रसिद्ध भिक्षुक मला भेटायला आले. आदल्याच दिवशी मी एका सभेत बुद्धावर काही बोललो होतो, तर ते म्हणाले, 'तुम्ही बोललात तर फार छान. पण शास्त्रांत असं काही म्हटलेलं नाहीये. मी आयुष्यभर बुद्ध शास्त्राचा अभ्यास करतो आहे, पण ही

गोष्ट कुठेही माझ्या अध्ययनात आली नाही. गोष्ट तर आपण अगदी योग्य सांगितलीत, पण शास्त्रांत लिहिली गेली नाहीये.'

तर मी म्हणालो, 'शास्त्रांत लिहून टाका. जर गोष्ट योग्य असेल तर केवळ शास्त्रांत लिहिलेली नाही म्हणून चुकीची होत नाही. आणि जर गोष्ट अयोग्य असेल तर शास्त्रांत लिहिलेली आहे म्हणून योग्यही होऊ शकत नाही.'

मग मी म्हणालो, 'तुमची जर हिम्मत असेल तर शास्त्र माझ्यापाशी घेऊन या, मी त्यात लिहितो. तुम्ही माझ्या साक्षीने लिहा.

तर ते बेचैन झाले, की असं कसं होऊ शकतं? त्यांना हीच अडचण आहे. जी तुम्हालाही आहे, 'असं कसं होऊ शकतं!' शास्त्रात अशी एखादी गोष्ट कशी काय जोडली जाऊ शकते?'

शास्त्रापाशी आम्ही थांबतो. आणि कुठलंही शास्त्र परिपूर्ण नाहीये. कुठलंही शास्त्र परिपूर्ण असू शकत नाही. कारण सत्य संपूर्णपणे पूर्ण कधीही सांगता येत नाही. सागर भव्य आहे, आम्ही शब्दांतून तीन चार थेंब घेऊन येतो, भरून घेतो, ते थेंब म्हणजे सागर असं होत नाही. माझ्यानंतर जी माणसं येतील ती खूप साऱ्या गोष्टी सांगतील, ज्या मी सांगितल्या नाहीत, कारण मनुष्य प्रगतही होत जात असतो. विचार करण्यात, कल्पना करण्यात, शब्दांमधून मनुष्याची दररोज प्रगती होत असते. क्षमता वाढत असते. जे मी सांगितलं नाही, ते पुढे येणारी माणसं सांगतील. तुम्ही त्यांना असं म्हणू नका, की 'हे आमच्या शास्त्रात सांगितलेलं नाही. तुमच्या शास्त्रात तेवढं लिहिलं गेलं आहे. जेवढं मी सांगितलंय. पण त्यानंतरही जाणकार येत राहणार. आणि ते जाणकार आहेत, त्यांचं म्हणणं मान्य करा.

शास्त्र कधीही निर्णायक असू शकत नाही. निर्णायक तर शासक असतो. ज्याने जाणलं. ज्याच्या नजरेत तुम्हाला सत्याची झलक मिळेल, त्याला धरून ठेवा. जर तुम्ही मला मानून चालत असाल, तुम्हाला कुणाच्या नजरेत सत्याची झलक दिसेल तर पुस्तकं जाळून टाका. पुस्तकं फेकून द्या. पुस्तकांमुळे काहीही होत नाही. हे तर सत्याचं नवं दर्शन, सत्याचा नवा आविर्भाव असेल.

पण परंपरा इतकं धाडस दाखवत नाही. परंपरा एक रेषा आखते. बंद करून टाकते. मुहम्मदनंतर मुसलमानांनी सांगून टाकलं की, 'हे शेवटचं पुस्तक आलंय परमेश्वराकडून!' का? शेवटचं का आलं? हिंदू म्हणतात, 'वेद, हेच शेवटचं पुस्तक. आता बाकी कशाची गरज नाही. 'जैन म्हणतात, 'महावीरमधे तीर्थंकर पूर्ण झाले. आता कुणी तीर्थंकर होणार नाही.' सर्व धर्म आपापल्या परंपरा बंद करू इच्छितात. बंद करू इच्छितात कारण धोका आहे. उद्या नवे संस्कार होतील. नवं सत्य अवतरेल. मग आमच्या शास्त्राचं काय होईल?' शास्त्राची प्रतिष्ठा रहावी, म्हणून दारं बंद करतात.

पंचविसावा तीर्थंकर होऊ शकत नाही. का? चोविसावा मधे अडकून का राहता? काय कारण आहे? ह्याचा अर्थ असा होतो की चोविसाव्या तीर्थंकराने जे सांगितलं, त्यापुढे गोष्टी कधीही वाढणार नाहीत. त्यात परिमार्जन होणार नाही. त्यात सौंदर्याची भर पडणार नाही. त्यात नवीन काही जोडलं जाणार नाही. तर मग नवीन फूल कसं फुलेल?

हे तर असं झालं की एका वृक्षाने सांगितलं की, 'माझ्यानंतर एकही वृक्ष होणार नाही. बास, हे जे सुकलेलं खोड आहे, हाच वृक्ष आहे. आता तुम्ही फक्त ह्याचीच पूजा करत राहा. जीवन तर वहात जातं आणि जीवनाच्या वहाण्यात बरोबरीने परमात्मा जात राहतो. आणि जीवनाच्या वहाण्यात परमात्मा रोज नवनव्या रंगरूपात येत राहतो. रोजच्या भाषेत उतरत राहतो. प्रत्येक युगाच्या अनुकूलतेत अवतरत राहतो. सत्य थांबत नाही. ते शाश्वत आहे. येत राहतं. पण शास्त्र थांबतात. ती जड होतात.

तुलसीदास जड परंपरेचे भक्त आहेत.

परंपरेत फुलं फुलत नाहीत. फुलांना सतत परंपरेच्या विद्रोहातच फुलावं लागतं. परंपरा सतत नव्या फुलांना नष्ट करण्याचा प्रयत्न करते. नव्या अभिव्यक्तींना थांबण्याचा, विरोध करण्याचा प्रयत्न करत राहते. म्हणजे जुन्या अभिव्यक्तींना प्रतिष्ठा मिळेल.

तुम्ही म्हणालात, 'परंपरेतही फुलं फुलतात.'

मी कधी ऐकलं नाही, कधी बघितलं नाही. आजपर्यंत तर असं झालेलं नाही की परंपरेत फुलं फुलली. जेव्हा जेव्हा फुलं फुलली आहेत, परंपरेला सोडून फुलली आहेत, परंपरेमुळे फुलली नाहीयेत. म्हणून तर इतकी कमी फुलं फुलतात. नाहीतर जगात अनेक फुलं फुलली असती. जर परंपरा नसती तर फुलंच फुलं फुलली असती. पण फुलणार कशी? परंपरा फुलून देत नाही.

हेनरी थॉरो विश्वविद्यालयातून अध्ययन करून परतला. एक वयस्कर त्याला भेटायला गेले आणि ते त्याला म्हणाले,'मी संभ्रमात पडलो आहे, तू विश्वविद्यालयातून स्वतःच्या बुद्धीला वाचवलंस कसं? कारण नेहमीच विश्वविद्यालयात बुद्धी नष्ट होते. कचरा-केर भरून राहतो. कारण विश्वविद्यालयाचे सर्व प्रयत्न असेच आहेत की तुमचं मन सूचनांनी भरून टाकणं. तुमच्या हृदयाचं तर काही परिवर्तन -परिष्कार होत नाही. तुमची स्मृती प्रगाढ होत जाते. तुम्ही एक टेपरेकॉर्डर होऊन परतता. बुद्धीची परीक्षा विश्वविद्यालयात अशी आहे की तुम्ही किती पचवता. ही तर परीक्षा नाही की किती वमन करू शकता, ही परीक्षा आहे, पीत रहा आणि परिक्षेला बसा, परिक्षेत ते सर्व वमन करा. पुस्तकं पसरवून ठेवा. किती कौशल्याने तुम्ही वमन करू शकता? ही परीक्षा आहे बुद्धीची. 'आठवण' ही बुद्धीची परीक्षा आहे का?

‘आठवण’ ही तर बुद्धीची परीक्षा नाही. आठवण तर जुन्या गोष्टींची असते. बुद्धीची परीक्षा तर नव्या अनुभवांनी होते. तुम्ही काही नवीन बघा, नवीन ऐका, नवं बनवा. बुद्धी तर नव्याचं अन्वेषण करते. स्मृती जुन्याला जपून ठेवते. पण बुद्धीची तर काहीही परीक्षा नाही.

त्या वयस्कर व्यक्तीने योग्य विचारलं, ‘तू कसा काय वाचलास?’

माझाही हाच अनुभव आहे. जेव्हा मुलांना शाळेत घातलं जातं, तेव्हा त्या सर्वांमधे प्रतिभा असते, पण जेव्हा परततात तेव्हा एखाद दुसऱ्यातच राहते. वाचलं– सौभाग्य! प्रतिभा जागृत राहते अगदी अपवादाने! कारण पंचवीस वर्ष पंडित मागे लागले आहेत, सर्व तऱ्हेने जाळं त्यांनी पसरवून ठेवलं आहे. सर्व चाव्या त्यांच्याच हातात त्यांनी घेऊन ठेवल्या आहेत. ते तोडून-मोडून टाकतात, प्रतिभा नष्ट करतात. प्रतिभेच्या जागी स्मृतीला ठेवतात. म्हणूनच तुम्ही बघाल, की आयुष्यात, तुमच्या विश्वविद्यालयातून प्रथम आलेला विद्यार्थी आणि गोल्डमेडलिस्ट आणि असेच, पुढे हरवून जातात. आयुष्यात त्यांचा काही थांगपत्ता राहत नाही. आयुष्य त्यांना गोल्डमेडल देत नाही.

आइनस्टाईन मॅट्रिक नापास झाला आणि गणितातच! कुणी विचारही करू शकला नसता की गणितात हा माणूस, ह्या पृथ्वीवरचा सर्वांत मोठा गणितज्ज्ञ होईल. नापास होण्याचं एकच कारण, ‘प्रतिभा’ होती. प्रतिभेमुळे त्रास आहे. जसा प्रतिभावंत माणूस प्रत्येक बाबतीत नव्याचा विचार करतो.

आता जर तुम्ही कुणा साधारण विद्यार्थ्याला विचारलंत की दोन अधिक दोन किती होतात? तर तो सांगेल, ‘चार.’ परिक्षक फक्त इतकंच जाणू इच्छितो की दोन अधिक दोन चार होतात. बस! ही सुद्धा प्रतिभा आहे की दोन अधिक दोन चार होतात. हे विद्यार्थ्याने लिहिलं आणि तो उत्तीर्ण झाला. आइनस्टाईनला शंका आहे की दोन अधिक दोन चार असणं जरूरी नाही, तीनही असू शकतात, पाचही असू शकतात. तुम्ही म्हणाल, ‘हे कसं शक्य आहे!’ हे जर तुम्ही आइनस्टाईनच्या प्रतिभेला समजू शकलात, तर तसा विचार करायला लागाल. आइनस्टाईन म्हणतात, ‘दोन आणि दोन चार असणं हे अनिवार्य नाहीये. ही तर माणसाची असहाय्यता आहे की त्याने बोटांच्या हिशोबाप्रमाणे आकडे बनवले. दहा दहा आकडा बनवला; दहा बोटांमुळे. अगदी पूर्वीपासून मनुष्य बोटं मोजत आला. आजही जंगलातला मनुष्य बोटं मोजतो. लहान मुलं अजूनही बोटं मोजतात.

कालच रात्री छोटीशी संन्यासी अभिषेकाला मी विचारत होतो. शाळेत किती मुलं आहेत? तिने लगेचच दहा बोटं दाखवली. मोजता तर तिला येत नाही, तरी दहा बोटं दाखवली. दहाने मोजतात म्हणून जगभरात गणितात दहा आकडा आला. एक ते दहाची संख्या असते. मग त्यानंतर त्याचीच पुनरुक्ती होते. अकरा-बारा– मग

ते करोड अब्ज. शंख महाशंख ही सर्व त्याचीच पुनरुक्ती. खरे आकडे दहाच आहेत. दहा बोटांमुळे.

आइनस्टाईन म्हणतात, की दहाची संख्या असेल, तर दोन अधिक दोन चार होतात. पण समजा तीन संख्या आहे. तीनापेक्षा जास्त संख्या नाहीये, एक, दोन, तीन, मग येतात दहा, अकरा, बारा, तेरा, मग येतात वीस, कारण तीनचेच आकडे आहेत. आणि आइनस्टाईन म्हणतात की तीन ह्या आकड्यानेच सारे प्रश्न सुटतात तर दहा आकडा का? मग जर तीनाचाच आकडा असेल, एक-दोन, तीन, तर मग दोन अधिक दोन चार झाले नसते, कारण चार हा आकडाच नाहीये. मग दोन अधिक दोन किती होतात? दहा झाले असते. कारण तीनानंतर दहा आले असते. आणि आइनस्टाईनने सर्व प्रश्न तीनानेच सोडवले. ते म्हणतात, ह्याहून जास्त काही मानण्याची गरजच नाही.

एक दुसरे गणितज्ज्ञ लिबनिजने सांगितलं, की तीन सुद्धा व्यर्थ आहे, दोनच पुरेसं आहे. एक आणि दोन ह्यातच सर्व कामं होतील. आणि विज्ञानाचा सिद्धान्त आहे, जितक्या कमी गोष्टीत कामं होतील, तितक्यातच चालवायला हवीत. जास्त वाढवून अडचणी उगीचच निर्माण का करायच्या? एकाने कामं होणार नाहीत हे खरं आहे, पण दोनाने कामं होऊ शकतात. लीबनिजने सर्व प्रश्न दोनांतच सोडवले. मग तर अडचण होईल.

तर ह्या विद्यार्थ्याला गणितात पास होणं फार कठीण आहे, कारण तो ह्या तऱ्हेच्या झंझटमधे आहे की दोन अधिक दोन चारही असू शकतात. नाही तर दहाही असू शकतात. तो जो पाठांतर केलेला शिक्षक आहे, बुद्धिहीन, ज्याच्याजवळ प्रतिभा नाहीये, तो हे सहन करू शकणार नाही. तो तर उत्तीर्ण होऊ देणारच नाही. आइनस्टाईन मॅट्रिक नापास झाला. नापास झाला तरी त्याची हरकत नव्हती, पण स्वतःची प्रतिभा त्याने जपली. अनेकजण प्रतिभा सोडून द्यायला तयार होतात. पण नापास होणं मान्य करीत नाहीत. तर आइनस्टाईनने प्रतिभा जपली.

जगातली सर्व मुलं प्रतिभा घेऊनच जन्माला येतात. पण शिक्षण,संस्कार, समाज प्रतिभा नष्ट करणारे आहेत. पंचवीस वर्षं हा खूप मोठा काळ आहे. मनुष्य जर पंचाहत्तर वर्षं जगतो. तर पाव आयुष्य विश्वविद्यालयातच जातं. आयुष्याचा पाव भाग! आणि त्याचा परिणाम काय? जी मुलं विश्वविद्यालयातून बाहेर पडतात, तेव्हा काय घेऊन येतात? बस. फक्त स्मरणशक्ती– थोडीशी, ह्यापेक्षा जास्त काही नाही. अशीच परिस्थिती आहे. परमात्मा अनुभवाची. प्रत्येक व्यक्ती परमात्म्याचा अनुभव घेण्याची क्षमता घेऊनच जन्माला येते. फूल फुलण्याची क्षमता असते. पण फूल फुलू शकत नाही. परंपरा मारून टाकते. परंपरेचं ओझं मोठं आहे. परंपरा सांगते, 'असं उठा, असं बसा, असं करा, असं जगा!' परंपरा तुम्हाला 'तुम्ही' राहू देत नाही.

परंपरा म्हणते, 'तुम्ही कुणासारखं तरी व्हा.' परंपरा म्हणते, 'विवेकानंद व्हा' आता ह्यात तुमची काय चूक? तुम्ही का विवेकानंद व्हायचं? लहान मुलांना सांगितलं जातं, तुम्ही महात्मा गांधी व्हा, त्यांची काय चूक? त्यांनी महात्मा गांधी का व्हायचं? हा सर्वांत मोठा अपमान आहे की कुणाला सांगा की तुम्ही विवेकानंद व्हा, महात्मा गांधी व्हा, शंकराचार्य व्हा. हा अपमान आहे. प्रत्येक व्यक्ती इथे 'स्वत:' होण्यासाठी जन्मली आहे. अजून कुणी तिने का व्हायचं? जर परमात्म्याला विवेकानंदच बनवायचे होते, तर त्यांनी 'फोर्ड'सारखी कंपनीच उघडली असती. असेम्ब्लीमधून विवेकानंदच विवेकानंद येत राहिले असते. भरून टाका जगाला विवेकानंदांनी! एकसारख्या एक गाड्या! जग अगदी उदास होऊ देत. परमात्मा ही चूक करत नाही.

परमात्मा एका मनुष्याला एकदाच जन्म देतो, पुनरावृत्ती करत नाही. परमात्मा कार्बन कॉपीवर विश्वासच ठेवत नाही. सगळी मूळ लिपीच पाठवतो. पण ह्या विश्वात कार्बन कॉपीवर विश्वास ठेवणारी माणसं आहेत. ती 'मूळ' गोष्टीवर विश्वास ठेवत नाहीत. सर्व मूळ गोष्टी नष्ट करू इच्छितात.

त्यांची बुद्धी तीच आहे, जशी मी एका सरकारी ऑफिसरसंबंधी ऐकली. एका सरकारी ऑफिसरच्या अधिकारात पन्नास वर्षांचं रेकॉर्ड होतं. ते रेकॉर्ड इतकं होतं की त्यांना ठेवण्यासाठी जागाही नव्हती आणि रेकॉर्ड वाढतच जात होतं. सर्व अधिकाऱ्यांनी निर्णय घेतला की ती सर्व रेकॉर्ड्स नष्ट करायची. दहा वर्षं जुनी कागदपत्रं सांभाळून ठेवायची, बाकीची नष्ट करायची. पण जशी ऑफिसर्स लोकांची बुद्धी असते... बुद्धी म्हणणंही चुकीचंच. तर अधिकाऱ्याने क्लार्क लोकांना सूचना पाठवली, 'दहा वर्षांची कागदपत्रं सांभाळून ठेवा, बाकीची नष्ट करा. फक्त नष्ट करण्यापूर्वी सर्वांच्या कार्बन कॉपीज काढून ठेवा. गरज पडली तर उपयोगात येतील.'

सरकारी ऑफिसात सर्व असंच चालतं. प्रत्येक गोष्टीची कॉपी हवी. एकच नाही तर पाच पाच, सात-सात कॉपीज् हव्यात. तर ही जुनी सवय नष्ट करायची आहे. कारण ठेवायला जागा नाही. आता जर कॉपीज् केल्या तर पुन्हा तेवढीच जागा कॉपीज् घेणार.

पण तुम्ही तुमच्या मुलांना सांगता की 'मुला, तू असा हो. तसा हो, असा मुलगा बन? तुम्ही त्याचा अपमान करत आहात. तुम्ही परमात्म्याचा अपमान करत आहात. तो जसा आहे, तसाच होण्यासाठी परमात्म्याने त्याला पाठवलं आहे.

परंपरा मारून टाकते. परंपरा वाढ खुंटवते. परंपरा सहन करत नाही.

एक सुफी गोष्ट आहे. सम्राटाच्या महालावर एक अनोळखी पक्षी येऊन बसला, जो त्याने कधी बघितला नव्हता. हा त्याच्या देशातला पक्षी नव्हता. परदेशातला होता. त्याला मोठं आश्चर्य वाटलं. तो बेचैन झाला. त्याने पक्षाला पकडायला लावलं

आणि कात्रीने त्याचं पंख कापले, कारण असे पंख असता कामा नये, असे पंख त्याच्या देशात नव्हतेच. एवढे मोठे पंख! त्याने लहान लहान पंख असलेले पक्षी बघितले होते. त्याने त्याचे पंख कापले. त्याची चोच मोठी होती. तीही त्याने कापली. तो पक्षी ओरडतोय, आकांत करतोय, पण राजा त्याची सेवा करतोय. तो हाच विचार करतोय की त्याला व्यवस्थित करतोय.

हे असंच होतंय. जेव्हा तुम्ही कुणा मुलाला 'व्यवस्थित' करत आहात, तेव्हा तुम्ही काय करत आहात! पंख कापत आहात त्याचे, कारण ते विवेकानंदांसारखे नाहीयेत, त्याची चोच बुद्धासारखी नाहीये, आम्ही तुला कापून मारून एकदम ठीक करून देऊ. पक्षी मरून गेला.

मनुष्य बेशरम आहे. वाचतो. सर्व तऱ्हेने कापला, मारला जातो, तरीही वाचतो. सर्व प्रकारे त्याला कापलं जातं, त्याचा आत्मा नष्ट होतो, तरीही फरफटत राहतो.

कुठे आहे फूल? तुम्ही कुणा माळ्याला जाऊन विचारा, जर एक माळी एक हजार झाडं लावतोय आणि कुठे एखाद्या झाडावर एखादं फूल फुलतंय, त्याला तुम्ही काय म्हणाल? तुम्ही म्हणाल, 'हे फूल बघितलंत. त्याची नजर चुकवून आलं, नाहीतर कसं आलं असतं? हजार झाडं लावली, एक एका झाडाला हजारो फुलं यायला हवीत. ती तर कधी लागली नाहीत. एका झाडाला एक फूल लागलंय, तुम्ही त्याचं कौतुक कराल की तू मोठा वाकबगार माळी आहेस. मोठा कलाकार आहेस म्हणून! काय आश्चर्य की एक फूल आलं? ह्या माळ्याचं कुणीही कौतुक करणार नाही. आम्हाला शंका येईल की असं होऊ शकतं की माळ्याची नजर चुकली. हजार झाडं होती. पण दुसऱ्याच काळजीत असणार. जिथे जिथे काळजी, तिथे फुलं फुलूच शकत नाहीत, ही जरा नजरेआड झालेली गोष्ट आहे. हा भाग अपरिचित राहिला आणि फूल फुललं!

एवढी माणसं जन्मतात, त्यांना फुलं कुठे लागतात? हा परमात्मा तुम्ही माळी म्हणाल! पण ह्यात परमात्म्याची चूक नाहीये. परमात्मा तर प्रत्येकाला तेवढ्याच क्षमतेने पाठवतो की तुमच्या प्रत्येकाच्या आत बुद्धाचा प्रकाश असेल. तुमच्या आत मोक्ष उतरेल. पण आजूबाजूची माणसं उतरू देत नाहीत. मोक्षं उतरण्यापूर्वी ती अवती-भवती पिंजरा उभारतात.

परंपरा आहे काय? एक तुरुंग आहे. गतकाळापासून आलेल्या साखळ्या बेड्यांत तुम्हाला अडकवून टाकतात आणि ह्या बेड्या अडकवणारे सांगताना मात्र असं सांगतात की हे तर दागिने आहेत. ह्या मंदिरात जा, हे पुस्तक वाचा, हा मंत्र म्हणत रहा, सर्व तऱ्हेचे अंगारे लावा, टिळा लावा की तुम्ही हिंदू आहात, की तुम्ही मुसलमान आहात, की ब्राह्मण आहात की क्षूद्र. सर्व तुम्हाला समजावलं जातं की तुम्ही कोण आहात. आणि तुम्हाला जराही माहीत नाही की तुम्ही कोण आहात?

आणि सर्व तुम्हाला सांगितलं जातं. खरा प्रश्न तर तुम्ही विचारलेलाच नाहीत की, 'मी कोण आहे?' तुम्ही प्रश्न विचारण्या अगोदरच, उत्तर देणारे तयार आहेत. ते म्हणतात, 'तुम्ही हिंदू आहात. विचारण्याची गरजच काय? आम्ही सांगतोय ना? तुम्ही ब्राह्मण आहात की ते आहात आणि आयुष्य असंच सरतं व्यर्थ गोष्टींमधे आणि तुम्ही असे आहात की सतत दुसरेच होण्याच्या प्रयत्नांत राहता.

फूल फुलतं, स्वत:च्या उर्जेने, फूल फुलता 'निजता से!' आणि लक्षात ठेवा, तुमच्यात जे फूल फुलेल, ते अगोदर कधीही फुललं नव्हतं, असं असेल ते फूल. आणि ह्या तऱ्हेचं फूल दुसऱ्यांदा कधीही फुलणार नाही.

तर तुमच्यावर एक मोठी जबाबदारी आहे. परमात्म्याने तुमच्यावर मोठा विश्वास दाखवला आहे. तुम्हाला एक मोठी क्षमता दिली आहे की तुम्ही फुला. पण तुम्ही... जसेच्या तसे.

मीरा नाचली आणि बुद्ध शांत झाडाखाली बसून राहिले. ही बुद्धाच्या खेळाची पद्धत आहे, शांत बसून राहणे. ही मीराच्या खेळाची पद्धत आहे, महावीर नग्न उभे राहिले, ही त्यांच्या खेळाची पद्धत होती. कृष्णाने बासरी वाजवली. पण कृष्णाच्या बासरीत तेच स्वर आहेत, जे महावीराच्या निर्दोष नग्नतेत आहेत. बुद्धाच्या पायांत घुंगरू बांधलेले नाहीयेत, पण जो ऐकू शकतो, त्याला ऐकू येईल, तेच घुंगरू जे मीराच्या पायांत बांधलेत आणि ऐकू येतात.

जगात वेळोवेळी फुलं आहेत, पण त्यांचं फुलणं एकच आहे. कुठलंही फूल परंपरावादी नसतं. तिथे परंपरा असूच शकत नाही. तुमच्या सारखी दुसरी व्यक्ती आधी झालेलीच नाही, परंपरा कशी होईल?

खरी धार्मिक दृष्टी नेहमी व्यक्तीवादी असते, परंपरावादी नाही. परंपरावाद राजनिती आहे, धर्म नाही. तुलसीदास हिंदू राजनितीशी जोडले गेले, पसंतीस उतरले, घराघरांतून विराजमान झाले, त्याने काही अंतर नाही पडलं. पण मी सांगतोय, त्यावर विचार करा.

तुम्ही विचारता, 'परंपरेतही फुलं फुलतात आणि परंपरेमुळेही फुलं फुलतात! नाही. कधीही नाही. परंपरेत कधीही फुलं फुलली नाहीत आणि परंपरेमुळेच तर फुलं फुलू शकत नाहीत. तुम्ही विचारता की, 'परंपरेमुळे!' परंपरेशिवाय कधी कधी फुलतात. परंपरा कधी कधी चुकते. काही बंड करणारे लोक जन्म घेतात आणि परंपरेत न अडकता, अजून वेगळा रस्ता काढून निसटतात. ह्या चक्रातून निसटतात. फेर तर त्यांच्या भोवतीही घातला जातो. पण एखादी फट, एखादं दार शोधून काढतात आणि तुरुंगातून निसटतात. जो कुणी तुरुंगातून बाहेर पडतो, तुम्हालाही हाक मारतो की, 'तुम्हीही या बाहेर.' मी तेच करतो आहे. तुम्हाला सांगतोय, 'बाहेर या.' पण तुम्ही म्हणता की, 'आम्ही तुलसीदासजींना धरून बसलोय. आम्ही बाहेर

कसे येणार? तुलसीदासजींनी आम्हाला धरून ठेवलंय. आम्ही तुलसीदासजींना धरून ठेवलंय. आम्ही कसे बाहेर येणार?

'समाजव्यवस्था म्हणा किंवा परंपरा, ती तर संपणार नाही.'

ते तर मलाही माहीत आहे की नाही संपणार, कारण माणसांचं मूळ मिटत नाही. मूळ जर का संपलं तर समाजव्यवस्थाही संपेल, परंपराही संपेल. पण नाही संपणार कारण माणसांचं अंधत्व संपत नाही. नाही संपणार कारण माणसाची मूर्खता संपत नाही. हे सर्व मूर्खतेमुळेच वाचलेलं आहे.

दवाखाने कसे बंद होतील, जोपर्यंत आजारपण संपत नाहीत! मंदिर- मशिद कसे संपतील, जोपर्यंत मनुष्याची मूळं नष्ट होत नाहीत! तोपर्यंत हिंदू, मुसलमान, ख्रिश्चन, जैन कसे संपतील? ह्याच कारणास्तव धार्मिक माणसं जन्म घेत नाहीयेत. हिंदू, मुसलमान, ख्रिश्चन, जैन ह्यांच्यामुळे धार्मिक माणूस जन्मत नाहीये. कारण धार्मिक माणसाचं काहीही विश्लेषण होऊ शकत नाही, धार्मिक मनुष्य विश्लेषण शून्य असतो. त्याच्या काहीही सीमा नसतात. त्याच्यावर कुठलंही लेबल लावलं जात नाही. नामकरणही नाही होऊ शकत. धार्मिक माणूस, बास, फक्त धार्मिक असतो.

आणि तुम्ही म्हणता, 'व्यवस्था म्हणा किंवा परंपरा, ती तर नष्ट होणार नाही आणि त्यात कधी कधी जीव घालावा लागतो.' प्रेतात तुम्ही कधी प्राण घालून बघितलाय? हां, हे तर खरं आहे की प्रेतही कालपर्यंत श्वास घेत होतं. मी असं नाही म्हणत आहे की कालपर्यंत घेत नव्हतं. तुमचे वडील वारले, आता फुंका त्यांच्या नाकात श्वास, फुंकत राहा. त्याने तुम्ही सुद्धा मराल, जर हे जास्त काळ करत राहिलात, जास्त वेळ केलंत, तर हीच शक्यता आहे की वडील श्वास फुंकू लागतील तुमच्यात, कारण प्रेत त्रासिक होईल, की बास झालं, माणसं मरूही देत नाहीत.

असं झालं, 'मुल्ला नसरुद्दीन पशुंच्या डॉक्टरांकडे गेला होता. सांगू लागला, 'माझ्या गाढवाची परिस्थिती अगदी वाईट आहे.' तर डॉक्टर म्हणाला, 'तू असं कर, हे औषध घेऊन जा.' आणि औषधाबरोबर त्याने बांबूची नळकांडी दिली. तर मुल्लाने विचारलं, 'ह्याने काय करू?' तर तो म्हणाला, 'ह्यात औषध घाल आणि ती नळकांडी गाढवाच्या तोंडात घालून फुंकर मार. म्हणजे औषध त्याच्या घशात जाईल.' ठीक. मुल्ला गेला. काही तासांनी परतला. वेडापिसा झाला होता एकदम. डॉक्टरला एकदम घट्ट पकडलं की त्याचा गळाच आवळून टाकेल.

तो म्हणाला, 'काय झालं काय? तू इतका वेडापिसा का झाला आहेस?'

तो म्हणाला, 'गाढवाने अगोदर फुंकर मारली. संपूर्ण शरीरात आग आग झाल्ये.'

आता गाढव ते गाढव!

प्रेतांबरोबर मैत्री करू नका. कधी कुणी राक्षस भेटला आणि श्वास मारला, तर गेलात कामातून. प्रेतांना कुणी पाजतं का पाणी? आणि तुम्ही म्हणता, 'परंपरेत कधी कधी प्राण घालावा लागतो.' प्राण घालण्याची काय आवश्यकता आहे! जे मेलेत, ते मेलेत. जो मेला, तो मेला. जर परमात्म्याने त्याला सोडून दिलं, तर तुम्ही कसं काय प्राण घालू शकणार?

परंपरेचा अर्थ असा होतो, 'आता एक रेघ तेवढी राहिली आहे, साप तर निघून गेला. पदचिन्हं राहिली आहेत वाळूवर. यात्री तर निघून गेला. आणि आता तुम्ही त्या पदचिन्हांची पूजा करत बसला आहात. फुलं वाहता आहात, उदबत्ती लावता आहात. करत बघा पूजा. ह्यात तुम्हीसुद्धा मराल. ह्याने त्या पदचिन्हांत प्राण येऊ शकत नाहीत. त्याने तुम्ही जड व्हाल.

प्रेतांशी मैत्री विचारपूर्वक करा. कारण ज्याच्याशी मैत्री कराल, तुम्हीही तसेच व्हाल. म्हणून तर लोकं इतकी प्रेतवत झाली आहेत. प्रेतांना घेऊन बसली. जेव्हा जिझस तुमच्यासमोर उभा होता, तेव्हा तुम्ही अब्राहमच्या प्रेतवत झाला होतात. जेव्हा बुद्ध तुमच्या समोर, तेव्हा तुमच्या गोष्टी कृष्णाच्या. आणि जेव्हा कृष्ण तुमच्या समोर उभे होते, तेव्हा तुम्ही आणखी कुणाबद्दल बोलत राहिलात. तुम्ही जिवंत माणसांना बघतच नाही. तुमची नजर पाठीमागेच अडकून राहिली आहे. तुम्ही चालताय पुढे, म्हणून तुमच्या आयुष्यात दुर्घटनाच दुर्घटना घडतात.

असं कुणी मनुष्य गाडी चालवतो, बघतो पाठी आणि चालवतो पुढे. गाडी तर पुढेच जाणार. आणि गाडीत तर रिव्हर्स गिअरही आहे. आयुष्याला तो नाही. आयुष्य पुढे पुढेच जातं. त्याला असा गिअर नाहीच. पहिली गाडी जेव्हा 'फोर्ड' ने बनवली होती, त्यात रिव्हर्स गिअर नव्हता. ती अगदी आयुष्यासारखी गाडी होती. ते तर मागाहून समजलं. पहिली गाडी बनवली तेव्हा रिव्हर्स गिअरचा विचारही, कल्पनाही त्यांना नव्हती. ते तर नंतर समजलं की हे फार त्रासदायक आहे. घरी परतायचं असेल तर एका मैलाचा फेरा पडायचा. तर त्याने रिव्हर्स गिअर शोधला. परमात्म्याने अजून रिव्हर्स गिअर आयुष्यात घातला नाही. कारण परमात्मा मागे जाऊ इच्छित नाही आणि मागे जाऊ देऊ इच्छित नाही.

जे गेलं, ते गेलं. जे घडून गेलं, ते घडून गेलं. आता तिथे कशाला जायचं? आता तिथे धूळ उडत राहिल्ये. पुढे विकास आहे. पुढे आहे गती! पुढे आहे जीवन, मागे नाही.

परंपरा म्हणजे मागे. ज्या मार्गाने तुम्ही वाटचाल करत आहात, तिथेच पकडून बसले आहात आणि तरी विचारता आहात की 'परंपरेत कधी कधी प्राण घालावे लागतात. 'कशासाठी? तुमच्याकडे गरजेपेक्षा जास्त प्राण आहेत, जे परंपरेत

घालण्यासाठी आहेत? आपल्या लायकीचे प्राण तर नाहीयेत. प्राण तसेही तर कमीच आहेत. जळतही नाहीत प्राण, धुरकटलेत प्राण. ज्वाळाही होत नाहीत. फक्त धूर धूर होतो. पहिल्यांदा प्रथम स्वत:मधे तर प्राण ओता, परंपरेत प्राण ओतून काय करणार? तुम्ही जगा, तुमचं फूल होऊ दे. तर मी तुम्हास सांगू, 'जेव्हा कुणी मनुष्य ठीक जगतो, तेव्हा परंपरा तयार होते. हे निश्चित. कारण इतर माणसं मूर्ख आहेत, म्हणून ती तयार होते. नाहीतर तयार होणं हे गरजेचं नाही, काही कारण नाही. मूर्खता नसेल तर परंपरा तयार होणारच नाही.

तुम्ही जगा, जागृततेने जगा. प्राण स्वत:मधे जागृत करा. तुमचं फूल फुलू देत. तुमचं फूल फुलू देत आणि इतरांनाही फुलण्याची जागृतता येऊ देत. तुम्ही जेव्हा प्राण त्याग कराल, तेव्हा लोकं समजूतदार नसतील, तर ती तुमच्या आठवणींना सांभाळून ठेवतील आणि पूजा करतील आणि ह्या पूजेमुळे त्यावेळेला खरी फुलं फुलत असतील, त्याकडे दुर्लक्ष होईल. ह्याचमुळे मोठं नुकसान झालं आहे.

मी तुम्हाला असं सांगू इच्छितो, तुम्हाला माझ्याकडून जो काही फायदा करून घ्यायचा असेल, करून घ्या, पण मी जेव्हा निघून जाईन, तेव्हा मला जाऊ द्या, मग मला पकडून राहू नका. कारण जर मला पकडून बसून राहिलात, तर त्यावेळेला जी फुलं फुलत असतील, ती तुम्हाला दिसणार नाहीत.

मनुष्य अगदी विचित्र आहे. मी जोपर्यंत हजर आहे, तोपर्यंत फायदा होणार नाही. मी जेव्हा निघून जाईन, तेव्हा धरून ठेवेल. तेव्हा काहीही फायदा होऊ शकत नाही. जेव्हा तुम्हाला जिवंत दिवा सापडेल तेव्हा सत्संग करा. त्याच्या जवळ जा. त्याच्या ज्वाळेचं रहस्य जाणून घ्या. त्याच्या नजरेला नजर मिळवा. त्याच्या शून्याशी मैत्री करा. मैत्रीचा हात पुढे करा. त्याचा हात पकडा. हे अगदी योग्य आहे. ह्याचा उपयोग करा. ह्या संधीचा उपयोग करून घ्या. हे जे कबाड उघडलेलं आहे, हा जो झोत पडला आहे परमात्म्यावर, तुम्हीही डोकावून घ्या. कदाचित तुम्हालाही चंद्र-तारे दिसतील आणि त्यांची हाक येईल. तर तुम्हीही चालू लागा. पण जेव्हा हा मनुष्य निघून जाईल, तेव्हा आभारपूर्वक त्याला विसरून जा. नाहीतर त्याची आठवण हीच अडचण, अडथळा निर्माण करेल. तेव्हा जो दुसरं कवाड उघडेल तेव्हा तुम्ही म्हणाल, 'आम्ही ह्या खिडकीतून बघू शकत नाही, आम्ही तर आमच्या खिडकीत बसलो आहोत' आणि ही खिडकी बंद झालेली आहे. ही खिडकी गेली. ती जेव्हा होती, तेव्हा होती. 'आम्ही तर आमच्या खिडकीत बसलो आहोत, आमच्या परंपरेत प्राण ओतत!'

तुम्ही स्वत:मधे प्राण घालू शकत नाही, परंपरेत काय घालणार? आणि ज्या व्यक्तीला स्वत:लाच सत्य गवसलंय ती परंपरेच्या सत्यात प्राण घालेल? तिच्यापाशी जीवनाचं सत्य आहे, तेच का नाही देणार?

तुलसीदास परंपरेत प्राण घालण्याचा प्रयत्न करतात. यश तर कधी येत नाही. सफलता मिळत नाही कुणाला तसं होऊ शकतही नाही. कबीर नवी ज्योत प्रज्वलित करतात. मीरा नवी ज्योत प्रज्वलित करते. माझ्या दृष्टिकोनातून कबीर आणि मीरा आणि नानक ते करतात. जे त्यांनी करायला हवं. तुलसीदास तर ब्राह्मणवाद, पंडितवाद, पुरोहितवाद आणि हिंदू- अहंकाराचे परिपोषण आहेत. हे पारिपोषण अशा तऱ्हेने केलं गेलेलं आहे, की जर तुम्ही पूर्ण रामायण वाचलंत तर हैराण व्हाल, 'ह्याला धर्मग्रंथ म्हणायचं की नाही?' तुम्हालाही दिसत नाही कारण तुमची धारणा तशीच आहे.

आता असं समजा. साध्या साध्या गोष्टी दिसतात. रामाचे वडील दशरथ लंपट वाटतात, एका तरुण मुलीशी लग्न केलं. तिला वचन दिलं. त्या वचनाच्या पूर्ततेसाठी आपल्या मुलाला विनाकारण, अकारण, कुठलाही न्याय-निवाडा न करता जंगलात पाठवून दिलं. आणि ह्या मुलाने ना विरोध त्याचा स्वीकार केला, कारण वडिलांची आज्ञा! वडिलांची चुकीची आज्ञा मानायची की नाही, हा प्रश्न आहे. कबीर म्हणतील, 'आज्ञा चुकीची असेल तर, वडीलच नाही, तर वडिलांच्या वडिलांची जरी असेल तरीही मानू नका.' आज्ञा योग्य असेल, तर तो शत्रू जरी असला तरी मान्य करा. गोष्ट तर सरळ असली पाहिजे. ह्याने काय फरक पडतो की कुणी दिली? हा मनुष्य चुकीचा आहे. हा दशरथ बरोबर मनुष्य वाटत नाही. ह्याला न्याय-ज्ञान नाहीये. ह्याची आज्ञा मानायचीच कशाला? केवळ तो बाप आहे म्हणून?' पण जी व्यक्ती परंपरागत आहे, ती ह्या गोष्टीचा सन्मान करते. कारण तिची धारणाच तशी आहे. 'बापाची आज्ञा हरप्रकारे मानली पाहिजे. का? गतकाळाची आज्ञा कसंही करून मानली पाहिजे. अनुभवी व्यक्ती चुकीची असेल तरी माना आणि गैरअनुभवी बरोबर असेल, तरी मानू नका. हा परंपरेचा आधारस्तंभ आहे. ह्यावर संपूर्ण रामायण आधारित आहे. हाच रामायणाचा आधारस्तंभ आहे.

जर मी लिहीन, तर रामाला जंगलात जाऊ देणार नाही. का? कसं जंगलात जाऊ देऊ? ह्या दशरथाला जाऊ देत जंगलात आणि घेऊन जाऊ दे आपल्या बायकोलाही जंगलात. ह्यांना जंगलात जायचं आहे, मजेत जाऊ देत. रामाचं जंगलात जाणं म्हणजे चुकीच्या गोष्टीसाठी, चुकीच्या गोष्टीमुळे नतमस्तक होणं आहे. ह्याला मी सद्‌धर्म म्हणत नाही. ह्यात क्रांती नाहीये, नपुंसकता आहे. माझ्यासाठी ह्या गोष्टीत आदर करावा अशी कुठलीही गोष्ट दिसत नाही. ह्यात मला काही सन्मान दिसत नाही. हा, जर बापाने बरोबर गोष्ट सांगितली असती, तर जरूर मान्य केलं असतं. पण गोष्ट बरोबर की चूक ह्या कारणाने मान्य करणं न करणं हे योग्य 'पण बाप हा काही आधार नाही.

ही जी रामाची वृत्ती आहे, ही हिंदूंना एकदम पटली. हिंदू पुराण, पंथ जपणाऱ्यांना

ही एकदम पसंत पडली. जुनी जी मृत्यू पावलेली, मरणारी पिढी आहे, त्यांना पसंत पडली. नव्या पिढीला आपल्या कह्यात ठेवण्यासाठी, हा एक उत्तम मार्ग सापडला. 'रामासारखे व्हा!' पण हा विचार कुणीही करत नाही की रामासारखं होणं म्हणजे दशरथाच्या चुकीच्या मनोदशेला सहयोग देणं आहे. रामाने बंड करायला हवं होतं, त्याने विद्रोह करायला हवा होता. तर रामाची कथा रूढिगत आहे. रघुकुल रीतीरिवाज नेहमी चालत आले. कुळाच्या रितींशी काय देणं घेणं? प्रत्येक व्यक्तीकडे स्वत:ची रीत असायला हवी. जिच्याजवळ स्वत:ची रीत आहे, तिच्याजवळ आत्मा आहे. कुळरितीत काय ठेवलंय?

तुमचा शेजारी तुमच्या वडिलांशी भांडतोय आणि तुम्ही बघताय की तुमचे वडील चुकीचे आहेत आणि खोटं बोलत आहेत तर तुम्ही कुणाची बाजू घ्यायला हवी? तुलसीदास म्हणतील, 'आपल्या वडिलांची, कारण ते तुमचे वडील आहेत.' हे काय बरोबर आहे! जर शेजाऱ्याचं म्हणणं बरोबर असेल तर तुम्ही त्याची बाजू घ्यायला हवीत आणि बापाला सांगायला हवं की तुम्ही चुकीचे आहात. बाजू तर सत्याची घ्यायला हवी. आयुष्याच्या निर्धारात हा पक्षपातीपणा केवळ बाप आहे म्हणून कारणीभूत असायला नाही पाहिजे. पण ह्याला हिंदूंनी सन्मान दिला. 'मर्यादा पुरुषोत्तम' असं म्हणून वाखाणलं.

रामाची संपूर्ण कथा जर तुम्ही विचारपूर्वक वाचलीत तर आश्चर्यचकित व्हाल. आणि मी तर असं म्हणत नाही की असं झालं असेल. पण ज्यांनी ही कथा लिहिली. त्यांनीच तशी लिहिली. काहीही घडलं असेल, पण त्याला आधार बनवून एक रूढी, एक परंपरा तयार करवून माथी मारली.

रामाने हेच सीतेबरोबर केलं. तिला जंगलात पाठवून दिलं. तसंच, जसं बापाने केलं होतं. ही जंगलात पाठवून द्यायची सवय! ही काही सुटत नाही. त्यावर कहर म्हणजे हिंदू ह्या गोष्टीलाही वाखाणतात की सीताने काहीही काचकूच केली, विरोध दर्शवला नाही. सरळ, चुपचाप जंगलात निघून गेली. कारण? 'पतीची आज्ञा!' पती- परमात्मा! त्याची आज्ञा मानावीच लागेल. हे जाळं आहे. हे स्त्रियांना अडकवण्याचं जाळं आहे. पतीची आज्ञा का म्हणून? पती चुकीचाही असू शकतो. सीताने नकार द्यायला हवा. ही काय तऱ्हा झाली, की कोण कुठला धोबी काहीही बोलतो, की त्याची बायको रात्रभर घराबाहेर राहिली, तर तो म्हणे, मी काही राम नाही की स्त्री इतके वर्ष रावणाच्या घरात राहिली आणि एक दिवस घेऊन आले, आता तू माझ्या घरात राहू शकत नाहीस.' ह्यामुळे रामावर घाव बसला. घावच बसला होता, तर सीतेला घेऊन जंगलात निघून गेले असते, दोघंही गेले असते, घाव बसला तर, सीतेला जंगलात पाठवलं आणि स्वत: राजमहालातच राहिले. हे तर अगदी छान! कष्ट सीतेच्या वाट्याला आले आणि 'मर्यादा पुरुषोत्तम' हे स्वत: झाले.

पण स्त्रियांबरोबर असाच व्यवहार झालाय. संपत्ती सारखा- जिथे हवं तिथे बसवा, जिथे हवं तिथे फेकून द्या. आणि गर्भार स्त्रीला पाठवून दिलं, तरीही 'मर्यादा पुरुषोत्तम! जराही सारासार विचार केला नाही. राज्य सोडून दिलं असतं, पण राज्य सुटलं नाही. प्रेमाला सोडून दिलं. पण ह्यात स्त्रियांना ही शिकवण आहे, की त्यांनी असं केलं पाहिजे. अगोदर शिकवण होती की मुलांनी कसं करावं! आता शिकवण अशी आहे की स्त्रियांनी कसं करायला हवं, चुपचाप पतीची आज्ञा मानायची.

सीतेला रावणाच्या कब्जातून सोडवून आणलं, तर तिला अग्निपरीक्षा द्यावी लागली. एवढाही विश्वास रामाचा सीतेवर नाही. पण सीतेने एका शब्दानेही म्हटलं नाही की, 'महाराज, तुम्ही सुद्धा...' आता मी तर अग्नीत जात आहे. तुम्ही पण या. कारण मी एकटी होते तिथे, तसेच तुम्हीही इथे एकटे होतात.'

आणि शबरीबद्दल तिनेही ऐकलंच असणार!

कारण ज्यांनी संशोधन केलं, ते म्हणतात की शबरीचं रामावर प्रेम होतं आणि त्यावर पुस्तकंही लिहिली गेली. मोठा शोध घेतला गेला. कारण नेहमी इतकं प्रेम असेल, खूप प्रेम असेल तरच एक दुसऱ्याचं उष्ट खाल्लं जातं. नाहीतर उष्ट खाणं शक्य नाही. रामाने शबरीची उष्टी बोरं खाल्ली. हे फक्त प्रेमीच करू शकतात. प्रेमातच अशा गोष्टी होतात. असा अर्धा घास खाल्ला, अर्धा घास खाऊ घातला. हे खूप प्रेमातच चालतं. तर अगदी गहिरं प्रेम होतं. कुणास ठाऊक?

शेवटी सीताही म्हणू शकली असती की, 'तुम्हीही या, माझ्या साथीने, बरं होईल,' पण सीतेने अग्निपरिक्षेसाठी काहीही विरोध केला नाही. ना हिंदू अशी शिकवण देऊ इच्छितात की स्त्रियांचीच परीक्षा घेतली जाऊ शकते, पुरुषांची नाही. पुरुष- पुरुष आहे. चुकीची असू शकते, ती फक्त स्त्री! आणि 'मर्द बच्चा' काहीही करू शकतो.

हे सर्व मूर्खतेचं परिपोषण आहे. ह्याचं कारण एकच, हे परिपोषण पंडित, पुरोहित आणि समाजाचे ठेकेदार ह्यांना लाभदायक होतं. म्हणून रामकथेला खूप प्रचारित केलं गेलं. तुलसी ह्याचे एजंट आहेत. मी त्यांना संत म्हणत नाही.

दुसरा प्रश्न : माझं मन ना पैशात रमतं, ना यशात! पण मी हे जाणतो की माझं मन कुठे लागेल. तुम्ही काही सांगा.

❋ चांगलं आहे की मन ना पैशात लागतं, ना यशात! ही तडफड, ही सुरुवात आहे. हा निषेध आहे. निषेधात्मक धर्माची सुरुवात आहे. आधी असंच व्हायचं की ज्यात कालपर्यंत वाटत होतं, ते आता नाही वाटत. स्वभाविकतेने एक रिकामपण राहतं. कालपर्यंत संपत्तीत गुंतले होते, पण प्रतिष्ठेत गुंतले होते, धावपळ होती,

दमछाक होती, मग व्यग्र होतं. काही ना काही होतं, आता अचानक सर्व संपलं, मन लागेनासं होतं. रिकामपण येतं, की आता कुठे जाऊ? आता काय करू? आता मन कुठे लावू? बेचैनी येते, ह्या बेचैनीतच प्रश्न उमटतो.

ह्या बेचैन क्षणांचा चांगला उपयोग होऊ शकतो आणि चुकीचा उपयोगही होऊ शकतो. जेव्हा पद- प्रतिष्ठेत मन लागत नाही, तर आता बुडून जा, विसरून जा, प्या दारू आणि थोड्या वेळेकरता जगाला विसरून जा, सगळे विस्मृतीत जाऊ देत. हा चुकीचा मार्ग होईल. दुसरा आहे. परमात्म्याच्या प्रेमाची मदिरा पिण्याचा! पहिली मदिरा शरीरालाही कष्ट देईल, नष्ट करेल, मनाला कष्टी करेल आणि कुठे घेऊन तर जाणार नाही. दुसरी मदिरा बेहोषही करते आणि शुद्धीतही आणते. ही अवस्था, हा क्षण बहुमूल्य आहे तुमच्यासाठी. जर पत- आणि धन ह्यात मन लागत नाहीये तर एक मोठा अवधी मिळालाय, त्याचा उपयोग करा. ह्या क्षणाला परमात्म्याचा शोध बनवा.

आणि कुणाचंही मन सतत पत आणि धन ह्यात रमू शकत नाही. कारण मन शेवटी परमात्म्यामधेच रमू शकतं. त्याहून लहान गोष्टीत नाही. मनाची आत्यंतिक अवस्था परमात्मा मिळवण्याची आहे, क्षुद्र मिळवण्याची नाही. म्हणूनच क्षुद्र तुम्ही कितीही मिळवा, तृप्तता मिळत नाही, होत नाही. दहा हजार होते, तेव्हा तृप्तता नव्हती. दहा लाख झाले, तरीही तृप्तता नाही. दहा करोड झाले, तरीही तृप्तता नाही. मन म्हणतं, 'नाही, ह्याने काहीही होणार नाही. मन म्हणतं, 'जोपर्यंत पूर्ण मिळणार नाही... ' मीरा म्हणते, 'मी पूर्ण मिळवलं. मला पूर्ण प्रेम मिळालंय. कबीर म्हणतात, 'कहै कबीर मै पूरा पाया...!' त्या पूर्णत्वाला मिळवल्याशिवाय तृप्तता येणार नाही. मनात हेच बीज आहे. मन त्याचाच कळत-नकळत शोध घेत आहे. कधी कधी चुकीच्या दिशेने प्रवास होतो, मग थकवा येतो. समज येते आणि बरोबर, योग्य दिशेने शोध सुरू होतो.

तर तुमच्या आयुष्यात क्रांतीचा क्षण आला आहे, तर त्याचा योग्य उपयोग करा. नाहीतर चुकाल. मग कुठे भलतीकडेच मन लागेल. काही तरी विचाराल, काही तरीच कराल, नाहीतर बधिरतेने सरपटत जाल, आयुष्याचं ओझं होऊन जगत रहाल. आयुष्यात काव्य राहणार नाही. आयुष्य एक निरस, लादलेलं ओझं, एक उदास घटना होऊन जाईल. मग वाट बघत रहाल मृत्यूची, की कधी मृत्यू येईल आणि सुटका मिळेल. ह्या त्रासातून मुक्तता होईल.

आयुष्याचा त्रास होतो, जर त्यात काही स्वारस्य नसेल. पद-धन ह्यात स्वारस्य राहिलं नाही म्हणजे अर्थातच संसारात रस उरला नाही. कारण तिथे दोनच गोष्टी आहेत. पद- धन, यश आणि धन! बस. एक चिनी सम्राट आपल्या महालात उभा होता आणि त्याने समुद्रात चालणारी खूप जहाजं बघितली. त्याने आपल्या वयस्कर

वजिराला विचारलं, 'किती जहाजं चालत आहेत! किती असेल संख्या, काही अंदाज आहे?' त्या वयस्कर वजिराने सांगितलं, 'माझी नजर दुबळी झाली आहे. पण तुम्ही जर मला विचारत आहात तर दोनच जहाजं आहेत.'

'दोनच! शेकडो जहाजं दिसत आहेत.'

तो म्हणाला, 'माझ्या हिशोबाने फक्त दोनच आहेत. आयुष्यभराचा अनुभव असं सांगतो. लोकं एक तर घर शोधतात नाहीतर यश शोधतात. बस. ही दोनच जहाजं आहेत, धनाच्या यात्रेकरूंचं जहाज आणि यशाच्या यात्रेकरूंचं जहाज. मग कितीही जहाजं असोत, ती मग विस्ताराची गोष्ट झाली, पण जहाजं दोनच आहेत. ही दोन्ही जहाजं जर व्यर्थ वाटू लागली तर आता परत जहाज धरा.' नानक म्हणतात, 'नानक नावाचं जहाज.' हे जे नावाचं जहाज आहे, त्याला पकडा, आता परमात्म्याला धरा.

मुझे दर्दे दिल की है जुस्तजू मुझे जुश्मेतर की तलाश है ।
मुझे सोजो साजे हयात ही गमे मोतवर की तलाश है ।
जिन्हे शौके जलबाये बाम है उन्हे हो नसीब बुलंदियां
मेरा सर जहां से न उठ सके मुझे ऐसे दर की तलाश है ।
जिन्हे बिजलियोंकी है आरजू उन्हे शोलगी मिले बर्फ की
मुझे आशियां की है जुस्तजू मुझे बालो पर की तलाश है ।
जिन्हे जौके कैफो सरूर है वो गरिक मस्तियों हाल हों
मेरे दिल को साकिये मयकदा तेरी इक नजर की तलाश है ।
है जुनूने सैरे फलक जिन्हे उन्हे राहे कहकशां मिले
मुझे तेरे दर की तलाश है तेरी रहगुजर की तलाश है ।
है तलाशे लालो गुहर जिन्हे मिलें उन्हे बहरो बर की ये दौलतें
मुझे नक्शे पा की तेरे तलब तेरे खाके दर की तलाश है ।
जो खुदा के जोया है अर्श पर वो खुदा से जाके हों हमसखुन
जिसे ढूंढता फिरे खुद खुदा मुझे उस बशर की तलाश है ।

आता तुमच्या आयुष्यांत एक क्रांतीकारी क्षण आला आहे. हा सौभाग्याचा क्षण आहे. ह्याला 'अहो भाग्य' समजा. आता तुम्ही त्याच्या शोधार्थ निघा. त्याचा शोध हाच खरा शोध आहे.

मुझे दर्दे दिल की है जुस्तजू!

आता हृदयाची पिडा शोधा. आता हृदयाचं प्रेम शोधा.

मुझे चश्मेतर की है तलाश

आता तो झरा शोधा, ज्याला पिऊन तृप्त होता येतं. ज्याला पिऊन तहान भागते. ते प्यायला नंतर कुठलीही तहान राहत नाही. जे मिळवल्यानंतर अजून काही मिळवण्याचं बाकी राहत नाही.

मुझे सोजो साजे हयात की गमे मोतवर की तलाश है ।

आता असं संगीत शोधा, जिथे बुडून जाल, विसर्जित व्हाल, तिथे फक्त संगीतच उरेल, तुम्ही उरणार नाही. आणि असं संगीत तुमच्या आत आहे. आता बाहेरचा शोध संपला. जर धन आणि यश ह्यांत स्वारस्य राहीलं नाही तर आता डोळे बंद करा, आणि आतला प्रवास सुरू करा.

जिन्हे शौके जलबाये बाम है उन्हे हो नसीब बुलंदियां
मेरा सर जहां से न उठ सके मुझे ऐसे दर की तलाश है ।

आता त्या घराचा शोध आहे. त्या घराचा शोध जिथे एकदा नतमस्तक झालो, तर नतमस्तक झालो, मग उठू नाही शकत. मग उठण्याची गरज नाही. तिथे विश्राम आहे. जिथे विश्राम आहे शेवटचा! खूप राहिलो धर्मशाळेत, आता घराची गरज आहे.

जिन्हे बिजलियोंकी है आरजू उन्हे शोलगी मिले बर्फ की
मुझे आशियां की है जुस्तजू मुझे बालो पर की तलाश है ।

आता पंख शोधा, जे तुम्हाला अनंतापर्यंत घेऊन जातील. खूप सरपटलात जमिनीवर, क्षुद्रतेत खूप जास्तच भरकटलात, आता विशालतेला शोधा.

जिन्हे जौके कैफो सरूर है वो गरिक मस्तियों हाल हों
मेरे दिल को साकिये मयकदा तेरी इक नजर की तलाश है ।

आता ते डोळे शोधा, ज्यांच्यामधे एकदा डोकावून घ्या, अमृत बरसत राहील. जिथे अशी मदिरा मिळते, तिथे एकदा डोलू लागाल तर डोलतच रहाल. वेळेच्या बाहेर, सर्व परिस्थितीतून मुक्त होऊन, जिथे जागृतताही आहे, बेहोषीही आहे. जिथे दोन्ही गोष्टी एकत्र चालतात. जिथे जागृततेचा संपूर्ण आनंद आहे आणि बेहोषीचाही आनंद आहे.

मेरे दिल को साकिये मयकदा तेरी इक नजर की तलाश है ।

ती परमात्म्याची एक नजर तुम्हाला मिळू देत. आणि ती नजर दूरही नाहीये. ती नजर तुम्हाला शोधत आहे. पण तुम्ही त्या नजरेला नजर देत नाही आहात. तुम्ही नजर चुकवत आहात.

है जनूने सैरे फलक जिन्हे उन्हे राहे कहकशां मिले
मुझे तेरे दर की तलाश है तेरी रहगुजर की तलाश है ।

आता परमात्म्याच्या दाराशी, परमात्म्याच्या मार्गाची चिंता करा. आणि तुम्ही जर काळजी घेतलीत तर एक अपूर्व घटना घडेल.

है तलाशे लालो गुहर जिन्हे मिलें उन्हे बहरो बर की ये दौलतें
मुझे नक्शे पा की तेरे तलब तेरे खाके दर की तलाश है ।

मला तुझ्या पद-चिन्हांची, तुझ्या दाराशी पडलेल्या धुळीची तलाश आहे. तेच

माझं सोनं, तीच माझी संपत्ती!

जो खुदा के जोया है अर्श पर वो खुदा से जाके हों हमसखुन
जिसे ढूंढता फिरे खुद खुदा, मुझे उस बशर की तलाश है ।

आणि माझी पात्रता अशी असू दे की जर मी तुला शोधू शकलो नाही, तर तू मला शोधून काढ. माझा भाव निर्दोष असू देत, मला समाधी दशा दे, मन नको अशी अवस्था दे, कारण कदाचित मी तुला शोधू शकणार नाही. माझे हात लहान आहेत. माझे पाय छोटे आहेत. माझी तुझ्याशी काही ओळखही नाही. तुला शोधू तर कुठे शोधू? मला तुझा पत्ता– ठावठिकाणाही माहीत नाही. प्रवास करू, तर कुठल्या दिशेने करू? मला इतकी क्षमता दे, की मी जर तुला शोधू शकलो नाही, तर निदान तू तरी मला शोधून काढ. भक्त जाणतो त्याच्या अपात्रतेस, म्हणून म्हणतो की, 'मी कसं काय शोधणार?' म्हणून तो असं म्हणतो की, 'तूच मला शोधून काढ.'

पण ज्या दिवशी तुमची तहान भागेल आणि तुमची आर्त हाक पूर्ण होईल आणि तुमच्या मनात एकच सूर राहील, एकच धून वाजत राहील, त्या परमात्म्याची, त्यादिवशी तो तुम्हाला शोधत नक्की येईल. तुम्ही विचारता, 'माझं मन ना संपत्तीत लागत ना यशात,' हे शुभ आहे. ही भाग्यशाली गोष्ट आहे. तुम्ही सौभाग्यशाली आहात. खूप कमी लोकांना असं सौभाग्य लाभतं.

'पण मी हेही जाणत नाही की माझं मन कशात लागेल.'

मला माहीत आहे, कशात लागेल. कारण तीच एकमेव जागा आहे, जिथे सर्वांचं मन लागणार आहे. पुढे मागे... आज नाही तर उद्या, उद्या नाहीतर परवा, ह्या जन्मात नाही, तर पुढल्या जन्मी, पुढल्या जन्मात नाही तर त्याच्या पुढल्या जन्मात, पण इथे एवढी एकमेव जागा आहे जिथे मन लागतं. अजून कुठूनही शांती मिळणार नाही. हां, थोड्या वेळासाठी विसरा, भरकटा, समजून घ्या, ही गोष्ट वेगळी. कुणा देहाच्या सौंदर्यात काही काळ भटकू शकता, संपत्तीच्या आनंदात काही काळ मग्न राहू शकता, पदप्रतिष्ठेची मजा लुटू शकता काही काळ. पण मग बस. कारण हे सर्व क्षणभंगुर आहे. हे पाण्याचे बुडबुडे आहेत. बनता बनताच फुटतात. ह्यात मन लागणार तरी कसं? जर मन लागलं असतं तर परमात्म्याचा शोध घेतलाच गेला नसता.

परमात्म्याने तुम्हाला संपूर्ण तयार करून पाठवलं आहे. त्याच्यासाठी तयार करून पाठवलंय. तुम्हाला एक अशी आकांक्षा दिली आहे की जगात तिला कुणीही तृप्त करू शकणार नाही. म्हणजे शेवटी तुम्ही भटकत शोध घेत घेत त्याच्या दरवाज्यापाशी जाऊन पोहोचाल.

आता त्या गुरुद्वाराची हाक आली आहे. आता उठा, धाडस करा आणि चला.

तिसरा प्रश्न : मी जे मिळवत आहे, ते माझ्या प्रियजनांनाही देऊ इच्छितो, पण कुणी घ्यायलाच तयार नाहीत.

* अशी अडचण येते, मी देतोय, तुम्ही घ्यायला तयार आहात? कोण घ्यायला तयार आहे? घेणं हे महागातलं काम आहे. हे घेणं म्हणजे स्वस्त गोष्ट नाही. कारण घेण्यात फक्त घेणं जर असतं तर कुणीही घेतलं असतं. त्या घेण्यात काही हरवावंही लागतं. आणि जे हरवावं लागतं, तेच लोकांनी घट्ट पकडून ठेवलंय, त्याला लोकं जोडली गेली आहेत. अतिशय कष्टपूर्वक ते मिळवलंय.

जेव्हा तुम्ही कुणाला म्हणता, 'घ्या ना, परमात्मा घ्या,' तो म्हणेल, 'बाबा रे, क्षमा कर, आत्ता कुठे एवढ्या कष्टाने घर बनवलंय, आत्ता कुठे मिनतवारीने दुकान उभारलंय, आत्ता कुठे जरा थोडी संपत्ती साठवली आहे. बँकेत आत्ताच अकाउंट उघडलाय. आता तू जरा थांब, आत्ता नाही घेणार. आत्ता तर जीवनाची सुरुवात आहे. आत्ता तर मी तारुण्यात आहे. आत्ता तु कुठे नीरस गोष्ट करायला सांगतो आहेस? परमात्मा? हा तर म्हाताऱ्यांचा विषय आहे. जेव्हा मनुष्य मरणाच्या जवळपास येतो, तेव्हा स्मरण करू लागतो. आत्ता मी कुठे घेणार?'

परमात्म्याच्या गोष्टी लोकं ऐकतही नाहीत. ऐकतही नाहीत कारण हा व्यवहार महाग आहे. हा धोकादायक आहे. ही गोष्ट कानावर पडली तर काही करावं लागेल. मग तुम्हाला नुसतं असंच बसून राहता येणार नाही, मग काही ना काही बदल करावा लागेल. त्या परमात्म्याचं नाव तुमच्या आत गुंजू लागलं तर तुमच्या जीवनात क्रांती होऊ लागेल. तुम्हाला पत्ताही लागणार नाही. तुम्हाला समजणारही नाही की केव्हा क्रांती होऊ लागली.

कालच काठमांडूहून आलेल्या एका मित्राने संन्यास घेतला. त्यांना मी नाव दिलं, 'भरतयोगी!' ते विचारू लागले की, 'आता मी काय करू?' 'माझी जीनवशैली कशी बदलू?' व्यक्ती विचारी आहे, मी त्यांना म्हणालो, 'तुम्ही जीवनशैली बदलण्याची काळजीच करू नका, तुम्ही फक्त ध्यान करा. फक्त ध्यानात मस्त व्हा. हीच मग्नता संपूर्ण जीवनशैली बदलून टाकेल.'

जीझसने म्हटलंय, 'सीक यी फर्स्ट दि किंग्डम ऑफ गॉड, देन ऑल एल्स शॅल बी ॲडेड इनटू यू!'

प्रथम प्रभूचं राज्य शोधा, मग सर्व आपल्या आपण येऊन जाईल.

तर, मी तुम्हाला असं सांगत नाही की आचरण बदला. कारण मला माहीत आहे, तुम्ही आचरण कसं काय बदलणार? संपत्तीचा शोध सुरू आहे, तुम्ही आचरण कसं बदलणार? धन चोरीने मिळतं, बेईमानी करून मिळतं. संपत्तीचा शोध चालू आहे, तुम्ही आचरण बदलू इच्छिता, आचरण बदललंत तर धन मिळणार

नाही. जास्तीत जास्त काय करू शकाल? बेबनाव करू शकाल. वर वर दाखवू शकाल की सज्जन झालात आणि आतल्या आत सर्व चालू राहील. 'मुख मे राम, बगलमें छुरी!' असं होईल. हे असंच तर तथाकथित धार्मिक व्यक्तींचं झालं. पद मिळवण्याची इर्षा आहे, सत्ता हवी आहे, दिल्ली कशी गाठता येईल, ह्याची नशा आहे. आता जर मी तुम्हाला सांगू की आचरण बदला, तर तुम्ही म्हणाल, 'आता जरा थांबा, एकदा मला त्या खुर्चीवर बसू देत, मग बदलेन.' तिथे पोहोचायचं असेल धक्का बुक्की करावीच लागेल. तिथे सज्जन तर पोहोचू शकत नाहीत! तिथे कसंही करून पोहोचण्याचं वेड आहे. जे ढुशी देऊ शकतात ते पोहोचतात. जे जरा विचार करू शकतात ते पोहोचू शकत नाहीत. कसे पोहोचणार? कारण 'विचार' हाच अडथळा होतो. ते बघतात सर्व व्यर्थता, इतका त्रास, ह्यात काय अर्थ आहे! ते किनाऱ्यावरच उभे राहतात. मूर्ख ढुशी मारून घुसतात.

राजधानीत विक्षिप्तच पोहोचतात. ज्यांना थोडी समज आहे, ते तर कुठल्याशा रस्त्याच्या कडेला उभे राहतात. ते म्हणतील, 'जा, ज्यांना जायचं असेल, मला सोडा, माफ करा. कारण तिथे मारझोडीशिवाय अजून काही होत नाही. एकमेकांना खेचण्यापलीकडे काही होत नाही. खुर्चीवर बसतात तरी लोकं पाय ओढतच राहतात. खुर्चीवर नाही बसलात तर तुम्ही दुसऱ्याचे पाय ओढत रहाल. म्हणजे खेचाखेची चालू राहते. ह्यात काही फरक पडत नाही.

खरं तर असं आहे की जेवढा त्रास 'खुर्चीवर-पदावर' बसून होतो, तेवढा त्रास बसायच्या अगोदर कधीही होत नाही. नाही तर तुम्ही मोरारजी भाईंना विचारून बघा. पदावर जोपर्यंत नाही आहात, तोपर्यंत ठीक आहे. धक्काबुक्की करत आहात, ठीक आहे. हरवण्यासारखं तर काही नाहीये, मिळेल, काही तरी मिळेल. नाही मिळालं तरी हरवण्यासारखं तर काही नाहीये, पण एकदा का पदावर पोहोचलात की अडचणी सुरू होतात. आता हरवण्याची भीती वाटू लागते. कारण आता लोकं खेचतात आणि असं नाही की शत्रू खेचतात, शत्रू तर दूर, जे मित्र, जे जवळ आहेत, तेच खरी खेचाखेची करतात. एका बाजूने जगजीवनराम खेचतील, एका बाजूने चरणसिंह खेचतील. कारण ते जवळ आहेत. ते खुर्चीच्या इतके जवळ आहेत की, ते का नाही बसणार? वर-वर मैत्री चालू राहते, आतून शत्रुत्व चालू राहतं.

राजनीतीमधे असं म्हणतात, कुणीही कुणाचाही मित्र नसतो. राजकारणात कुणी कुणाचा मित्र असूच शकत नाही. तिथे मैत्री संभवनीय नाही. तिथे सर्व शत्रू आहेत, ज्यांना मित्र मानाल तेही शत्रू आहेत. ज्यांना शत्रू मानलंय, ते तर शत्रू आहेतच. इथे प्रत्येक माणूस स्वतःच्या अहंकाराला तृप्त करू इच्छितो, मैत्री कशी काय होणार?

तर ते जे पदासाठी धावत आहेत त्यांना सांगा की तुम्ही तुमचं आचरण सुधारा. ते म्हणतील, 'तुम्ही कुठल्या गोष्टी करत आहात! माझ्या आयुष्याची वाट लावाल.

कारण जर आचरण ठीक झालं तर हा प्रवास होणं शक्य नाही.'

दुराचरण ही राजकारणाची नीती आहे. तिथे जितकं क्रूर, जितकं कठोर, जितकं दुष्ट, जितकं हिंसक, जितकं आक्रमक मन तेवढं सोपं. शांत माणूस दूर उभा राहील. प्रवाशांचा तांडा निघून जाईल. धूळ उडत राहिली, तेवढंच बघत राहील. शांत माणूस ह्या भाऊगर्दीत पोहोचू शकणार नाही.

तर मी तुम्हाला आचरण बदलायला सांगत नाही, कारण मला माहीत आहे की तुम्ही हे करू शकणार नाही. मी तुम्हाला असंही नाही सांगत की तुम्ही पदत्याग करा, संपत्ती सोडा, कारण हे मी सांगणं म्हणजे गरजेपेक्षा जास्त मागणं होईल. मी तुम्हाला काही वेगळंच सांगतोय. मी सांगतोय, तुम्ही ध्यानात डुबकी मारा, थोडं ध्यानात स्वारस्य घ्या. ध्यानात स्वारस्य आलं, की संपत्तीतलं स्वारस्य कमी होतं. ध्यानात स्वारस्य आलं की पदातलं स्वारस्य फिकं होत जातं. इथे ध्यानातलं स्वारस्य वाढतं, तिथे जुनं फिकं होऊ लागतं. आणि जेव्हा जुन्या गोष्टीतलं स्वारस्य फिकं होतं, तेव्हा त्या गोष्टींमुळे असणारं आचरण जे होतं, त्याचंही आपले आपणच खंडन होऊ लागतं. त्याला बदलावं लागत नाही. हेच रसायन आहे आध्यात्मिक जीवनाचं! हेच त्याचं सारविज्ञान आहे.

तर जे तुम्हाला मिळतंय, ते अचानक तुम्ही दुसऱ्याला देऊ लागलात, तर ते घेण्यासाठी मान्यता देणार नाहीत. त्यांना आत्ता ह्या तऱ्हेची संपत्ती नको आहे. म्हणून विनाकारण प्रयत्न करू नका. नाही तर लोक तुम्हाला कंटाळतील. लोक तुम्हाला टाळू लागतील. तुम्ही दिसलात तर दुसऱ्या गल्लीतून निघून जातील. की, 'बापरे, हा येतोय! आता हा काही बडबडत राहील. ज्ञान सांगत राहील.' आत्ता त्यांना ते नकोय.

नाही. अशा तऱ्हेने ज्यांनी हा उपदेश मागितलेला नाही, त्यांना तुम्ही उपदेश देऊ नका! तुम्ही आनंदित व्हा. तुमचा आनंद हाच तुमचा उपदेश होवो. शांत व्हा, मग्न व्हा.

पद घुंघरू बांध मीरा नाची रे!

नाचा! ज्यांना तुमचा नाच आवडेल. ते तुम्हाला येऊन विचारतील की असा नाच.. आम्हालासुद्धा... ! असा नाच आमच्या जीवनात कसा होईल? अशी शांती तुम्हाला कुठे मिळाली? हे तुमचे डोळे मानसरोवरासारखे कसे झाले? हे असं तुमचं हृदय, कुठे मिळालं? मला त्या गुहेपाशी घेऊन जा, त्या खजिन्यापाशी न्या. किंवा मला तो रस्ता दाखवा. मलाही ती खूण सांगा, तो नकाशा द्या.

जर कुणी तुम्हाला येऊन विचारलं तर सांगा, नाही तर नको. विचारल्याशिवाय मत देणं व्यर्थ आहे, कुणी घेत नाही. हां, जर कुणी मागत असेल तर नक्की द्या.

तुमचा त्रास मी समजतो. आता आनंद मिळायला लागतो तर वाटू इच्छिता.

आणि जो तुमच्यापाशी मागायला येतो, जरूरी नाहीये की तो तुमचं मानेल. कारण असं होऊ शकतं की तुमचा आनंद बघून तुमच्याकडे मागायला येईल, कारण त्या आनंदाचा मोह झाला असेल, की कुठे मिळाला, पण जेव्हा बघेल की खूप दूरचा रस्ता आहे, डोंगराचा प्रवास आहे, चढ आहे. आणि खूप गोष्टी सोडाव्या लागणार आहेत, तर म्हणेल, 'धन्यवाद, तुम्ही मत दिलंत, इथपर्यंत ठीक आहे, कधी गरज पडली तर उपयोग करेन.' तर दुःखी होऊ नका.

ह्या जगात हजारांमधे नऊशे नव्व्याण्णव तर विचारणारच नाहीत, कारण ते अशा झेंगटांत पडू इच्छितच नाहीत. ते स्वतःला वाचवून निघून जातील. तो एक, जो विचारेल, तो मान्य करेल– नाही करणार. काही शाश्वती नाही. तुम्ही तुमचं हृदय त्याच्यासमोर उघडून द्या, पण ही अपेक्षा ठेवू नका की तो मानेल. नाहीतर अकारण दुःखी व्हाल.

आणि दुसऱ्याला सुख द्यायला जाल आणि स्वतः दुःखी व्हाल. तर सर्व गोष्टच वाईट होईल. चिकित्सा करायला गेला होतात आणि स्वतःच आजारी पडलात. अशा झंझटमधे पडू नका. अपेक्षा ठेवूच नका. कुणी मानलं त्याची मर्जी, नाही मानलं त्याची मर्जी. जर मानलं तर असा विचार करू नका, की तुम्ही खूप मोठं काम केलंत. त्यामुळे अहंकार वाढेल. नाही मानलं तर असा विचार करू नका की त्याने तुमचा अपमान केला. ही काळजी तुम्ही करूच नका. तुम्ही तर फुलासारखे फुला. कुणी सुगंध घेतला तर ठीक, नाही घेतला तरी ठीक! कुणी मार्गावरून गेलं तर ठीक, नाही गेलं तरी ठीक. फूल कुठे चिंता करतं? फूल आपला सुगंध दरवळत ठेवतं, घेतला तर त्याची मर्जी, नाही घेतला तर त्याची मर्जी. ज्यांनी घेतला त्यांना धन्यवाद. ज्यांनी नाही घेतला त्यांना धन्यवाद.

मेरी निगाहं में हुशियार हैं वो दिवाने
जो जान बूझ के खुद ही बने अनजाने
ये शहरवाले भला उसकी शान क्या जाने
जो बस्तियोंको भी शर्मा रहें है वीराने
वो वक्फ रखते हैं अपने लिए ही राजे हयात
जो लौ का जुज्व कभी बन सके न परवाने
तेरी नजर से जो देखा तो कोई गैर न था
मेरी नजर में तो अपने थे और बेगाने
यही थी तेरी रजा इक सदा लगा के चले
अब इससे क्या मेरी कोई माने या न माने
कोई भी आज हमें पूछता नही इक दिन
जबाने खल्फ पै होंगे हमारे अफसाने ।

तुम्ही काळजी करू नका. जर परमात्म्याने आतून तुम्हाला आवाज दिला की, ह्याला, जे तुम्हाला मिळालंय, त्याची बातमी त्याला द्या. आणि हा मनुष्य तुमच्या दारी विचारायला आला आहे– तर ठीक!

यही थी तेरी रजा इक सदा लगा के चले
अब इसमे क्या मेरी कोई माने या न माने।

कुणी मानो न मानो, ह्या काळजीत जराही पडू नका. नाही तर दुसऱ्याला देऊही शकणार नाही. जे स्वत:ने मिळवलं आहेत, ते हरवूही शकतं.

शेवटचा प्रश्न : आपल्यासारखा महान दाता समोर असूनही माझं भिक्षा पात्र भरत का नाही?

* भिक्षापात्र कधीही भरत नाही. तुम्ही भिकाऱ्यासारखं माझ्यापाशी येऊच नका. इथे सम्राटांचं काम आहे. भिक्षापात्र फेकून द्या. मी थोडी ना तुम्हाला काही देत आहे? तुमच्या आत जे पडून आहे, त्याला जागृत करायचं आहे. भिक्षापात्राची काही आवश्यकता नाही. भिक्षापात्र तेव्हा असतं, जेव्हा दुसऱ्याकडून काही घ्यायचं असतं. मी तुमच्या जवळ जे आहे, तेच तुम्हाला देत आहे आणि तुमच्याजवळ जे नाही ते घेतो आहे. तुमच्यापाशी जो केरकचरा तुम्ही साठवून ठेवला आहेत, जी मुळात तुमची संपत्ती नाही, ती हिरावून घेतो आहे. आणि तुम्हाला तोच देत आहे. जो हिरा तुमच्या आत पडला आहे. मी तुम्हाला काही वेगळं देतच नाहीये. मी तुम्हाला माझ्या आतून काही देत नाहीये. तुमचीच तुम्हाला आठवण करून देतोय. तर जर भिक्षापात्र घेऊन आलात, तर रिकामे रहाल कारण गोष्टच चुकीची झाली. इथे सम्राटाचं काम आहे. इथे मागायला येऊ नका, जागृत व्हायला या. मागणं हे चुकीचंच आहे. स्वत:ला भिकारी समजणं हेच मुळात चूक आहे. तुम्ही संसारात हेच केलंत, स्वत:ला भिकारी समजलात. कधी धन मागितलंत, कधी पद मागितलंत, कधी यश मागितलंत, तिथे ही भीक मागितलीत, इथे आलात, पण भिक्षापात्र सोबत घेऊन आलात.

ही भीक मागायची सवय सोडून द्या. परमात्मा इथे कुणालाही भिकारी बनवून पाठवत नाही. परमात्मा सम्राटापेक्षा खालच्या दर्जाचं इथे कुणाला बनवतच नाही. इथे सर्वांना सम्राटासारखं पाठवतो. मग तुम्ही तुमच्या चुकीने भिकारी बनलात, तर तुमची मर्जी.

भिक्षापात्र फोडून टाका. जाळून टाका. भिक्षापात्र कधीही कुणाचंही भरत नाही. कारण भिकाऱ्याचं मन कधीही तृप्त होऊ शकत नाही. ती भिकाऱ्याच्या मनाची क्षमता नाही.

एका भिकाऱ्याने एका सम्राटाच्या दारावर ठोठावलं, भिक्षापात्र समोर भरलं, सम्राटाने विचारलं, 'काय हवं आहे?' भिकारी म्हणाला, 'काहीही दे, चालेल. पण एक अट आहे, माझं पात्र भरलं पाहिजे.' सम्राट म्हणाला, 'ही कसली अट? तू कुणा समोर उभा आहेस. तुला ठाऊक आहे? तू सम्राटासमोर उभा आहेस. कोणत्या गोष्टीने भरू?' भिकारी म्हणाला, 'केर- कचऱ्यानेही भरू शकतोस. पण भर! रिकामं- रिकामं कंटाळून गेलोय. भरतच नाही!'

सम्राट पण मस्त मन:स्थितीत होता. आणि ह्या भिकाऱ्यानेही मोठ्ठं आव्हान दिलं होतं आणि शिवाय तो जरा विचित्रही वाटत होता. त्याच्या डोळ्यांत एक चमक होती. त्याच्या देहात एक ज्योत होती. हा सर्व साधारण भिकारी वाटत नव्हता. खरं तर सम्राटच त्याच्यापुढे फिका वाटत होता. त्याने त्याच्या वजिराला सांगितलं की घेऊन या हिरे- दागदागिने आणि ह्याचं पात्रं भरून टाका त्याने! मला कधी कुणी असं आव्हानही दिलं नव्हतं.

हिरे दागदागिन्यांनी पात्र भरलं जाऊ लागलं. तेव्हा सम्राटाला समजलं की चूक झाली. ते पात्र भरेचना! हिरे- दागिने त्यात पडले आणि हरवले. ते पात्र रिकामं तर रिकामंच राहिलं. पण सम्राटही जिद्दी होता. तो म्हणाला, 'सर्व खजिना हवं तर रिकामा होऊ देत, माझी संपत्ती सर्व, सर्व माझं राज्य हवं तर जाऊ दे, पण ह्याचं पात्र भरलं पाहिजे. मी सम्राटासमोर हरलो नाही, आज ह्या भिकाऱ्यासमोर हरणार नाही.' पण जो इतर सम्राटांसमोर हरला नव्हता. संध्याकाळ होता होता, त्या भिकाऱ्यासमोर हरला. सर्व खजिना रिकामा झाला, भिक्षापात्र रिकामं तर रिकामंच राहिलं. सम्राट त्या भिकाऱ्याच्या पाया पडला. म्हणाला, 'मला सुरुवातीलाच शंका आली होती, जेव्हा मी तुझे डोळे बघितले आणि ज्योत बघितली. तरी थोडी भीती होती. त्यानेच आव्हान स्वीकारावंसं वाटलं की तुला कमी लेखेन. पण मला क्षमा कर. एवढच सांग की तुझ्या ह्या भिक्षापात्राचं गुपित काय आहे? हे तर जादूचं वाटतं. आम्ही भर भरता थकतो आहात, ह्यात काही पत्ताच नाही त्याचा, हे सर्व हरवलं जात आहे.

तो फकीर हसला. तो म्हणाला, 'हे भिक्षापात्र साधारण भिक्षापात्र नाहीये. ह्यात जादू काही नाही. ह्याला मी माणसाचं भिकारी मन लावलंय, माणसाच्या भिकारी मनाने बनवलंय. हे माणसाचं भिकारी मन आहे. हे कधीही भरत नाही. सिकंदराचं भरत नाही, नेपोलियनचं भरत नाही, रॉकफेलरचं भरत नाही, बिर्लाचं भरत नाही. हे कुणाचंच भरत नाही. भरून जाणं हे त्याचं लक्षण नाही. तुम्ही माझ्यापाशी या, भिकारी होऊन येऊ नका. मी तुमचं भिक्षापात्र नाही भरणार. मी त्या सम्राटासारखा बेअकली नाहीये. तुम्ही मला आव्हान दिलंत, तरी नाही.

विचारणाऱ्याचा इरादा हाच आहे. विचारतोय, 'आपल्यासारखा महान दाता...!'

मला फूस लावण्याचा प्रयत्न चालू आहे. ह्या तऱ्हेची गोष्ट इथे उपयोगाची नाही. इथे यायचा प्रश्नच नाहीये, तुमच्या जवळ आहे. फक्त तुम्हाला आठवण करून देतोय. मी दाता नाहीच आहे. मी तुम्हाला आठवण जागृत करण्याची क्षमता देऊ शकतो, आठवण करून देऊ शकतो. शुद्ध येवो, जागृती येवो बस. की मग झालं. पण जे तुम्ही मिळवाल ते तुमचं असेल, ते आणखीन कुणाचं नाही. तर तुम्ही म्हणता, 'आपल्यासारखा महान दाता समोर असतानाही माझं भिक्षापात्र भरत का नाही?'

तुम्ही भिकारी आहात तर, तुमचं भिकारीपण मला दाता बनवण्याच्या प्रयत्नांत आहे. मी असं इच्छितो की तुमचं भिकारीपण सुटावं, तुमची इच्छा की मी दाता व्हावं!

मी दाता नाहीये. दाता होण्याची गोष्ट म्हणजे मूर्खपणा आहे. तुम्ही सगळे परमात्म्याचं रूप आहात. तुमच्यापाशी कमी काय आहे? की म्हणून तुम्ही कुणाजवळ काही मागा आणि कुणाला दाता म्हणा? ना इथे कुणी दाता आहे, ना इथे कुणी भिकारी आहे. इथे एकच आहे. जो तुमच्यात वास करतोय. तोच माझ्यात वास करतोय. तुम्ही मला धोका देऊ शकत नाही. तुमची आव्हानं इथे कामाची नाहीत.

हे विचारलंय 'कुसुम'ने. हुषार आहे खूप. तिला वाटतं की ह्यामुळे कदाचित मी तिचं पात्र भरेन. पात्र जोपर्यंत तुझ्या हातात आहे कुसुम, तोपर्यंत ते भरलं जाणार नाही, तू पात्र फेकून दे. पात्र टाकून दिल्याबरोबर तुला समजेल की आतमधे तर सर्व भरलेलं आहे. ह्या पात्रावर नजर अडकली आहे, म्हणून विवंचना, समस्या आहे.

जहाने शौक की नाकामीओ तही दस्ती
हमारी कमनजरी के सिवा और कुछ नहीं ।

हे आमचे रिकामे हात, हा आमच्या नजरेतला दोष आहे, अजून काही नाही.

जहाने शौक की नाकामीओ तही दस्ती

हे आमचं रिकामं होणं, रिकामे हात...

हमारी कमनजरी के सिवा और कुछ नहीं
ये दर्दे हिज्र ये बेचारगी ये महरूमी
दुआ की बेअसरी के सिवा कुछ और नहीं ।

आमची प्रार्थना कमजोर आहे, म्हणून आम्हाला मागावं लागतं. प्रार्थनेत मागणं आहे म्हणून कमजोर, दुबळं आहे. प्रार्थना म्हणजे फक्त अहोभाव आहे, आनंद भाव आहे, प्रार्थना धन्यवाद आहे, ह्या गोष्टीची की परमात्म्याने जे दिलं, ते गरजेपेक्षा जास्त दिलं. आधीच गरजेपेक्षा जास्त आहे, त्याने आधीच इतकं दिलं आहे की ते परतफेड करू शकत नाही. जे परतफेड करू शकत नाही असं त्याने दिलं आहे.

ये दर्दे हिज्र ये बेचारगी ये महरूमी

हे आमचं दु:ख, ही आमची कमजोरी, ही आमची असहाय्य अवस्था...

दुआ की बेअसरी के सिवा कुछ और नहीं ।
आम्हाला अजून नीट प्रार्थना करता आली नाही म्हणून !
गरूरे इल्मो फखरे अकलो दानिशो फन
जहूरे बेखबरी के सिवा कुछ और नहीं ।

आणि आमचं तथाकथित ज्ञान, पांडित्य आमच्या खोल अज्ञानाशिवाय अजून काहीच नाही. कारण आम्ही ज्ञानाला धरून चालतो, ह्याच आशेने की आम्ही समजून चाललो आहोत की आम्ही अज्ञानी आहोत. ज्ञानाला धरलं तर ज्ञानी होऊ. आम्ही असा खूप विचार करतो की शब्दांना गोळा केलं तर आम्ही ज्ञानी होऊ. नाणी पाडली तर आम्ही श्रीमंत होऊ, पुण्य गोळा केलं तर पुण्यात्मा होऊ.

नाही. ही धारणा चुकीची आहे. तुम्ही पुण्यात्मा आहात, गोळा करणं बंद करा. तुम्ही ज्ञानी आहात, ज्ञान गोळा करणं बंद करा. तुम्ही श्रीमंत आहात. तुम्ही धन मागणं बंद करा. तुम्ही सर्व तऱ्हेचं मागणं सोडून देऊन एकदा स्वतःला बघा तर! एकदा, फक्त एकदाच, स्वतःवर नजर तर टाका! आणि मग सर्व होऊन जाईल.

हिजाबे रंगे खुदी हो कि बेखुदी का जमाल
बशर की दीदावरी के सिवा कुछ और नहीं ।

ह्या जगातले सर्व रंग, रंगबिरंगी, ही फुलं, ही पानं, हा चंद्र, हे तारे, हे सर्व जगाचं सौंदर्य, ती जी मीरा म्हणते की हे राणा, तुझा देश खूप सुंदर आहे, 'रंगरूड़ो, देशलड़ो! तेरा देशलड़ा बहुत रंगरूड़ा,' खूप रंगबिरंगी, पण तुझ्या देशात साधू नाही, म्हणून माझं मन रमत नाही. मला आवडत नाही, काही तरी कमतरता वाटते. हे बाहेरचे रंग असोत, हे बाहेरचं सौंदर्य असो आणि तुमच्या आत जेव्हा शांती आणि आनंदाची फुलं फुलतात, अखेरच्या निष्कर्षात...

हिजाबे रंगे खुदी हो की बेखुदी का जमाल...

ह्या जगाचं सौंदर्य असो की तुम्ही जेव्हा आत्म-विस्मृत झालेले असाल, समाधीत हरवले असाल, तेव्हाचं सौंदर्य असो...

बशर की दिदावरी के सिवा कुछ और नहीं

सर्व नजरेचा खेळ आहे. बस तशी दृष्टी हवी. ज्याच्यापाशी बाहेर नीट बघण्याची क्षमता आहे, तो परमात्म्याचं सौंदर्य बघतो. ज्याची आत बघण्याची क्षमता आहे, तो आतलं परमात्म्याचं सौंदर्य बघतो. खरी गोष्ट नजरेची आहे. खरी गोष्ट दृष्टीची आहे.

तुम्ही भिकारी नाही आहात.

आणि हाच माझा 'संन्यास'चा संदेश आहे की तुम्ही भिकारी नाही आहात, तुम्ही मालक आहात. तुम्ही साहेब आहात. हे वचन लक्षात ठेवा.

वो नगमा जो हुआ तखलीक कोहसारों मे

जवां हुआ जो हिमाला के पाकगारों में
लतीफ जिसका तरन्नुम है आबशारों में
रवां दवां है जो गंगो-जमन के धारों में
जगाओ नगमाये संन्यास को ओम् तत् सत् ओम्
जिसे जहान की अलाइशें न छू सकें
जनों पिसर की कोई बंदिशें न छू सकें
जमानों जर की जिसे खवाहिशें न छू सकें
हसूले मरतबा की काविशें न छू सकें
वो पाक नगमाये संन्यास ओम् तत् सत् ओम्
बस एक ओम को अपनाओ ओम तत् सत् ओम्
बस ओम में ही समा जाओ ओम तत् सत् ओम्
तुम अपनी अस्ले खुदी पाओ ओम् तत् सत् ओम्
जन्म मरन से निकल जाओ ओम् तत् सत् ओम्
लगाओ नाराये संन्यास ओम् तत् सत् ओम्

संन्यास तुम्हाला भिकारी बनवण्यासाठी नाहीये. म्हणून बुद्धाचा आवडता शब्द 'भिक्षुकाला मी निवडलेलं नाही. संन्यासी होण्यासाठी 'स्वामी' निवडला. भिक्षुकही गोड शब्द आहे. पण भिकारीशी मिळता जुळता आहे. तर गैरसमज नको म्हणून 'स्वामी' निवडलं.

स्वामी तुम्ही आहात, मालक तुम्ही आहात, सम्राट तुम्ही आहात, साहेब तुम्ही आहात.

तोडा भिक्षापात्र! आग लावा भिक्षापात्राला. मागणं बंद करा आणि मग तुम्हाला मिळेल, की जे तुम्हाला हवं होतं, जे तुम्हाला कायमच मिळालेलं आहे!

आज इतकंच!

ओशो – एक परिचय

ओशो हे कोणत्याच अवकाशात मावणारे नाहीत. माणसाच्या व्यक्तिगत शोधापासून ते समाजातल्या सर्व सामाजिक तसंच राजकीय प्रश्नांवर प्रकाश टाकणारी अशी त्यांची प्रवचनं आहेत. ओशोंनी स्वत:ही पुस्तकं लिहिलेली नाहीत. जागतिक स्तरावर सर्व श्रोत्यांसमोर दिलेल्या प्रवचनांच्या ऑडिओ व्हिडीओच्या वार्तांकनांचं संकलन म्हणजे त्यांची पुस्तकं आहेत. ते म्हणतात "मी जे काही सांगतो ते केवळ तुमच्यासाठीच नसून भविष्यातल्या पिढींसाठी सांगत असतो.

लंडनच्या 'संडे टाइम्स'नं विसाव्या शतकातल्या जग बदलून टाकणाऱ्या एक हजार व्यक्तींमध्ये त्यांची गणना केलेली आहे. टॉम रॉबिन्स या अमेरिकन लेखकानं तर त्यांना 'जिझस ख्राईस्ट' नंतरचं सर्वांत 'खतरनाक' व्यक्तिमत्त्व असं बिरुद त्यांना बहाल केलंय. भारताचं भाग्य बदलवणाऱ्या गांधी, नेहरू आणि बुद्ध यांच्या बरोबरीनं भारतातील 'संडे-मिडडे'नं त्यांचा गौरव केला आहे.

आपल्या कार्याविषयी ते म्हणतात, 'नवीन आधुनिक मनुष्याच्या जन्मासाठी मी

'भूमी' तयार करतो आहे.' या नवीन मनुष्याला ते 'झोरबा द बुद्ध' म्हणतात. झोरबा अशा की, ज्यामध्ये पृथ्वीवरची सर्व सुखं उपभोगण्याची क्षमता असेल, तसंच बुद्धांची शांत, सौम्य अशी प्रवृत्ती असेल. ओशोंच्या सर्वांगीण विचारांमध्ये जीवन- दर्शनाचा एक झुळझुळता प्रवाह आहे. त्यामध्ये पूर्वेकडची कालातीत असलेली प्रज्ञा आणि पश्चिमेकडचं विज्ञान, तसंच तंत्रज्ञानाच्या सर्वोच्च शक्यतांचा समावेश आहे.

आंतरिक परिवर्तनाच्या शास्त्रात 'ओशो' म्हणजे क्रांतिकारी उपदेशासाठी उत्तम पर्याय आहेत. तसंच ध्यानाच्या विविध पद्धतीचे प्रसारक आहेत. आत्ताच्या आधुनिक वेगवान जीवनशैलीला अनुसरून या पद्धती त्यांनी निर्माण केल्या आहेत.

सक्रिय ध्यानपद्धती अशापद्धतीनं तयार केलीय की, त्यामध्ये शरीर आणि मन या दोन्हीमध्ये एकत्रितपणे ताणतणावांचा निचरा होऊ शकेल आणि रोजच्या जीवनात सहज स्थिर मनोवृत्ती प्राप्त होऊ शकेल आणि गाढ शांतीचा अनुभव येईल.

ओशोंची दोन आत्मकथात्मक पुस्तकं याप्रमाणे.

१) 'ऑटोबायोग्राफी ऑफ ए स्पिरिच्युअली इनकरेक्ट मिस्टीक', सेंट मार्टिस प्रेस, यूएसए.

२) 'ग्लिम्प्सेस ऑफ ए गोल्डन चाइल्डहूड', ओशो मीडिया इंटरनॅशनल, पुणे, भारत.

■

ओशो इंटरनॅशनल मेडिटेशन रिझॉर्ट

ठिकाण : मुंबईपासून शंभर मैलावर दक्षिणपूर्वेला असलेल्या संपन्न अशा आधुनिक पुणे शहरात सुट्टी घालवण्याचं एक सुरेख असं स्थान म्हणजे, 'ओशो इंटरनॅशनल मेडिटेशन रिसॉर्ट!'' घनदाट झाडीमध्ये लपलेलं हे रिसॉर्ट सर्वांपेक्षा वेगळं असून अठ्ठावीस एकराच्या बगिचामध्ये पसरलेलं आहे.

वेगळेपण : शंभरपेक्षाही जास्त अशा निरनिराळ्या देशांमधून हजारो पर्यटक दरवर्षी या रिसॉर्टला भेट देतात. इथला अनुपम असा परिसर उत्साहानं परिपूर्ण, शांत-निवांत असा असून काहीतरी सर्जनात्मक असं नवीन जीवन जगण्याविषयी प्रेरणा देणारा आहे. संपूर्ण वर्षभर चोवीस तास चालणारे निरनिराळे उपक्रम इथे आहेत. अर्थात काहीही न करता नुसतं शांत बसणं, हाही त्यातलाच एक भाग!

इथल्या सर्व कार्यक्रमांच्या रचनेत ओशोंच्या 'झोरबा द बुद्ध'ची आंतरदृष्टी समाविष्ट आहे. यामध्ये एका नवीन मनुष्याचा नवीन ढंग आहे. जो माणूस रोजचं दैनंदिन जीवन सर्जनात्मक पद्धतीनं जगूनसुद्धा मौन तसंच ध्यानामध्ये मग्न होण्याची क्षमता राखतो.

इथली कार्यक्रमपद्धती :

ध्यान : दिवसभर चालणाऱ्या ध्यान कार्यक्रमांमध्ये सक्रिय तसंच निष्क्रिय, परंपरागत तसंच क्रांतिकारक, खासकरून 'ओशो डायनॅमिक मेडिटेशन'पद्धतीनुसार, प्रत्येक व्यक्तीनुसार अनेक ध्यानपद्धती उपलब्ध आहेत. या सर्व ध्यानपद्धती जगातल्या सर्वांत भव्य अशा 'ओशो ऑडिटोरियम' ध्यान सभामंडपात पार पाडल्या जातात.

विविधता : इथल्या विविध व्यक्तिगत सेशन्समध्ये, शिबिरात सर्जनशील अशा कलांपासून ते संपूर्ण स्वास्थ्यापर्यंत, तसंच व्यक्तिगत परिवर्तन, व्यक्तिगत संबंध, जीवनातील अग्रक्रम, कार्यध्यान, गुह्यविज्ञान, खेळ, मनोरंजन या सर्व गोष्टीत अगदी 'झेन पद्धती'चा सुद्धा समावेश आहे. इथल्या (मल्टिव्हर्सिटी) विविध

गोष्टींच्या यशाचं रहस्य म्हणजे इथले सर्वप्रकार पूर्णपणे ध्यानाशी जोडलेले आहेत. त्यामुळे इथल्या माणसांमध्ये हा विचार घट्टपणे रुजवला जातो की, 'मनुष्य म्हणजे फक्त शरीराशी निगडीत नसून त्यापलीकडेही खूप आहे.'

बाशो स्पा : हिरव्यागार झाडांच्या सान्निध्यात, मोकळ्या हवेत असलेला भव्य असा, पाण्यात मनसोक्त तरंगण्याचा आनंद देणारा जलतरण तलाव म्हणजे मोठं आकर्षण आहे. वैशिष्ट्यपूर्ण तयार केलेली मोठी झकूझी, सौना, जीम, टेनिसकोर्ट या सर्वांचा समावेश इथे केलेला आहे.

भोजन : निरनिराळ्या पद्धतींनी बनवलं जाणारं इथलं स्वादिष्ट भोजन पूर्णपणे शाकाहारी असून ते पाश्चात्त्य तसंच आशियाई ढंगामध्ये उपलब्ध आहे. मेडिटेशन रिसॉर्टसाठी विशेषत्वानं लागवड केलेल्या सेंद्रिय भाज्याच इथं वापरल्या जातात. ब्रेड आणि केक रिसॉर्टच्या स्वत:च्याच बेकरीत बनवले जातात.

संध्याकाळचे कार्यक्रम : या कार्यक्रमांची यादी तर खूप मोठी आहे. पण सर्वांत पहिल्या स्थानावर आहे नृत्य! इतर कार्यक्रमात चांदण्यारात्रीतलं ध्यान, विविध मनोरंजक कार्यक्रम, संगीताचे कार्यक्रम तसंच रोजच्या जीवनासाठी ध्यान हे सम्मिलित आहे.

याव्यतिरीक्त प्लाझा कॅफेमध्ये मित्र-परिवारा बरोबर गाठीभेटी तसंच रात्रीच्या शांतवेळी या परिकथेसारख्या वाटणाऱ्या वातावरणात भटकण्याचा आनंदही घेऊ शकतो.

सोयी : रोजच्या उपयोगाच्या वस्तू आपण रिसॉर्टच्या दुकानांमधून खरेदी करू शकता. मल्टिमीडिया सभागृहात ओशोंची सर्व 'मीडिया' सामुग्री मिळू शकते. बँक ट्रॅव्हल एजन्सी तसंच सायबरकॅफेची सोयही इथे आहे. खरेदीची आवड असणाऱ्यांना पुण्यामध्ये भरपूर गोष्टी उपलब्ध आहेत. अगदी पारंपरिक भारतीय वस्तुंपासून ते आंतरराष्ट्रीय बँडपर्यंतची सर्व दुकाने आहेत.

राहाण्यासाठी : ओशो गेस्टहाउसमध्ये एखादी छानशी खोली मिळू शकते. खूप दिवस राहायचं असेल, तर 'लिव्हिंग-इन'चं पॅकेज घेऊ शकता. याव्यतिरिक्त आसपास बरीच चांगली हॉटेल्स आणि सर्व्हिसड् अपार्टमेंट सुद्धा आहेत.

अधिक माहितीसाठी

सध्या सोशल नेटवर्किंगद्वारा संपूर्ण माहिती मिळू शकते. हे माध्यम फक्त तरुण वर्गच वापरतो असं नाही. काळ बदलतोय तसंच आम्हीही बदलतोय.

* विविध वेबसाइट – www.OSHO.com

* हिंदीसाठी – www.OSHO.com/hindi

* ओशो लायब्ररीमध्ये आपल्या आवडत्या विषयांसाठी
  www.OSHO.com/library
  www.OSHO.com/library-hindi

* संपूर्ण ओशो ध्यानपद्धती आणि संबंधित संगीतासाठी
  www.OSHO.com/Meditation

* ओशोंचं संपूर्ण हिंदी-इंग्रजी साहित्य आणि इ-बुक्ससाठी
  www.OSHO.com/shop
  www.OSHO.com/shop-hindi
  www.OSHO.com/ebooks

* ऑडिओ प्रवचनांसाठी MP3 व इतर
  www.OSHO.com/hindiAudiobooks

* रिसॉर्टला येण्यासाठी माहितीखातर
  www.OSHO.com/MeditationResort

* ओशो इंटरनॅशनल न्यूजलेटरच्या मोफत सदस्यत्वासाठी
  www.OSHO.com/newsletters
  www.OSHO.com/hindinewsletters

* ओशो टॅराकार्ड ऑनलाइन वाचनासाठी
  www.OSHO.com/tarot

* ओशो हिंदी रेडिओसाठी पाहा.
  www.OSHOtalks.info
  radiohindi.OSHO.com

* इथल्या कार्यक्रमांसाठी, उत्सवांसाठी माहिती घेण्यासाठी
  www.facebook.com/OSHO.International

* विविध उपक्रम, कार्यक्रमांसाठी माहिती
  www.facebook.com/OSHO.International.Meditation.Resort

* ओशो व्हिडीओ चॅनल, कुठेही केव्हाही
  www.youtube.com/OSHO.International

* दिवसाची सुरुवात ओशोंच्या संदेशानं
  www.twitter.com/OSHOtimes

  * या साइट्सवर रजिस्ट्रेशन तसंच ब्राउज करण्यासाठी थोडा वेळ काढा. ओशोंबद्दल भरपूर माहिती मिळेल.

  * या व्यतिरिक्त आणखीनही निरनिराळ्या रोचक पद्धतीनं आपण शोधू शकता ज्यायोगे 'ओशोंना जगभरात' प्राप्त करता येईल.

  ∎

ओशो का हिंदी साहित्य

उपनिषद
सर्वसार उपनिषद
कैवल्य उपनिषद
अध्यात्म उपनिषद
कठोपनिषद
ईशावास्य उपनिषद
निर्वाण उपनिषद
आत्म-पूजा उपनिषद
केनोपनिषद

बुद्ध
एस धम्मो सनंतनो (बारह भागों में)

महावीर
महावीर-वाणी (दो भागों में)
जिन-सूत्र (दो भागों में)
महावीर या महाविनाश
महावीर : मेरी दृष्टि में
ज्यों की त्यों धरि दीन्हीं चदरिया

कबीर
सुनो भई साधो
    सुनो भई साधो
    कस्तूरी कुंडल बसै
कहै कबीर दीवाना
    कहै कबीर दीवाना
    मेरा मुझमे कुछ नही
कहै कबीर मैं पूरा पाया
    गुंगे केरी सरकारा
    कहै कबीर मैं पूरा पाया

न कानों सुना न आंखों देखा
    होनी होय सो होय (कबीर)
    अकथ कहानी प्रेम का (फरीद)

कृष्ण
गीता-दर्शन
(आठ भागों में अठारह अध्याय)
कृष्ण-स्मृति

अष्टावक्र
अष्टावक्र महागीता (नौ भागों में)

लाओत्से
ताओ उपनिषद (छह भागों में)

अन्य रहस्यदर्शी
अथातो भक्ति जिज्ञासा (शांडिल्य)
(दो भागों में)
भक्ति-सूत्र (नारद)
शिव-सूत्र (शिव)
भजगोविन्दम् मूढ़मते (आदिशंकराचार्य)
एक ओंकार सतनाम (नानक)
जगत तरैया भोर की (दयाबाई)
बिन घन परत फुहार (सहजोबाई)
मैने राम रतन धन पायो (मीरा)
झुक आई बदरिया सावन की (मीरा)
नहीं सांझ नहीं भोर (चरणदास)
संतो, मगन भया मन मेरा (रज्जब)
कहै वाजिद पुकार (वाजिद)
मरौ हे जोगी मरौ (गोरख)
सहज-योग (सरहपा-तिलोपा)

बिरहिनी मंदिर दियना बार (यारी)
प्रेम-रंग-रस ओढ़ चदरिया (दूलन)
दरिया कहै सब्द निरबाना (दरियादास बिहारवाले)
हंसा तो मोती चुगैं (लाल)
गुरु-परताप साध की संगति (भीखा)
मन ही पूजा मन ही धूप (रैदास)
झरत दसहुं दिस मोती (गुलाल)
नाम सुमिर मन बावरे (जगजीवन)
अरी, मै तो नामके रंग छकी (जगजीवन)
कानों सुनी सो झूठ सब (दरिया)
अमी झरत बिगसत कंवल (दरिया)
हरि बोलौ हरि बोल (सुंदरदास)
ज्योति से ज्योति जले (सुंदरदास)
जस पनिहार धरे सिर गागर (धरमदास)
का सोवै दिन रैन (धरमदास)
सबै सयाने एक मत (दादू)
पिव पिव लागी प्यास (दादू)
अजहूं चेत गंवार (पलटू)
सपना यह संसार (पलटू)
काहे होत अधीर (पलटू)
कन थोरे कांकर घने (मलूकदास)
रामदुवारे जो मरे (मलूकदास)
जरथुस्त्र: नाचता-गाता मसीहा (जरथुस्त्र)
संसार और मार्ग (च्यांगत्सु)
सत्य असत् (च्यांगत्सु)

प्रश्नोत्तर

नहिं राम बिन ठांव
प्रेम-पंथ ऐसो कठिन
उत्सव आमार जाति, आनंद आमार गोत्र
मृत्योर्मा अमृतं गमय
प्रीतम छवि नैनन बसी
रहिमन धागा प्रेम का
उड़ियो पंख पसार
सुमिरन मेरा हरि करैं
पिय को खोजन मैं चली
साहेब मिल साहेब भये
जो बोलैं तो हरिकथा
बहुरि न ऐसा दांव
ज्यूं था त्यूं ठहराया
ज्यूं मछली बिन नीर
दीपक बारा नाम का
अनहद में बिसराम
लगन महूरत झूठ सब
सहज आसिकी नाहिं
पीवत रामरस लगी खुमारी
रामनाम जान्यो नहीं
सांच सांच सो सांच
आपुई गई हिराय
बहुतेरे हैं घाट
कोंपलें फिर फूट आईं
क्या सोवै तू बावरी
कहा कहूं उस देस की
पंथ प्रेम को अटपटो
फिर पत्तों की पांजेब बजी
मैं धार्मिकता सिखाता हूं, धर्म नहीं
फिर अमरित की बूंद पड़ी
एक एक कदम
नये समाज की खोज
नये भारत की खोज
नये भारत का जन्म
भारत का भविष्य
देख कबीरा रोया
देख कबीरा रोया

अस्वीकृति में उठा हाथ
भारत के जलते प्रश्न
    भारत के जलते प्रश्न
    सामजवाद से सावधान
    समाजवाद अर्थात आत्मघात
    स्वर्ण पाखी था जो कभी
ओशो उपनिषद
एक नई मनुष्यता का जन्म
भविष्य की आधारशिलाएं

अंतरंग वार्ताएं
संबोधि के क्षण
प्रेम नदी के तीरा
सहज मिले अविनाशी
उपासना के क्षण
अनंत की पुकार

झेन, सूफी और
    उपनिषद की कहानियां
बिन बाती बिन तेल
सहज समाधि भली
दीया तले अंधेरा
मनुष्य होने की कला
सदगुरु समर्पण
उस पथ के पथिक
अंतर्यात्रा के पथ पर

योग
पतंजलि : योग-सूत्र (पांच भागों में)
योग : नये आयाम

तंत्र
संभोग से समाधि की ओर

संभोग से समाधि की ओर
युवक और यौन
    क्रांती सूत्र
तंत्र-सूत्र (पांच भागों में)

विचार-पत्र
क्रांति-बीज
पथ के प्रदीप

पत्र-संकलन
अंतर्वीणा
प्रेम की झील में अनुग्रह के फूल
ढाई आखर प्रेम का
पद घुंघरू बांध
प्रेम के फूल
प्रेम के स्वर
पाथेय

बोध-कथा
मिट्टी के दीये

साधना-शिविर
साधना-पथ
    साधना-पथ
अंतर्यात्रा
प्रभूकी पगडंडियां
मैं मृत्यु सिखाता हूं
जिन खोजा तिन पाइयां
समाधि के सप्त द्वार (ब्लावट्स्की)
साधना-सूत्र (मेबिल कॉलिन्स)
ध्यान-सूत्र
जीवन ही है प्रभु
असंभव क्रांति

रोम-रोम रस पीजिए
नेति नेति
शून्य की नाव
शून्य के पार
सत्य की खोज
संभावनाओं की आहट
गिरह हमारा सुन्न में
साक्षी की साधना
साक्षी की साधना
साक्षी का बोध
समाधि कमल
अपने माहिं टटोल
ध्यान दर्शन
ध्यान के कमल
जीवन संगीत
जो घर बारे आपना
प्रेम दर्शन

ध्यान, साधना

ध्यान विज्ञान
ध्यानयोग : प्रथम और अंतिम मुक्ति
मैं कोन हूं
समाधिके द्वार पर
तृषा गई एक बूंद से
तृषा गई एक बूंद से
जीवन सत्यकी खोज
माटी कहै कुम्हार सूं
माटी कहै कुम्हार सूं
जीवन रस गंगा
अमृत की दिशा
अमृत की दिशा
समाधि के तीन चरण
चित चकमक लागे नाहिं

विविध

अमृत-कण
अमृत वाणी
कुछ ज्योर्तिमय क्षण
नये संकेत
चेति सकै तो चेति
हसिबा, खेलिबा, धरिबा ध्यानम्
धर्म साधना के सूत्र
मैं कहता आंखन देखी
जीवन क्रांति के सूत्र
जीवन रहस्य
करुणा और क्रांति
विज्ञान, धर्म और कला
प्रभु मंदिर के द्वार पर
तमसो मा ज्योतिर्गमय
प्रेम है द्वार प्रभु का
अंतर की खोज
अमृत वर्षा
अमृत द्वार
एक नया द्वार
प्रेम गंगा
समुंद समाना बुंद में
सत्य की प्यास
शून्य समाधि
व्यस्त जीवन में ईश्वर की खोज
अज्ञात की ओर
धर्म और आनंद
जीवन-दर्शन
जीवन की खोज
क्या ईश्वर मर गया है
क्या मनुष्य एक यंत्र है
नानक दुखिया सब संसार
नये मुनष्य का धर्म

धर्म की यात्रा	घाट भुलाना बाट बिनु
स्वयं की सत्ता	पथ की खोज
सुख और शांति	जीवन अलोक
नारी और क्रांति	जीवन की कला
सम्यक शिक्षा	जीवन क्रांती की दिशा
शिक्षा में क्रांति	जीवन गीत
गहरे पानी पैठ	मन का दर्पण
ज्योतिष विज्ञान	आंखों देखी सांच
नव संन्यास क्या	आनंद की खोज
सत्य का अन्वेषण	स्वर्णिम बचपन
सत्य का दर्शन	

ओशोंच्या साहित्यासंबंधी माहितीसाठी तसेच मागणीकरिता संपर्क :
ओशो मिडिया इंटरनॅशनल
१७ कोरेगाव पार्क, पुणे ४११००१ (महाराष्ट्र-भारत)
फोन नं. +९१ (२०) ६६०१९९८१
Email : distribution@osho.net

ओशोंच्या ऑडियो व्हिडियो प्रवचनांसंबंधी माहितीसाठी तसेच
मागणीकरिता संपर्क :
ओशो मल्टिमीडिया ॲन्ड रिसॉर्ट्स प्रा. लि.
१७, कोरेगाव पार्क, पुणे ४११००१ (महाराष्ट्र-भारत)
फोन नं. +९१ (२०) ६६०१९९८१
Email : distribution@osho.net

श्रोत्यांसमोर प्रत्यक्ष दिलेल्या तत्कालीन प्रवचनांचा समावेश असणारी ही ओशोंची पुस्तकं आहेत. ओशोंची सर्व प्रवचनं, पुस्तकरूपात तसंच ऑडिओ रेकॉर्डिंगच्यारूपात उपलब्ध आहेत. ही रेकॉर्डिंग्ज तसंच पुस्तकं यांच्यासाठी www.OSHO.com/library या संकेतस्थळावर संपर्क साधता येईल.

ध्यानसूत्र

ओशो

अनुवाद
माधव कर्वे

महाबळेश्वरच्या निसर्गसंपन्न वातावरणामध्ये ओशोंनी संचालित केलेल्या ध्यानशिबिरामधल्या प्रवचनांचं तसंच ध्यानाच्या प्रयोगांचं संकलन असलेलं हे पुस्तक आहे. शरीर, विचार आणि भावना यांच्या एकेका पापुद्र्यांनी पेशीपेशींना विलीन करण्याची अद्भुत कला समजवताना ओशो आपल्याला संपूर्ण स्वास्थ्य, तसंच संतुलनाकडे घेऊन जातात.

मीरेची मधुशाला

ओशो

अनुवाद
स्वाती चांदोरकर

मीरा

मीरा म्हणजे भक्ती.

भक्तीने परमात्मा साध्य करणारे अनेक आहेत आणि तरीही मीरा
वेगळी आहे.

का?

ओशो सांगतात की भक्तिसाराची इतकी पारदर्शकता मीरामध्ये
आहे,

की ही पारदर्शकताच तिचं वेगळेपण सिद्ध करते.

मीरा कृष्णमय आहे हे कुणी नव्याने सांगायला नको.

पण आपण तिची भक्ती बघून मीरामय होऊन जातो हे निश्चित.

भक्तिमार्ग हा सर्वांत कठीण मार्ग. न दिसणाऱ्या परमात्म्यावर
तन, मन, भान विसरून प्रेम करणं, स्वत:ला त्याच्यावर सोपवून
देणं हे कठीणच.

आणि म्हणूनच मीराचं कृष्णासाठी केलेलं समर्पण अनमोल आहे.

यमक जुळतंय की नाही याची विवंचना न करता

जे हृदयातून उमटत गेलं असं ते काव्य, गीत, भजन आजही
आपल्या हृदयाला भिडतात आणि मीरा म्हणते 'मैं तो प्रेम दीवानी'.

हा तिचा भाव, ही तिची भावदशा आपल्यालाही भारावून टाकते.

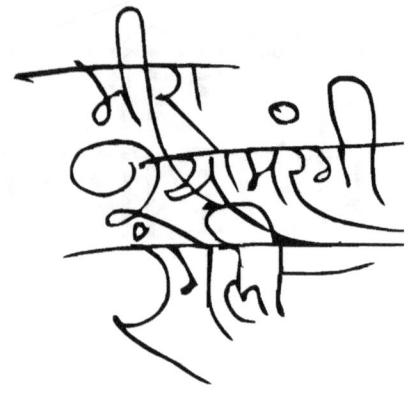

मीरा श्यामरंगी रंगली

ओशो

अनुवाद

स्वाती चांदोरकर

जेव्हा दु:खाचा भडिमार होतो तेव्हा सामान्य मनुष्य ईश्वराला दोष देतो, वेठीला धरतो आणि मीरा मात्र ईश्वराचे आभार मानते. 'सर्व मोहपाशातून सुटका केलीस,' असं म्हणते. 'ईश्वराराधना व्हावी म्हणूनच अशी तजवीज केलीस.' असं म्हणते. ती ईश्वराराधनेत कधी रममाण होते, हे तिचं तिलाही कळत नाही. ईश्वराराधना म्हणजे फक्त कृष्णाची आराधना. पंचवीस हजार वर्षांपूर्वी अवतरलेल्या कृष्णावर ती पंचवीस हजार वर्षांनंतर स्वत:ला समर्पित करू शकते.

अशा भक्तीला नावं ठेवली जातात, कलंक लावला जातो, जीवे मारण्याचा यत्न केला जातो. तरीही प्रसन्नता, शांतता, सुमधुर हास्य विलसत राहतं. न पाहिलेल्या मीरेचं रूप नजरेसमोर तरळत राहतं. शिल्पकारांनी त्यांच्या कल्पनेनुसार घडवलेली मीरा नजरेसमोर येते आणि वाटून जातं, 'खचितच, मीरा अशीच दिसत असणार. शांत, सुंदर, जगाचं भान नसलेली, कृष्णमय झालेली.'

www.ingramcontent.com/pod-product-compliance
Lightning Source LLC
Chambersburg PA
CBHW051136020726
47501CB00005B/1536
* 9 7 8 8 1 8 4 9 8 1 3 0 8 *